ANG PAMUMUHAY NG FOUR GIFTS OF LOVE®

4 na Pundasyon sa Pag-aasawa

DR. JENNIFER HARLEY CHALMERS
DR. WILLARD F. HARLEY, JR.

4 NA PUNDASYON NG PAG-AASAWA: ANG PAMUMUHAY NG FOUR GIFTS OF LOVE® **ay para sa mga layuning pang-edukasyon lamang at hindi nilalayong maging therapy o kapalit ng therapy. Ipinagbibili ito sa ilalim ng malinaw na pang-unawa na ang anumang desisyon o aksyong gagawin mo bilang resulta ng pagbabasa ng aklat na ito ay dapat nakabatay lamang sa iyong sariling paghuhusga at pananagutan. Hindi mananagot ang mga may-akda sa mga kahihinatnan o anumang aksyon at/o desisyon na gagawin bilang resulta ng anumang impormasyong ibinigay o rekomendasyong ginawa.**

Ang pinakabuod ng aklat na ito ay naunang inilathala sa ilalim ng The *Four Gifts of Love®* Participant's Guide: Revised and Expanded Edition para sa *Four Gifts of Love®* Class, Copyright © 2004, 2016, nina Jennifer H. Chalmers at Willard F. Harley, Jr. ISBN 978-0-692-06097-1.

Ang pagsasaling ito ay ang aking pinakamahusay na pagsisikap na mapanatili ang orihinal na kahulugan at ibinibigay nang "as is." Walang anumang garantiya, hayag man o ipinahiwatig, tungkol sa kawastuhan, pagiging maaasahan, o katumpakan ng alinmang salin mula Ingles patungo sa ibang wika.

Mga resource ay available sa: www.FourGiftsofLove.org (BOOKSTORE) o
https://www.Foundation4Marriage.com

Inilathala ng Marriage Resources International Inc.

Disenyo ng pabalat ni K. Harley Chalmers-Garvey

ISBN-13: 979-8-218-19557-1 (INGLES NA BERSIYON)

ISBN-13: 979-8-9988444-1-6 (TAGALOG NA BERSIYON) 6.11.26

Para kina

Phil at Joyce,

magkasama, namumuhay tayo araw-araw na may

matibay na pundasyon.

Mahal at sinasamba Ka namin, Jesus. Ipakita ang Iyong presensya sa pamamagitan ng aklat na ito at sa pamamagitan ng buhay ng mga taong ito. Sa Diyos ang lahat ng kaluwalhatian!

1

ANG *FOUR GIFTS OF LOVE*: ISANG MATIBAY NA PUNDASYON

Malapit mo nang mabasa ang tungkol sa isang pamumuhay na idinisenyo para lumikha ng isang matibay na pundasyon para sa iyong pag-aasawa sa pamamagitan ng pagbibigay at pagtanggap ng *Four Gifts of Love*®. Bagama't tungkol ito sa pagbibigay at pagtanggap ng mga regalong ito sa pag-aasawa, tungkol din ito sa pagbibigay at pagtanggap ng *Four Gifts of Love*® sa iyong relasyon sa Diyos.

Bago ko ipakilala ang *Four Gifts of Love*®, hayaan mong ipaliwanag ko muna kung bakit parehong mahalagang relasyon ang aming tatalakayin sa aklat na ito. (Sa mga susunod na pahina, gagamitin namin ang "ako" para tumukoy sa sinuman sa amin habang inilalarawan namin ang aming mga karanasan at payo.)

Aling mga relasyon ang may pinakamalaking epekto sa buong buhay mo? Bilang isang psychologist, marami akong pagkakataon na marinig ang mga pinakapribadong detalye ng buhay ng mga tao, at isa sa pinakamahalagang napagtanto ko ay kung gaano kalaki ang epekto ng kanilang mga relasyon sa kanila.

Aling mga relasyon ang may pinakamalaking epekto sa buong buhay mo?

Inilarawan ng aking mga kliyente ang mga problema nila sa kanilang boss, magulang, kapitbahay, kaibigan, lolo at lola, at mga anak. Nalaman ko rin kung gaano kasaya ang mga relasyong ito kapag maayos ang takbo ng mga ito.

Sa lahat ng relasyong inilalarawan ng aking mga kliyente, ang kanilang relasyon sa pag-aasawa ang palagi nilang tinutukoy na pinakamahusay kapag maayos, at pinakamasama kapag may problema. Maaari itong maging pangunahing source ng kaligayahan (*happiness*) at pagkakuntento (*contentment*), o maaari itong maging pangunahing source ng kalungkutan at pagkadismaya.

Magkakaroon ng mas malaking epekto sa iyong buhay ang iyong relasyon sa pag-aasawa kaysa sa anumang ibang relasyong pantao. Kaya nais kong matutuhan mo kung paano magkaroon ng pag-aasawang palaging pangunahing source ng kaligayahan at pagkakuntento para sa iyo at sa iyong asawa.

Ngunit may isa pang relasyon na may mas malaki pang epekto sa ating buhay—ngayon at magpakailanman. Ito ay ang ating relasyon sa Diyos. Hindi tulad ng mga relasyon sa tao, ang isang ito ay nakakaapekto sa lahat ng kung ano tayo at magiging tayo.

Napakahalaga mo sa Diyos, kahanga-hangang nilikha, masigasig at matiyagang hinahanap ka, at saganang minamahal. Hindi ka aksidente ng kalikasan; nilikha ka para maging napakahalaga (*valuable*) sa Diyos. At kapag pumasok ka sa isang relasyon sa Kanya, sinabi ni Jesus, "Gayundin, sinasabi ko sa iyo, may kagalakan sa harapan ng mga anghel ng Diyos dahil sa isang makasalanang nagsisisi" (Lucas 15:10). Anong ibang relasyon ang maikukumpara sa ating relasyon sa Kanya?

Ang dalawang relasyong ito na personal, dalawahan (bilateral), at pangmatagalan—sa iyong asawa at sa Diyos—ay makakaapekto sa iyo higit sa anumang bagay sa buhay. At dahil napakahalaga ng mga relasyong ito, makatuwirang gawin ang lahat ng iyong makakaya para gawing tunay na NAPAKAGANDA ang mga ito nang sabay!

Ngunit hindi lamang iyon ang dahilan kung bakit dapat maging kahanga-hanga ang dalawang relasyong ito. Sinabi ni Jesus Kristo sa Mateo 22:37-40, "Ibigin mo ang Panginoon mong Diyos nang buong puso mo, at nang buong kaluluwa mo, at nang buong pag-iisip mo.' 38 Ito ang dakila at unang utos.' 39 At ang pangalawa ay katulad nito, 'Ibigin mo ang iyong kapwa na gaya ng iyong sarili.' 40 Sa dalawang utos na ito nakasalig ang buong kautusan at ang mga propeta." Nais ng Diyos ang ating kumpletong debosyon—puso, kaluluwa, at isip. Ngunit hindi Siya tumitigil doon.

Nais din Niya na ang ating pag-aaruga sa iba ay sumalamin sa pagmamahal natin sa Kanya at sa paraan ng pagtrato na nais din nating matanggap. At sino ang iyong pinakamalapit na kapwa? Sino ang maaari mong tunay na mahalin nang higit pa kaysa sa sinumang ibang tao sa mundo? Ang asawa mo.

Ang *Four Gifts of Love*® na iyong pag-aaralan sa aklat na ito ay nakatulong na sa milyun-milyon sa buong mundo na magkaroon ng magagandang pag-aasawa—na nagpapanatili ng pakiramdam ng pag-ibig habambuhay. Ngunit ang mga regalong ito rin ay maaaring gamitin sa pagbuo ng mas malapit at debotong relasyon sa Diyos. Sa pamamagitan ng pagsunod sa mga konsepto ng aklat na ito, lilikha ka ng isang pamumuhay na nagpapahintulot sa parehong mahalaga at natatanging relasyong ito na umunlad.

Bagama't ang materyal na ito ay unang nilayon para tumulong sa mga pag-aasawa, maraming engaged couple ang nakitang nakakatulong ito para maihanda ang kanilang pag-aasawa na may matibay na basehan. Kaya, madalas na gagamitin sa aklat na ito ang terminong partner bilang pagtukoy sa fiancée/fiancé o asawa.

Hayaan mong ipakilala ko sa iyo ang *Four Gifts of Love*®.

- Ang Regalo ng Pag-aaruga (*Gift of Care*) ay isang pagkukusa (willingness) at pagsisikap (*effort*) na gawin ang iyong makakaya para mapasaya ang kapwa. Inilalagay nito ang iyong pagnanais na gumawa ng makabuluhang mga gawa ng pag-aaruga sa pang-araw-araw na pagkilos—ang pagiging isang pangunahing *source* ng kaligayahan.

Inaabangan ni Mary ang tawag ng kanyang asawang si Dennis tuwing pahinga sa tanghalian nito sa trabaho. Nais ni Dennis na malaman kung kumusta ang araw ni Mary, at ipinapakita ng tawag na iyon sa kanya na nasa isip siya ni Dennis. Interesado rin si Mary sa naging araw ni Dennis at sa kanyang mga nagawa. Nararamdaman ni Dennis na pinahahalagahan at hinahangaan siya sa mga salita ng pagpapalakas ng loob at pasasalamat ni Mary. Ang mga araw-araw na tawag na iyon ay isa sa mga paraan nina Dennis at Mary na ibigay sa isa't isa ang regalo ng pag-aaruga.

Bawat mag-asawa ay nangangako na aalagaan ang isa't isa sa altar, ngunit iilan ang nakakaunawa kung ano ang ibig sabihin nito. Magkakaroon ka ng kalamangan sa karamihan ng mag-asawa dahil matututunan mo kung paano mag-aruga at sadyang sasanayin ang iyong mga kasanayan sa pag-aaruga.

Matututunan mo rin ang isang bagay na mas mahalaga pa—ang pag-aaruga ninyo sa isa't isa ay isa sa mga paraan na maibibigay mo sa Diyos ang regalo ng pag-aaruga. Nalulugod Siya kapag sinusunod natin ang Kanyang mga utos, at gaya ng nabasa natin sa Mateo 22, isa sa Kanyang mga utos ay ang alagaan natin ang ating partner gaya ng nais din nating maalagaan tayo.

Sa Bahagi Isa, matututunan mo ang tungkol sa mga makabuluhang paraan kung paano maaaring mag-aruga ang mag-partner sa isa't isa. Rerepasuhin mo rin ang mga makabuluhang paraan para mapasaya ang Diyos. Gamit ang impormasyong iyon, magkakaroon ka ng pagkakataong gamitin ang iyong kaalaman sa pamamagitan ng aktwal na paglikha ng isang pamumuhay na nagbibigay ng regalong ito—ang pagiging pangunahing source ng kaligayahan sa loob ng dalawang relasyong ito. Sa madaling salita, matututunan mo na ang Regalo ng Pag-aaruga = Pagdudulot ng Kaligayahan (*Causing Happiness*).

- Ang Regalo ng Proteksyon (*Gift of Protection*) ay isang pagkukusa at pagsisikap na gawin ang iyong makakaya para maiwasan ang pagdulot ng kalungkutan sa kapwa—para maiwasang maging *source* ng kalungkutan.

Niyaya si Jon ng kanyang mga kaibigan na sumali sa isang koponan ng basketball. Ngunit bago gumawa ng desisyon, tinanong niya si Kathy, ang kanyang asawa, kung ano ang mararamdaman niya tungkol sa ideyang iyon. Alam nilang pareho na ang mga desisyong ginawa nang walang kapwa at buong-pusong pagsang-ayon (*mutually enthusiastic agreement*) ay maaaring makasakit sa isa sa kanila. Sa pamamagitan ng pagsasaalang-alang sa damdamin ng isa't isa bago sila kumilos, pinoprotektahan nila ang isa't isa mula sa kanilang sariling pagkamakasarili. Ito ay isang paraan kung paano nila ibinibigay ang regalo ng proteksyon.

At nagbibigay rin ng proteksyon sina Jon at Kathy sa iba pang paraan. Iniiwasan nila ang mga makasariling kahingian (*selfish demands*), mga walang-galang na paghatol (*disrespectful judgments*), hindi pagiging tapat (*dishonesty*), pagsiklab ng galit (*angry outbursts*), independiyenteng kilos (*independent behavior*), at mga nakakainis na gawi (*annoying habits*). Nauunawaan nila na ang regalo ng proteksyon ay hindi tungkol sa pagprotekta sa isa't isa mula sa mundo; ito ay tungkol sa pagprotekta sa isa't isa mula sa sarili nilang mga kilos na nagdudulot ng sakit.

Sa Bahagi Isa, matututunan ninyong mag-asawa kung paano maging source ng kaligayahan para sa isa't isa at ng kaluguran ng Diyos. Ngunit maliban kung may gagawin ka para maiwasan ito, maaari ka ring maging sanhi ng matinding kalungkutan. Kaya naman mahalaga rin ang regalong ito. Tutulungan ka ng Bahagi Dalawa at Bahagi Tatlo na tukuyin ang mga kilos na nagdudulot ng kalungkutan sa iyong partner at sa Diyos. Matututunan mo rin kung paano iwasan ang mga kilos na iyon sa parehong relasyon. Sa madaling salita, matututunan mo na ang Regalo ng Proteksyon

= Pag-iwas sa Pagdulot ng Kalungkutan (Avoid Causing Unhappiness).

- Ang Regalo ng Pagsasabi ng Katotohanan (*Gift of Honesty*) ay isang pagkukusa at pagsisikap na gawin ang iyong makakaya para gawing hayag ang lahat tungkol sa iyong sarili sa kapwa—kung ano ang iyong ginawa sa nakaraan, kung ano ang iyong ginagawa sa kasalukuyan, at kung ano ang plano mong gawin sa hinaharap.

Tuwing nag-aalmusal sina Myrna at Ronald, nirerepaso nila ang kanilang mga plano para sa araw—kung saan sila maaaring makontak, mga pulong na kanilang itinakda at kung kanino, kung anong oras sila uuwi, at mga plano nila para sa gabi o para sa katapusan ng linggo. Pinapanatili rin nilang may kaalaman ang isa't isa kung magbabago ang mga plano. Ito ay isang paraan kung paano nila ibinibigay sa isa't isa ang regalo ng pagsasabi ng katotohanan.

Ang pagsasabi ng katotohanan sa pag-aasawa ay nangangailangan ng pagsasabi ng katotohanan nang kumpleto tungkol sa iyong damdamin, personal na kasaysayan, mga kasalukuyang ginagawa at karanasan, at mga plano sa hinaharap. Kung wala ang regalong ito, hindi magagawa ang mga kinakailangang pag-aakma sa isa't isa—hindi ka makakahanap ng mga solusyong katanggap-tanggap sa inyong dalawa para sa mga problema. Kung walang pagsasabi ng katotohanan, hindi mo malalaman kung paano epektibong ibigay ang mga regalo ng pag-aaruga at proteksyon.

Nais din ng Diyos ang iyong regalo ng pagsasabi ng katotohanan. Totoo, alam na Niya ang lahat ng dapat malaman tungkol sa iyo. Gayunpaman, nais pa rin Niyang sabihin mo sa Kanya ang tungkol sa iyong mga plano, damdamin, at iniisip—regular na ipinapaalam ang iyong pag-unawa sa Kanya at sa iyong sarili.

Rerepasuhin ng Bahagi Tatlo ang regalong ito at tutulungan kang ibigay ang regalo ng pagsasabi ng katotohanan sa iyong partner at sa Diyos. Sa madaling salita, matututunan mo na ang Regalo ng Pagsasabi ng Katotohanan = Ganap na Pagiging Bukas (Complete Transparency).

- Ang Regalo ng Oras (*Gift of Time*) ay isang pagkukusa at pagsisikap na magbigay ng buong atensyon, gamit ang oras para ibigay ang pinakamakabuluhang mga gawa ng pag-aaruga para sa kapwa.

May appointment sina Sherry at Joe sa isa't isa tuwing Linggo ng hapon sa 3:30. Ito ang oras na nag-iiskedyul sila ng oras para sa darating na linggo para tugunan ang pinakamahalaga (*most intimate*) na mga pangangailangang emosyonal ng isa't isa. Ito ang paraan nila ng pagbibigay sa isa't isa ng regalo ng oras.

Isang mahalagang sangkap ang regalong ito para sa anumang pangmatagalang relasyon, ngunit lubhang mahalaga ito (*essential*) para sa mga nangangako na ibigay ang mga regalo ng pag-aaruga, proteksyon, at pagsasabi ng katotohanan. Kung wala ang regalo ng oras, hindi mo lubos na maibibigay at matatanggap ang iba pang mga regalo.

Rerepasuhin ng Bahagi Apat ang regalong ito at tutulungan kang ibigay ang regalo ng oras sa iyong partner at sa Diyos. Sa madaling salita, matututunan mo na ang Regalo ng Oras = Buong Atensyon na may Layunin (*Undivided Attention with Purpose*).

Isang pangako sa *Four Gifts of Love*®, isang pagtuon sa iyong dalawang pinakamahalagang relasyon, at isang pamumuhay na nagpapakita ng iyong pangako sa loob ng mga relasyong ito—iyan ang tungkol sa aklat na ito.

Matapos mong basahin ang aklat na ito, inirerekomenda naming isaalang-alang mong kunin ang klase ng *Four Gifts of Love®*. Nag-aalok ng repaso ang klaseng ito, na may walong aralin sa mga babasahin sa aklat na ito ngunit nagbibigay rin ng mga propesyonal na animated na video para sa pagrepaso, mas malalim at ginagabayang mga takdang-aralin, mga talatanungan, at marami pang iba. Ang klaseng ito ay nagsisilbing tulay mula sa kaalaman patungo sa isang pamumuhay ng *Four Gifts of Love®*. Mangyaring bisitahin ang https://www.FourGiftsofLove.org para sa karagdagang impormasyon tungkol sa pagsisimula ng iyong unang aralin nang libre, o i-scan ang QR code.

Pag-usapan Natin Ito

Ito ang iyong unang Pag-usapan Natin Ito kasama ang iyong partner. Mangyaring panatilihin mong MAIKLI ang usapan at MANATILI KA SA PAKSA ng mga tanong. At ang pinakamahalaga, gamitin mo ang oras na ito para sanayin ang iyong mga regalo ng pag-aaruga at proteksyon, na may espesyal na pag-iingat na iwasan ang mga komentong walang paggalang. Tandaan, ang iyong mga layunin ay maging source ng kaligayahan at iwasang maging source ng kalungkutan sa iyong relasyon.

1. Repaso: Ano ang *Four Gifts of Love*? (ang apat na kategorya at kahulugan)

2. Sino at ano ang naaapektuhan ng iyong relasyong mag-asawa? Subukan na makabuo ng hindi bababa sa 20. (Tingnan ang ibaba kung gusto mo ng tulong.)

3. Pag-usapan ang katotohanan ng pahayag na ito: Ang iyong mga relasyon sa iyong asawa at sa Diyos ang pinakamahalagang relasyon na magkakaroon ka. Bakit?

4. Sino at ano ang naaapektuhan ng relasyon sa Diyos? (Tingnan ang ibaba kung gusto mo ng tulong.)

5. Isang ugaling madalas na kusang lumilitaw sa simula ng aklat na ito ay ang pagtaas ng iyong mga inaasahan kung paano dapat magbago ang iyong partner—partikular, na maging isang "super partner" at agad na gamitin ang mga bagong gawi nang perpekto. Kaya, inaasahan mo ba na magagawa mong gamitin ang mga bagong ideya at gawi kaagad at nang perpekto? Ang sagot ay malamang na "hindi." Bakit? Dahil alam nating lahat na nangangailangan ng oras at pagsasanay para matutunan ang mga bagong gawi at gumawa ng mga pagbabago sa pamumuhay.

Ano ang magagawa KO para mapabuti ang relasyong ito?

6. Sa ngayon, magkasundo kayo ng iyong partner na mag-focus kayo sa iyong sariling mga pagbabago dahil iyon lamang ang makokontrol mo, at isulat ang pariralang ito sa isang lugar sa aklat na ito o sa isang sticky note para malinaw mo itong makita: "Ano ang magagawa KO para mapabuti ang relasyong ito?" Sang-ayon ka ba?

(Nakalikha ka ba ng mga ito para sa tanong #2? pisikal na kalusugan, pananalapi, mga anak, pamilya ng iyong asawa, pamilya, mga halaga, ministri, patotoo, pagpili ng karera, pagganap sa trabaho, edukasyon, emosyon, pagpapahalaga sa sarili, mental na kalusugan, komunidad, pagkain, bakasyon, kasanayan sa pagiging magulang, mga hilig, pagreretiro, badyet, timbang, pananaw sa kasal, antas ng stress, pangangalaga sa sarili, lipunan, mga kasanayan sa pakikipagkapwa-tao, mga alituntunin sa buhay, mga layunin, pagdidisiplina sa sarili, mga batas, enerhiya, mga desisyon, mga prayoridad, pananaw sa mundo, ekonomiya, relasyon sa Diyos, at pamanang iniwan!)

(Nakalikha ka ba ng mga ito para sa tanong #4? I-kopya ang lahat mula sa listahan sa itaas, ngunit may MAS marami pa ... walang-hanggang buhay, kaligtasan, pananaw sa halaga ng iba, halaga sa sarili, pananaw sa pagpapatawad, kahulugan ng buhay, espirituwal na kaginhawahan sa oras ng kahirapan, kasal, pangako, pagsunod sa mga turo ng Diyos.)

2

ANG *FOUR GIFTS OF LOVE®* KASAMA ANG DIYOS: ANG KAMANGHA-MANGHANG EPEKTO

Ang Bibliya ay nagbibigay ng maraming halimbawa kung ano ang nangyayari sa mga nagbibigay ng mga regalong pag-ibig sa Diyos. Para rito, pumili ako ng isang pamilyar na kuwento para ipakita ang kamangha-manghang epektong ito.

Ito ang kuwento ni Zaqueo mula sa Lucas 19:1-10. Inilalarawan ng mga talatang ito ang isang relasyon sa pagitan ni Zaqueo at ng Diyos—sa pamamagitan ng Anak, si Jesus Kristo. Habang nagbabasa ka, isipin mo na naroroon ka. Isipin ang mga damdamin ni Jesus, ng mga tao, at lalo na ni Zaqueo. Hanapin ang mga tiyak at makabuluhang gawa na nagpapakita ng mga regalo ng pag-ibig sa loob ng relasyong ito at ang epekto nito kay Zaqueo.

1 Siya'y [Jesus] pumasok at nagdaan sa Jerico,

- *Naantala na ang Kanyang paglalakbay patungong Jerusalem nang pagalingin Niya ang dalawang bulag sa labas lamang ng Jerico. Muli na namang maaantala ang Kanyang paglalakbay.*

2 at doon ay may isang lalaki na ang pangalan ay Zaqueo. Siya'y isang punong maniningil ng buwis at mayaman.

- *Si Zaqueo ay isang Hudyo na itinakwil at kinamuhian ng kanyang mga kapwa Hudyo dahil naniningil siya ng buwis para sa pamahalaang Romano, at paminsan-minsan ay naniningil nang sobra, na itinatago ang sobra para sa sarili.*

3 Nagsikap siyang makita kung sino si Jesus,

- *Kumalat na ang balita tungkol sa mga himala ni Jesus, at nakakaakit Siya ng maraming tao (crowd) saanman Siya magpunta. Ang pagpapagaling sa dalawang bulag sa labas ng Jerico ay malamang na lubhang nagparami ng bilang na iyon. Siya ay isang "celebrity," at nais Siyang makita ng mga tao mula sa lahat ng antas ng buhay.*

3b subalit hindi magawa dahil sa karamihan ng mga tao, sapagkat siya'y pandak. 4 Kaya't tumakbo siya sa unahan at umakyat sa isang puno ng sikomoro para makita siya, sapagkat siya'y daraan sa daang iyon.

- *Marahil ay mabagal ang paglakad ni Jesus sa isang mataong kalsada kaya nahulaan ni Zaqueo kung saan Siya patungo at inakala niyang maitatago siya ng mga dahon ng puno.*

5 At nang dumating si Jesus sa lugar na iyon, siya'y tumingala, at sinabi sa kanya, "Zaqueo, dali ka at bumaba ka; sapagkat kailangang ako'y tumuloy sa bahay mo ngayon."

- *Si Jesus ay direkta at makapangyarihan. Alam Niyang nasa puno si Zaqueo at kilala pa Niya (Jesus) si Zaqueo sa pangalan. Alam din Niyang kailangan ni Zaqueo ng isang bagay na Siya lamang ang makapagbibigay—isang relasyon sa Diyos na magpapabago sa kanyang buhay. Gayunpaman, kahit na malakas ang mga salita ni Jesus, hindi Niya pinilit si Zaqueo na tanggapin ang Kanyang paanyaya. Kinailangang pumili ni Zaqueo.*

6 Kaya't siya'y nagmadali, bumaba, at natutuwa siyang tinanggap.

- *Maaaring tanggihan ni Zaqueo ang mapagbigay na alok ni Jesus. Sa halip, masigasig (enthusiastically) niyang tinanggap si Jesus at ang Kanyang paanyaya.*

7 Nang kanilang makita ito ay nagbulungan silang lahat, na nagsasabi, "Siya'y pumasok para maging panauhin ng isang taong makasalanan."

- *Si Zaqueo ay hindi popular dahil marami siyang taong dinaya. Kaya inakala ng mga tao sa Jerico na hindi siya karapat-dapat sa paanyaya ni Kristo.*

8 Si Zaqueo ay tumindig at sinabi sa Panginoon, "Panginoon, ang kalahati ng aking mga pag-aari ay ibinibigay ko sa mga dukha at kung sa pamamagitan ng pandaraya ay may kinuha ako sa kanino mang tao, babayaran ko siya ng apat na ulit."

- *Maaaring nag-ukol ng oras sina Jesus at Zaqueo sa pag-upo at pag-uusap. Hindi natin alam kung ano talaga ang nangyari, ngunit alam natin ang resulta—lubusang nagbago ang pananaw ni Zaqueo sa buhay.*
- *Dating mangingibig ng salapi si Zaqueo, isang mandaraya, isang taksil, at isang taong hiwalay sa Diyos at kinamumuhian ng marami. Gayunpaman, pagkatapos tanggapin ni Zaqueo si Jesus bilang Panginoon at mag-ukol ng oras sa Kanya, nagbago ang kanyang mga pinahahalagahan. Naging masigasig siya sa pagiging totoo at sa pagmamahal sa kapwa tao, na may naipanumbalik na relasyon sa Diyos at sa iba. Mula sa araw na iyon, iba na ang kanyang pagtingin sa mga bagay-bagay.*

9 At sinabi sa kanya ni Jesus, "Dumating sa bahay na ito ngayon ang kaligtasan, sapagkat siya man ay anak din ni Abraham.

10 Sapagkat ang Anak ng Tao ay dumating para hanapin at iligtas ang nawala."

- *Idinidiin ni Jesus ang isang punto na inuulit Niya sa buong Kanyang ministeryo: Naparito Siya para iligtas tayo mula sa isang buhay na hiwalay sa Diyos. Bagama't lahat ay "nawawala" (lost) dahil sa kanilang kawalang-malasakit (thoughtlessness), kung minsan ang mga itinuturing na pinakawalang-malasakit ang pinakahandang tumalikod sa isang buhay na hiwalay sa Diyos para tanggapin ang Kanyang regalo ng buhay na walang hanggan sa pamamagitan ng pananampalataya kay Jesus Kristo.*

Napakagandang araw para kay Zaqueo! Tinanggap niya ang paanyaya ni Jesus na pumasok sa isang relasyon sa Kanya. Ang relasyong iyon kay Kristo ay nagbigay-inspirasyon din kay Zaqueo na mamuhay ng isang buhay na nakalulugod sa Diyos. Nagbago ang kanyang perspektibo sa buhay at nalikha ang isang pagnanais na mapasaya ang kanyang Panginoon.

> Tinanggap niya ang paanyaya ni Jesus na pumasok sa isang relasyon sa Kanya.

Ang pagbibigay ng *Four Gifts of Love®* ay nangangahulugan ng paggawa ng mga kilos na tiyak at makabuluhan—mga kilos na nagbibigay ng mga regalo ng pag-aaruga, proteksyon, pagsasabi ng katotohanan, at oras. Ang epekto ng pagpasok sa isang relasyon sa Kanya sa pamamagitan ng pananampalataya, pagkatapos ay pagbibigay at pagtanggap ng mga regalong ito kasama ang Diyos, ay nakapagpapabago ng buhay; nagbabago ang iyong perspektibo sa kung ano ang mahalaga, at nagkakaroon ka ng bagong pagnanais na mapasaya Siya.

Mga Katanungan para sa Pag-iisip

1. Isipin mo ang iyong relasyon sa Diyos. Nakabuo ka na ba ng isang pamumuhay na patuloy na nag-aanyaya sa Kanya araw-araw? Naghahangad ka bang mas makilala pa Siya? Aktibo ka bang tumatalikod sa mga kilos na hindi Niya gusto? Tapat ka ba tungkol sa mga nagawa mo? Gumagawa ka ba ng mga pagpili sa pamumuhay na nakalulugod sa Diyos?
2. Kung ang mga sagot sa mga tanong sa itaas ay oo, may napapansin ka bang pagkakaiba sa iyong perspektibo sa buhay kumpara sa isang panahon sa nakaraan kung kailan maaaring hindi mo naibigay sa Diyos ang mga regalong ito? Nakapapansin ka ba ng mas malaking pagnanais para sa Diyos? Nararamdaman mo bang mas malapit ka sa Kanya?
3. Kung ang mga sagot sa mga tanong sa itaas ay hindi, tutulungan ka ng mga susunod na kabanata na lumikha ng isang pamumuhay ng pagbibigay at pagtanggap ng mga regalo para personal mong maramdaman ang hindi kapani-paniwalang mga epekto!

3

ISANG HABAMBUHAY NA PAG-IBIG

Nagsimulang buksan ni Mary ang mga huling natitirang kahon mula sa kanilang kamakailang paglipat. Mayroon silang bagong tahanan, dalawang anak, at matagumpay na karera; siya at ang kanyang asawang si Dennis ay nasa tamang landas tungo sa buhay na lagi nilang pinangarap.

Habang inaayos niya ang mga recipe book, nobela, at photo album mula sa isa sa mga kahon, lumabas ang isang DVD ng kanilang kasal. "Paano ito napunta rito?" tanong niya sa sarili. Dahil na-curious, isinantabi niya ang pag-aayos at pinanood ito, at nag-fast-forward siya sa bahagi kung saan siya naglalakad papuntang altar. Ipinakita sa video si Dennis na lumuluha nang makita niya ang kanyang bride. Napaluha rin si Mary sa kagalakan habang tinitingnan ang kanyang groom. Sa wakas, dumating na ang araw. Magiging mag-asawa sila, at mag-iibigan habambuhay.

Sa sandaling iyon, bigla at di-inaasahang napaiyak si Mary. Ngunit hindi ito luha ng kagalakan—luha ng kalungkutan ito. "Paano namin nawala ang isang bagay na napakahalaga?" naisip niya. Mayroon silang bahay, mga anak, at katatagan sa pananalapi, ngunit alam ni Mary na may nawala silang isang bagay na tumulong magbigay ng inspirasyon sa kanila para makamit ang mga tagumpay na ito sa buhay nang magkasama. Nawala ang kanilang pag-ibig.

Bilang isang marriage counselor, inilaan ko ang aking buhay sa pagtulong sa mga mag-asawa na baguhin ang kanilang pag-aasawa mula sa kalunus-lunos na kalagayan tungo sa isang kahanga-hangang pag-aasawa. Karaniwan, ang mga mag-asawang humihingi ng tulong sa akin ay nakagawa na ng napakaraming pinsala sa kanilang mga relasyon na mahirap paniwalaan na maisasalba pa ang kanilang pag-aasawa. Nabigo silang magbigay sa isa't isa ng pag-aaruga, proteksyon, pagsasabi ng katotohanan, at oras sa loob ng napakatagal na panahon kaya isang malayong alaala na lamang ang kanilang pag-ibig. Gayunpaman, kapag natutunan nilang ibigay ang mga regalong ito sa isa't isa, manunumbalik ang kanilang pag-ibig at ang kanilang pag-aasawa ay babalik sa matatag na basehan.

Sayang nga lamang at hindi sinimulan ng mga mag-asawang ito ang kanilang pag-aasawa sa tamang paraan. Inakala nila na ang pag-ibig na naramdaman nila para sa isa't isa noong araw ng kanilang kasal ay sapat na. Hindi nila napagtanto na may apat na regalo na mahalaga para sa isang malusog na pag-aasawa, at mawawala ang kanilang pag-ibig sa isa't isa kung wala ang mga ito. Naging isang bangungot ang kanilang pangarap ng isang kasiya-siyang pag-aasawa dahil hindi nila ibinigay sa isa't isa ang *Four Gifts of Love®*.

Pag-aaruga (*Care*). Proteksyon (*Protection*). Pagsasabi ng Katotohanan (*Honesty*). Oras (*Time*). Ito ang mga pangunahing regalo na hinihikayat kong ibigay ng mga mag-asawa sa isa't isa—at patuloy na ibibigay ito habambuhay. Malamang ay ginawa mo ang mga bagay na ito para sa isa't isa sa buong panahon ng iyong panliligaw. Ito ang ginagawa ng mga taong *in love* —at ito ang dahilan kung bakit kayo nahulog sa pag-ibig sa isa't isa sa simula pa lamang. Kapag ibinibigay ninyo ang apat na regalong ito, lumilikha at nagpapanatili ang mga ito ng pakiramdam ng pag-ibig. Kung patuloy mo itong ibibigay, mananatili kang lubos na umiibig sa buong panahon ng iyong pag-aasawa tulad noong araw ng kasal ninyo. Ngunit kung hihinto ka—gaya ng ginagawa ng napakaraming mag-asawa pagkatapos ng kasal—mawawala ang iyong pag-ibig at manganganib ang iyong pag-aasawa. Kung nais mong maranasan ang habambuhay na pag-ibig kasama ang iyong asawa, kailangan ninyong ibigay ang apat na regalo sa isa't isa at pagkatapos ay patuloy ninyo itong ibigay sa buong buhay ninyo.

PINAPANATILING MALUSOG NG PAG-IBIG ANG PAG-AASAWA

Paano ka nagpasiyang magpakasal? Tinalakay mo ba ang mga *pros* at *cons* ng iyong panghabambuhay na pag-aasawa kasama ang iyong mga kaibigan at kamag-anak? Kumuha ka ba ng *test* para malaman kung *compatible* kayo? Nalaman mo ba na natutugunan ninyong dalawa ang mga layunin at pamantayan (*objective criteria*) na nagpapahiwatig ng tagumpay sa pag-aasawa?

Maaaring ginawa mo ang ilan sa mga bagay na ito, ngunit kahit na ginawa mo, duda akong nagkaroon ito ng malaking epekto sa iyong desisyon. Karamihan sa mga mag-asawa ay nagpapakasal sa isa't isa dahil sila ay *in love* at hindi maisip na mabuhay nang wala ang isa't isa. Nagpapakasal sila dahil hindi nila mapigilan ang pagkahumaling nila sa isa't isa.

Ganyan ang nangyari sa akin at sa aking asawang si Joyce. Bago ko pa siya yayain na magpakasal, alam na naming pareho na hindi kami maaaring maging masaya nang wala ang isa't isa. Umiibig ako sa kanya at siya sa akin. Ginugugol namin ang bahagi ng bawat araw nang magkasama, at nag-uusap kami nang maraming oras sa bawat pagkakataon. Ginagawa na namin ito sa loob ng maraming taon bago kami ikasal.

Naghiwalay kami ng ilang beses at nakipag-*date* sa iba, ngunit tuwing nangyayari iyon, labis naming namimiss ang isa't isa. Sa huli, napagtanto naming magiging isang malagim na pagkakamali ang buhay nang wala ang isa't isa, kaya para maiwasan ang sakuna, nagpakasal kami nang mas maaga kaysa sa orihinal naming plano. Labinsiyam pa lamang si Joyce; dalawampu't isa naman ako.

Pagkalipas ng mahigit animnapung taon, at ngayon ay may dalawang anak na may asawa na at pitong apo, hindi pa rin namin maisip kung ano ang magiging buhay nang wala ang isa't isa. At nakikita pa rin namin ang isa't isa bilang kaakit-akit.

Ngunit hindi kami ni Joyce nananatiling umiibig dahil itinadhana kami para sa isa't isa (*meant for each other*). Maaaring mukhang ganoon, ngunit hindi ito totoo. Ang dahilan kung bakit kami nananatiling in love ay dahil palagi kaming gumagawa ng mga bagay para sa isa't isa na nagpapanatiling buhay sa aming pag-ibig. Sa loob ng mahigit animnapung taon, ibinibigay namin sa isa't isa ang *Four Gifts of Love®*.

Bago ko sabihin sa iyo ang tungkol sa mga regalong ito at kung paano nila masisiguro ang pag-ibig ninyo sa isa't isa at ang tagumpay ng inyong pag-aasawa, tingnan muna natin kung paano gumagana ang pakiramdam ng pag-ibig. Ano ba ang naging dahilan para mahulog kayo sa isa't isa? Ano naman ang maaaring maging sanhi para mawala ang pag-ibig na iyon?

ROMANTIKONG PAG-IBIG AT ANG *LOVE BANK*

Talagang may tiyak na pattern (*predictable*) ang pakiramdam ng pag-ibig—na tinatawag kong romantikong pag-ibig. Ang katangiang ito na may tiyak na *pattern* ang dahilan kung bakit ako naging matagumpay sa pagliligtas ng mga pag-aasawa. Alam ko kung ano ang lumilikha ng romantikong pag-ibig, kung ano ang sumisira rito, at kung ano ang makapagpapanatili nito habambuhay. At ginagamit ko ang kaalamang iyon para tulungan ang mga mag-asawa na muling makuha ang romantikong pag-ibig para sa isa't isa kahit na iniisip nilang nawala na ito nang tuluyan.

Nais kong magkaroon ka ng parehong kaalamang iyon para maging kasing kasiya-siya ang iyong pag-aasawa para sa iyo at sa iyong asawa gaya ng pag-aasawa ko para kay Joyce at sa akin. Ngunit para maunawaan kung paano gumagana ang romantikong pag-ibig, kailangan mong maunawaan ang isang konsepto na nilikha ko noong dekada 1970 na tinatawag kong *Love Bank*.

Mayroong isang *Love Bank* sa loob ng bawat isa sa atin. Ginagamit ito ng ating mga emosyon para subaybayan (*keep track*) ang paraan ng pagtrato sa atin ng mga tao. Bawat taong kilala natin ay may *account* sa ating *Love Bank*, at ang kanilang mga balanse (*balances*) ay natutukoy ng kung ano ang nararamdaman natin kapag kasama natin sila. Kung pinapasaya tayo ng isang tao, ang mga *love unit* ay idine-deposito sa kanilang *account*. Ngunit kung masama ang pakiramdam natin kapag kasama ang taong ito, ang mga *love unit* ay wini-*withdraw*. Kung mas gumaganda ang ating pakiramdam, mas maraming *love unit* ang idine-deposito; kung mas lumalala ang ating pakiramdam, mas marami ang wini-*withdraw*.

Ginagamit ng ating mga emosyon ang balanse sa *Love Bank account* ng bawat tao para payuhan tayo kung dapat ba tayong mag-ukol ng oras sa taong iyon o hindi. Ginagawa nila ito sa pamamagitan ng paglikha ng isang partikular na pakiramdam sa atin.

Noong kalagitnaan ng 1970s, nilikha ni Dr. Harley ang konsepto ng *Love Bank* bilang isang *tool* para matulungan ang kanyang mga kliyente na maunawaan kung paano nakaaapekto ang kanilang mga kilos sa damdamin ng kanilang asawa para sa kanila. Tinulungan din sila nitong maunawaan ang kanilang *GOAL*—na lumikha ng isang pamumuhay ng *EXCEPTIONAL CARE* (Di-pangkaraniwang Pag-aaruga), kung saan ang pakiramdam ng romantikong pag-ibig ay napapanatili sa pamamagitan ng paggawa ng mga deposito at pag-iwas sa mga *withdrawal*.

Kapag ang isang tao ay may positibong balanse sa *Love Bank*—mas maraming deposito kaysa *withdrawals*—hinihikayat tayo ng ating mga emosyon na makasama ang taong iyon sa pamamagitan ng pagpaparamdam sa atin na "*like*" natin siya. Ngunit kapag ang isang tao ay may negatibong balanse—mas maraming *withdrawals* kaysa deposito—hinihikayat tayo ng ating mga emosyon na tumakbo para magtago (*run for cover*) sa pamamagitan ng pagpaparamdam sa atin na "*dislike*" natin ang taong iyon.

Kung mas malaki ang positibong balanse sa *Love Bank account* ng isang tao, mas naaakit tayo sa taong iyon. Halimbawa, kung umabot sa 200 *love units*, komportable tayo sa paligid ng taong iyon; kung umabot sa 500 *love units*, maaari nating ituring ang taong iyon na isa sa ating pinakamatalik na kaibigan.

Ngunit may espesyal na nangyayari kapag ang balanse sa *Love Bank* ng isang taong *opposite sex* ay umabot sa isang kritikal na antas, halimbawa ay 1000 love units. Binibigyan tayo ng ating mga emosyon ng dagdag na insentibo (*incentive*) na mag-ukol ng mas maraming oras hangga't maaari sa taong iyon—kahit pa habambuhay! At iyon ang pakiramdam na tinatawag kong romantikong pag-ibig.

Siyempre, may kabaligtarang epekto ang mga negatibong balanse. Tulad ng isang *checking account*, maaaring maging negatibo ang balanse (*in the red*) ng isang *Love Bank account* kapag patuloy na wini-*withdraw* ang mga *love unit* kahit wala nang natitira. Kung ang isang katrabaho na nakakainis ay magkaroon ng balanse sa *Love Bank* na negatibong 200, ipaparamdam sa atin ng ating mga emosyon na hindi tayo komportable kapag nasa paligid siya, kahit na wala siyang ginagawang nakakainis. At ang isang taong may balanse *sa Love Bank* na negatibong 500 ay tila lubhang kasuklam-suklam. Nais ng ating mga emosyon na iwasan natin ang taong iyon hangga't maaari.

Kapag ang isang tao ay may napakalaking negatibong balanse, sabihin na nating negatibong 1000 *love units*, gagawin ng ating mga emosyon ang lahat para hikayatin tayong iwasan ang *lahat* ng *contact*. Ito ang nangyayari kapag "kinamumuhian" (*hating*) natin ang taong iyon. Awtomatiko itong nangyayari kung ang balanse ng isang tao sa ating *Love Bank* ay bumaba sa kritikal na mababang puntong iyon.

Hindi tayo umaabot sa *hate threshold* na iyon sa karamihan ng tao dahil humihinto na tayo sa pakikipag-ugnayan sa kanila bago pa bumagsak nang ganoon kalayo ang kanilang balanse sa *Love Bank*. Kung kasama mo ang isang napaka-bastos at walang konsiderasyong tao, maaari kang humiling ng ibang opisina at simpleng iwasan ang *contact* hangga't maaari. Kahit pa kapitbahay mo ito, maaari mong subukang huwag pansinin ang taong iyon o lumipat pa nga, kung kinakailangan.

Sa pag-aasawa, hindi ganoon kadali ang pagtakas. At kung walang pagtakas, ang mga *Love Bank withdrawals* ay maaaring walang tigil. Kung hindi mo pinupuno ang *Love Bank* ng isa't isa bilang mag-asawa, malamang ay inuubos mo ito. Kapag pinababayaan ng isa sa iyo ang isa, hindi magtatagal ay susunod ang sama ng loob at hidwaan, at nag-aabang na ang poot. Sa halip na itama ang pagkakamali, natutukso kang pagtalunan ang problema. Sana ay hindi ka pa nagkaroon ng malubhang away, ngunit kung nagkaroon na, alam mo kung gaano kabilis ang mga deposito sa *Love Bank* ay maaaring maging mga *withdrawal* sa *Love Bank*.

Habang nagiging negatibo ang mga balanse sa *Love Bank*, nagtutulak sa iyo ang iyong mga emosyonal na reaksyon na palalain pa ang mga bagay. Hindi mo na nararamdamang mag-aruga sa iyong asawa; nararamdaman mong pabayaan na lamang siya.

Kung ginagawa mong pamumuhay ang pagwi-*withdraw* sa *Love Bank* ng isa't isa, sa kalaunan ay sisigaw ang iyong mga emosyon, "Lumayas ka na diyan!" Habang patuloy mong pinahihirapan ang isa't isa, ang iyong balanse sa *Love Bank* ay maaaring umabot sa negatibong 1000, ang *hate threshold*, at makakaramdam kang hindi kapani-paniwalang pagkasuklam (*repulsed*) sa iyong asawa tuwing siya ay nasa paligid. Ito ang panahon na nagsisimulang magmukhang tanging makatuwirang paraan ang diborsyo o permanenteng paghihiwalay para makatakas sa bangungot.

Ang permanenteng paghihiwalay ay hindi ang tanging paraan para makatakas mula sa negatibong siklo ng *Love Bank*. Totoo na ipinaparamdam ng ating mga emosyon na imposible nang umibig muli kapag negatibo ang mga balanse sa *Love Bank*, ngunit nakita ko na itong nangyari sa libu-libong mag-asawa. Kung matututunan nating mag-aruga sa isa't isa sa kabila ng ating mga negatibong emosyonal na reaksyon, mapapalitan ng mga deposito ang mga *withdrawal*. Habang nagiging positibo ang mga negatibong balanse, nagbabago rin ang ating mga emosyonal na reaksyon. Sa kalaunan, hihinto tayong makaramdam ng pagkasuklam at magsisimula tayong makaramdam ng pagkaakit sa halip. Pagkatapos ay madali nang gawin kung ano ang kinakailangan para mapanatili ang pakiramdam ng romantikong pag-ibig.

Kung ikaw at ang iyong asawa ay *in love* pa sa isa't isa ngayon, natutunan mo nang gumawa ng mga deposito sa *Love Bank* at umiwas sa mga *withdrawal*. Ngunit kung hindi kayo magpapatuloy sa paggawa ng mga deposito at pag-iwas sa mga *withdrawal*, sa kalaunan ay hindi na ninyo magugustuhan, o kamumuhian pa nga ninyo, ang isa't isa.

Maraming tao, kasama na ang ilan na itinuturing ang kanilang sarili na mga eksperto, ang hindi naniniwalang mapapanatili nang permanente ang romantikong pag-ibig sa pag-aasawa. Ang aking personal na karanasan ay buhay na patunay na mali sila. Kami ng aking asawang si Joyce ay nanatiling *in love* sa isa't isa sa buong panahon ng aming pag-aasawa, at hindi kami nag-iisa. Sa katunayan, mga 20 porsiyento ng lahat ng pag-aasawa ay nananatiling puno ng alab ng pag-ibig (*passion*) habambuhay. Ito ang mga mag-asawang patuloy na nagbigay ng mga regalo ng pag-aaruga, proteksyon, pagsasabi ng katotohanan, at oras.

Hindi kailangang maglaho ang romantikong pag-ibig sa paglipas ng panahon. Ikaw at ang iyong asawa ay maaaring manatiling *in love* 50 taon mula ngayon tulad ngayon— kung mauunawaan ninyong dalawa ang isa pang uri ng pag-ibig.

ISA PANG URI NG PAG-IBIG: MAPAG-ARUGANG PAG-IBIG

Ang romantikong pag-ibig ay hindi ang tanging kahulugan ng pag-ibig. May isa pang uri ng pag-ibig na napakahalaga rin sa pag-aasawa. Tinatawag ko itong mapag-arugang pag-ibig (*caring love*)—isang pagkukusa na mag-ukol ng oras at gumawa ng pagsisikap para maging pangunahing *source* ng kaligayahan at iwasang maging *source* ng kalungkutan. Pakiramdam (*feeling*) ang romantikong pag-ibig, desisyon (*decision*) naman ang mapag-arugang pag-ibig.

Maaaring magkaroon ng mapag-arugang pag-ibig ang mga tao sa maraming uri ng *relasyon.* Ang pagmamahal mo sa iyong mga anak ay mapag-arugang pag-ibig, at maaari rin kang magmalasakit sa iyong mga magulang at malalapit na kaibigan. Sa katunayan, maaari kang magmalasakit sa mga taong hindi mo man lang kilala kapag nagpasya kang mamuhunan ng oras at yaman sa mga *charitable organization* na tumutulong sa mga taong iyon. Ang mapag-arugang pag-ibig ay ipinapahayag sa pamamagitan ng iyong pagsisikap na mapabuti ang kalidad ng buhay para sa iba.

Gaano ka man ka-*committed* na mag-aruga sa iyong asawa, maaaring hindi ka talaga nakakabuo ng mga balanse sa *Love Bank* sa pagsisikap na iyon. Halimbawa, maaaring ipakita ng isang asawang lalaki ang kanyang pag-aaruga sa pamamagitan ng pagbili ng alahas para sa kanyang asawa. Ngunit paano kung hindi gusto ng kanyang asawa ang alahas? Paano kung ang hinahangad niya ay isang *heart-to-heart* na pag-uusap sa halip? Kung masyadong abala ang asawang lalaki para punan ang kanyang pangangailangan sa pag-uusap, ang kanyang pag-aasawa ay patungo sa sakuna, gaano man karaming alahas ang ibigay niya.

Iniisip ng ilang *marriage counselor* na kailangan lamang malaman ng mag-asawa na nagmamalasakit sila sa isa't isa; na nais nilang maging masaya ang isa't isa. Ngunit mali sila. Ang pagkaalam na nagmamalasakit ka ay hindi sapat para mapanatili ang romantikong pag-ibig. Nakapagpayo na ako sa libu-libong mag-asawa na nagmamalasakit sa isa't isa ngunit naghain pa rin ng diborsyo. Bakit? Dahil nabigo sa isang mahalagang pagsubok ang paraan ng kanilang pagsubok na mag-aruga sa isa't isa—hindi ito nakakapagdeposito ng sapat na *love units* para malampasan ang *romantic love threshold.* Ang tanging paraan para makamit ang mahalagang layuning iyon ay ang gumawa ng higit pa sa pagsubok lamang na mapasaya ang iyong asawa: Dapat kang magtagumpay.

Ang mapag-arugang pag-ibig ay lumilikha ng romantikong pag-ibig kapag ikaw at ang iyong asawa ay epektibong nag-aaruga sa isa't isa. At kung ibibigay mo sa isa't isa ang *Four Gifts of Love*®, ang iyong romantikong pag-ibig para sa isa't isa ay maaaring mapanatili habambuhay.

REPASO: ROMANTIKONG PAG-IBIG AT MAPAG-ARUGANG PAG-IBIG

Tinutukoy ng aklat na ito ang romantikong pag-ibig bilang pakiramdam ng pagiging in love—ang makita ang isang tao bilang irresistible. Isang hindi kapani-paniwalang pagkaakit ito para sa isang taong *opposite sex* na hindi mapagkakamalan at talagang masusukat.

Sa aking pagpapayo, gumagamit ako ng isang *test* na nilikha ni Dr. Harley para malaman kung ang plano na ginagamit namin ay lumilikha ng pakiramdam ng pag-ibig para sa mag-asawa. Kung matagumpay ang plano, ipapakita ng iskor sa *test* na ang mag-asawa ay nahulog na sa pag-ibig (*fallen in love*) sa isa't isa. Iuulat din nila na nararamdaman nilang *in love* sila—ang ilan sa unang pagkakataon sa kanilang pag-aasawa!

Ang *test* ay tinatawag na *Love Bank Inventory*. Hindi ko ililista ang lahat ng aytem sa buong *test*, ngunit narito ang ilang tanong na tumutukoy sa esensya kung ano talaga ang pakiramdam ng romantikong pag-ibig:

- Karaniwan ka bang may magandang pakiramdam tuwing naiisip mo ang iyong *partner*?
- Mas gusto mo bang makasama ang iyong *partner* kaysa sa sinumang iba?
- Nasisiyahan ka bang sabihin sa iyong *partner* ang iyong pinakamalalim na damdamin at pinakapribadong mga karanasan?
- Nailalabas ba ng iyong *partner* ang pinakamabuti sa iyo?

Ang pakiramdam ng pag-ibig ay napakaselan at, kapag nasira na, mahirap itong ibalik. Ngunit napatunayan na ng sampu-sampung libo na hindi lamang ito maibabalik; maaari itong mapanatili habambuhay kung ang mag-asawa ay nakapangako sa isa pang uri ng pag-ibig—ang Mapag-arugang Pag-ibig. Ang mapag-arugang pag-ibig ay ang desisyon na gawin kung ano ang kinakailangan para maging pangunahing *source* ng kaligayahan at iwasang maging *source* ng kalungkutan. Ito ang gagawin mo sa aklat na ito—ito ang pagsasagawa ng lahat ng *Four Gifts of Love*®.

Kapag ipinapahayag ng mag-asawa ang kanilang Mapag-arugang Pag-ibig, nakakatulong itong lumikha at mapanatili ang kanilang romantikong pag-ibig.

Ang dalawang uri ng pag-ibig sa pag-aasawa ay nakakaapekto sa isa't isa. Kapag ipinapahayag ng mag-asawa ang kanilang Mapag-arugang Pag-ibig, nakakatulong itong lumikha at mapanatili ang kanilang romantikong pag-ibig. At kapag nararanasan nila ang romantikong pag-ibig, mas madaling ipahayag ang mapag-arugang pag-ibig. Sa madaling salita, kapag nagdedesisyon ang mag-asawa na mag-aruga sa isa't isa sa pamamagitan ng pagbibigay ng *Four Gifts of Love*®, ang pakiramdam ng romantikong pag-ibig ang magiging bunga nito. At kapag sila ay *in love*, ang pagbibigay ng apat na regalong ito ay halos walang kahirap-hirap.

Mga Katanungan para sa Pag-iisip

1. Kung kasalukuyan kang nakakaramdam ng romantikong pag-ibig para sa iyong *partner*, maipapaliwanag mo na ba ngayon kung bakit mo nararamdaman iyon? At kung ang iyong *partner* ay *in love* sa iyo, nauunawaan mo ba kung bakit?

2. Maaari mo bang matukoy ang isang bagay na ginawa MO sa iyong partner ngayon na nakagawa ng deposito sa iyong account sa kanyang *Love Bank*? Maaari mo bang matukoy ang isang bagay na ginawa MO ngayon na maaaring nagdulot ng *withdrawal* ng mga love unit? Huwag mag-alala kung mahirap ang mga tanong na ito dahil ang mga konsepto sa mga susunod na kabanata ay tutulong sa iyo na maging mas mulat sa mga deposito at withdrawal ng mga *love unit* na ito.

4

PAGTUPAD SA MGA PANGAKO

Isipin mo ito: sa araw ng inyong kasal, sinabi ng iyong asawa, "Ipinapangako kong aarugain kita, poprotektahan kita, magsasabi ako ng katotohanan sa iyo, at gagawin kong pinakamataas na prayoridad ang oras nating magkasama." Ngunit ilang buwan pagkatapos ng seremonya, naghihintay ka pa rin na matupad ang mga pangakong iyon. Sa halip na mag-aruga, hindi sinubukan ng iyong asawa na tugunan ang iyong mga pangangailangan. Sa halip na magprotekta, naghain ng mga kahingian (*demands*) sa iyo ang iyong asawa, nagpakita ng kawalan ng paggalang (*disrespect*), at nagalit tuwing hindi nasusunod ang kanyang gusto. Sa halip na magsabi ng katotohanan, nagsinungaling ang iyong asawa sa iyo. Sa halip na mag-ukol ng oras para makasama ka, lubos kang pinabayaan ng iyong asawa.

Ano ang kabutihang maidudulot ng mga pangakong iyon sa iyo kung hindi natupad ang mga ito o kahit bahagya lamang natupad?

Ang mga pangako sa pag-aasawa na magbigay ng pag-aaruga, proteksyon, pagsasabi ng katotohanan, at oras ay isang mahalagang unang hakbang tungo sa isang pag-aasawang kasiya-siya para sa inyong dalawa (*mutually fulfilling*). Ipinapakita nito ang iyong pag-unawa sa mga inaasahan (*expectations*) ng bawat isa sa pag-aasawa at ang iyong pagkukusa na tuparin ang mga inaasahang iyon. Ngunit ang mga pangako mismo ay tumutulong lamang na itakda ang iyong mga layunin sa pag-aasawa. Ang pagtupad sa ipinangako ang nagpapasaya sa inyong dalawa.

Kaya kailangan mo ng isang plano ng pagkilos na ginagarantiyahan ang pagpapatupad ng iyong mga pangako.

Ang isang pangako sa *Four Gifts of Love*® ay hindi tungkol sa pagbibigay ng mga regalong ito paminsan-minsan—ito ay tungkol sa patuloy na pagbibigay at pagtanggap ng mga regalong ito. Ito ay tungkol sa paglikha ng isang pamumuhay ng mga gawi na nagbibigay ng mga regalong ito.

ANG PLANONG NAGPAPATUPAD NG PANGAKO: PAGLIKHA NG MGA GAWI

Halos lahat ng ating ginagawa ay nasa anyo ng mga gawi—mga natutunang kilos na paulit-ulit na isinasagawa at nagiging bahagi ng pamumuhay. Isipin mo kung paano ka nagsisipilyo, kumakain, o kahit nagkukrus ng iyong mga braso. Kung paano mo ginagawa ang mga gawaing ito ay mga halimbawa ng mga gawi sa iyong buhay.

Marami ang nag-iisip na ginagamit natin ang ating talino at pagkamalikhain sa ating ginagawa at sinasabi. Ngunit ang katotohanan ay awtomatiko nating inuulit ang ating sarili nang mas madalas kaysa sa nais nating aminin.

Ang ating kilos ay paulit-ulit dahil mas kaunting "*gray matter*," o lakas ng utak (*brainpower*), ang kailangan kapag mga gawi ang ginagamit natin. Sa totoo lang, kung wala tayong mga gawi para gabayan ang ating kilos, ang ating mga utak ay kailangang maging kasinlaki ng mga gusali para gawing malikhain at matalino ang bawat isa sa ating mga kilos. Dahil medyo maliit ang ating mga utak, ang ating limitadong pagkamalikhain at talino ay nakalaan para sa mga bagong sitwasyon kung saan wala pang nabubuong gawi, o kapag nais nating baguhin ang mga lumang gawi patungo sa mga bagong gawi.

Kahit na mas kaunting *brainpower* ang kailangan sa mga gawi, hindi sila walang isip o walang kabuluhan. Ang mga gawi ay nangangailangan ng hindi bababa sa isang sandali ng mulat na pagpili para magsimula. At sinisimulan ang mga ito dahil tumutupad sila sa isang layunin.

Isipin mong muli ang mga bagay na paulit-ulit mong ginagawa sa iyong araw-araw: kumain, uminom, matulog, magmaneho papunta sa trabaho, magsipilyo, at magbihis. Bawat isa ay may layunin at ang paraan ng paggawa mo sa bawat gawi ay nagsimula sa isang mulat na desisyon.

Isaalang-alang ang gawi ng pagsusuot ng medyas. Isa sa mga layunin nito ay gawing mas komportable ang mga sapatos. Ngunit maraming iba't ibang paraan para magsuot ng medyas—bago o pagkatapos magpantalon, nakarolyo o hindi nakarolyo bago isuot, kanan o kaliwang paa muna. Para sa mga sanay na sa pagsusuot ng medyas, pumili sila ng partikular na estilo sa isang punto ng panahon. Pagkatapos ng paulit-ulit na pagsasanay, ang napiling estilo ay kalaunang nagiging isang gawi—isang bagay na natural ang pakiramdam.

NAKAKAAPEKTO ANG MGA GAWI SA IBA

Nakikita mo ba kung saan ako patungo? Ang ilan sa ating mga gawi, tulad ng pagsusuot ng medyas, ay tila hindi kaugnay sa iyong pag-aasawa. Ngunit mahalaga ang mga gawi sa ating talakayan tungkol sa kung ano ang kinakailangan para matupad ang iyong mga pangako na magbigay ng pag-aaruga, proteksyon, pagsasabi ng katotohanan, at oras.

Ang mga tiyak at makabuluhang kilos ang nagbibigay ng *Four Gifts of Love®*. Kung ang mga tiyak at makabuluhang kilos na iyon ay maging mga gawi, ang pagbibigay ng *Four Gifts of Love®* ay magiging regular na bahagi ng iyong pamumuhay—na ginagarantiyahan ang katuparan ng iyong mga pangako.

Kaya ano ang sikreto sa paglikha ng isang gawi na tumutupad sa pangako? Napakasimple nito—kung ang anumang partikular na kilos ay inuulit nang sapat na madalas, ito ay nagiging isang gawi. Sa simula, ang isang bagong kilos ay karaniwang alanganin o medyo hindi kasiya-siya sa tuwing ginagawa mo ito. Ngunit pagkatapos mong magsanay sandali, ito ay nagiging madali at halos walang kahirap-hirap—ito ay nagiging isang gawi.

Isaalang-alang ang pagsisipilyo bilang halimbawa. Malamang ay hindi mo na naaalala kung kailan ka unang natutong magsipilyo, ngunit marahil ay nakakita ka na ng isang paslit na nagsisimula sa proseso ng pagkatuto. Sa una, paulit-ulit na ipinapakita ng magulang kung paano ilagay ang *toothpaste* sa sipilyo, hawakan ang sipilyo, ilagay ang sipilyo sa bibig, at gamit ang pabilog na pagkilos sa pagsisipilyo, igalaw ito sa bawat bahagi ng ngipin. Sa kalaunan, ginagawa na ito ng bata nang mag-isa (*independently*) at walang kahirap-hirap—hindi na maingat na pinag-iisipan ang bawat aspeto ng *routine*. Ito ay nagiging isang serye ng mga gawi.

Tandaan mo na ang pagbuo ng bagong gawi ay hindi laging madali—maaari pa ngang maging hindi komportable sa simula. Ito ay dahil lamang na hindi ka sanay dito, ngunit dapat itong maging mas madali at mas komportable kapag nasanay ka na sa bagong kilos. Habang tinatalakay natin ang mga natitirang konsepto, tandaan mo ang halaga ng isang maalalahaning gawi at ang pinsala ng isang gawing hindi maalalahanin habang lumilikha ka ng isang pamumuhay na tumutupad sa mga pangako.

Mga Katanungan para sa Pag-iisip

1. Kung makalikha ka ng bagong gawi na magpapasaya sa iyong *partner*, gagawin mo ba ito?
2. Kung mayroon kang gawi na nagiging sanhi ng kalungkutan ng iyong *partner*, babaguhin mo ba ito?

P.S. Ang Diyos ay nangako rin na tutuparin Niya ang Kanyang mga pangako sa mga nasa isang *relasyon* sa Kanya. Ang pinakamahalagang pangako ay gugugulin natin ang walang hanggan kasama Niya sa Langit. Ang pangakong iyon ay matutupad lamang pagkatapos nating mamatay. Ngunit gumawa rin Siya ng mga pangako na maaaring matupad sa panahon ng ating buhay. Nangako Siyang gagawin ang ating buhay na mas sagana at makabuluhan. At ang kahanga-hanga sa mga pangako ng Diyos ay hindi Niya kailangang matutunan kung paano tuparin ang mga ito—Siya ay isa nang *eksperto*.

Tayo naman, sa kabilang banda, ay hindi katulad ng Diyos. Ang pagiging tagasunod ni Kristo ay hindi awtomatikong nagbabago sa ating mga gawi sa mga paraang nagpapakita ng Kanyang pagkapanginoon sa ating buhay—ang pagsunod sa Kanyang mga utos na mahalin Siya nang buong puso, isip, at kaluluwa, at mahalin ang iba dahil sa ating pag-ibig sa Kanya. Kailangan natin ng maraming tulong sa pagtupad ng ating mga pangako.

Sa kabutihang-palad, isa sa mga pangako ng Diyos ay tutulungan Niya tayong bumuo ng isang makapangyarihang *partnership* na magta-*transform* ng ating buhay. Sa katunayan, kung wala Siya, hindi tayo kailanman makakalapit sa pagtugon sa Kanyang mga inaasahan.

Malaki ang papel na ginagampanan ng Diyos sa Kanyang *partnership* sa atin, ngunit mahalaga pa rin ang ating *action plan*. Sa Mga Awit 127:1a mababasa natin, "Malibang ang PANGINOON ang magtayo ng bahay, ang mga nagtatayo nito ay walang kabuluhang nagpapagod." Ang Panginoon at tayo, bilang "ang mga tagapagtayo," ay nagtutulungan. Ang ating pagsisikap ang nagiging makabuluhan at produktibo kapag ang Diyos ang pangkalahatang kontratista. Nagbibigay ang Diyos ng gabay at *blueprint* habang nagtatayo tayo ng isang buhay na tumutupad sa mga pangako.

BAHAGI ISA

Ang Regalo ng Pag-aaruga

IPINAPANGAKO KONG MAGIGING ISANG PANGUNAHING *SOURCE* NG IYONG KALIGAYAHAN SA PAMAMAGITAN NG PAGTUGON SA IYONG PINAKAMAHALAGANG MGA PANGANGAILANGANG EMOSYONAL.

5

ANO ANG PAG-AARUGA?

May maraming kahulugan ang salitang *care*. Kapag sinabi nating nagmamalasakit tayo, maaari itong mangahulugan na nag-aalala tayo tungkol sa isang tao at umaasa na magiging masaya ang taong iyon sa buhay. Maaari rin itong mangahulugan na mayroon tayong malakas na emosyonal na damdamin para sa isang tao, o ito ay isa pang paraan ng pagsasabi na *in love* tayo sa isang tao.

Gayunpaman, ginagamit ko ang salitang *care* para tukuyin kung ano ang ginagawa ninyo para sa isa't isa, hindi kung ano ang inaasahan o nararamdaman ninyo. Para sa akin, ang *care* ay isang pagkukusa na mag-ukol ng oras at gumawa ng pagsisikap para maging isang pangunahing *source* ng kaligayahan. Kapag ikaw at ang iyong asawa ay nangangakong mag-aaruga sa isa't isa, nangangako kayong gagawa ng mga bagay na magpapahusay sa kalidad at kasiyahan ng buhay ng isa't isa. Ito ay bahagi ng mapag-arugang pag-ibig na ipinakilala ko sa iyo kanina.

Nagpasya kang magpakasal dahil malamang ay nakita mong *irresistible* ang isa't isa at hindi mo maisip na mabuhay nang wala ang isa't isa. Kasalanan ito ng *Love Bank*. Nagawa mong magdeposito ng napakaraming *love units* sa *Love Bank* ng isa't isa, kaya ang balanseng iyon ang nag-*trigger* ng hindi maiiwasang reaksyon ng romantikong pag-ibig. At ang pakiramdam na iyon ng pag-ibig ang naghikayat sa iyo na gugulin ang natitirang bahagi ng iyong buhay nang magkasama.

Ito ang paraan ng pag-aaruga ninyong mag-asawa sa isa't isa na nakatulong lumikha ng iyong pakiramdam ng romantikong pag-ibig. Ang iyong pag-aaruga ay nagdeposito ng malaking halaga ng *love units* sa iyong mga *Love Bank*. Ngunit alam mo ba kung ano ang ginawa mo para makapagdeposito ng napakaraming *love units*—at kung ano ang kakailanganin mong gawin para patuloy na makapagdeposito ng mga ito?

Sa kabanatang ito, ipapaliwanag ko kung paano nagdedeposito ang inyong pag-aaruga sa isa't isa ng mga love unit na lumilikha at nagpapanatili ng iyong pag-ibig sa isa't isa. Ipapakita ko rin sa iyo kung paano panatilihin ang mga ito sa buong panahon ng iyong pag-aasawa.

Gaya ng nasabi ko na, ang romantikong pag-ibig ay hindi isang misteryo; ito ay isang nahuhulaang emosyonal na reaksyon. Ang relasyon sa pagitan ng pag-aaruga at romantikong pag-ibig ay nahuhulaan din. Makakatulong ang pag-aaruga na lumikha ng romantikong pag-ibig. Ang kawalan ng pag-aaruga ay makakasira dito.

ANG SINING NG PAG-AARUGA

Ang ilan sa atin ay likas na may talento sa pagpapasaya sa iba, ngunit karamihan sa atin ay kinailangang matutong gawin ito sa pamamagitan ng *trial and error.* Sa kabutihang palad, bilang mga bata, karaniwan tayong mabilis na ipaalam sa isa't isa kung paano tayo naaapektuhan. Kapag gumawa tayo ng isang bagay na nagustuhan ng iba, naging kaibigan natin sila, at kapag nainis sila sa atin, naging kaaway natin sila. Ngunit ang mga kaaway ay maaaring maging mga kaibigan at ang kabaligtaran nito sa loob lamang ng maikling panahon sa pagitan ng recess at tanghalian. Bilang mga bata, mabilis tayong makabawi kung nakagawa tayo ng pagkakamali sa pakikisalamuha.

Pagsapit natin sa pagbibinata/pagdadalaga, karamihan sa atin ay naitatag na nang maayos ang ating *social etiquette* para makaakit ng mga kaibigan na nanatiling kaibigan sa loob ng mga linggo, o kahit buwan, sa isang pagkakataon. Ang ilan sa mga kaibigang ito ay *opposite sex*, at nagdagdag iyon ng bagong dimensyon sa kahulugan ng pagkakaibigan.

Natuklasan natin na hindi bababa sa ilan sa ating mga kaibigang *opposite sex* ang nagbigay sa atin ng mga damdamin na hindi pa natin naramdaman noon—mas masaya kaysa anuman na naranasan natin. Sanay tayong pinapasaya ng ating mga kaibigan, ngunit ito ay *fantastic*. Isipin mo, ako, nakikipag-usap sa isang babae sa telepono nang maraming oras. Hindi ko kailanman ginawa iyon sa aking matalik na kaibigang si Steve. Bakit ko ginawa iyon kay Joyce? Dahil napakasarap sa pakiramdam na kausapin lang siya. At tila ganoon din ang naramdaman niya. Nagdedeposito kami ng *love units* sa *Love Bank* ng isa't isa.

Kaya kong mapasaya nang husto si Joyce, ngunit kaya ko rin siyang inisin. Natuklasan ko na ang hindi masyadong makakaapekto kay Steve ay medyo nakakaapekto kay Joyce. At tila nagagawa ko siyang inisin nang halos walang kahirap-hirap. Ang aking mga praktikal na biro (*practical jokes*) ay lalong nakakainis sa kanya. Madalas nitong wini-*withdraw* ang lahat ng *love units* na naideposito ko kapag nag-uusap kami sa telepono.

Ang pinaka-*popular* na mga babae sa aking *high school* ay iyong mga marunong magparamdam sa mga lalaki na *awesome*. Sa totoo lang, malaki ang kinalaman ng kanilang itsura dito, ngunit mayroon din silang ibang mga katangian na nakita ng karamihan sa mga lalaki na kaakit-akit. At ang mga lalaking pinakasikat sa mga babae ay yaong marunong magparamdam sa mga babae na napakahalaga nila at lubos silang mapahanga (*sweep them off their feet*). Natutunan ng mga lalaking iyon ang sining ng pag-aaruga, ang sining ng pagdedeposito ng *love units*. At alam din nila kung paano iwasang sirain ang lahat: Hindi nila pinahihirapan ang kanilang mga *girlfriend* sa mga *practical joke* na nakita kong nakakaaliw.

Ang mga tulad namin na hindi kabilang sa pinaka-*popular* ay madalas na sinusubukang kopyahin kung ano ang sa tingin namin ay ginagawa ng mga *popular* na lalaki. At karamihan sa amin ay bumuti sa paglipas ng panahon, kalaunan ay natutunan ang sining ng Mapag-arugang Pag-ibig.

Tiyak na isang sining ang pag-aaruga. Sapat ang pagiging mahusay (*artful*) mo sa bagay na ito para mahulog sa pag-ibig sa isa't isa. Ano ang ginawa mo para makapagdeposito ng lahat ng *love units* na iyon? Ano ang naging sanhi ng napakalaking deposito ng *love units* na nagawa sa isang pagkakataon kaya nalampasan mo ang *romantic love threshold* at nahulog ka sa pag-ibig?

Medyo natagalan din ako bago masagot ang tanong na iyon noong mga unang taon ko bilang *marriage counselor.* Ngunit sa kalaunan, sa tulong ng daan-daang taong napayuhan ko, natuklasan ko kung ano ito. Kung nais mong maging kasing tagumpay ang iyong pag-aasawa gaya ng inaasahan mo, kakailanganin din mong matuklasan ito. Ngunit una, dapat kong ipaliwanag ang isang bagay na may malaking kinalaman sa sining na ito—ang mga pangangailangang emosyonal.

ANO ANG ISANG *EMOTIONAL NEED*

Alam nating lahat ang tungkol sa mga pisikal na pangangailangan, tulad ng pangangailangan sa pagkain, tubig, *oxygen*, init, at iba pa. Mahalaga ito sa ating kaligtasan, at sa mga ito, umuunlad ang ating mga katawan. Kung wala ang mga ito, mamamatay tayo.

May isa pang uri ng pangangailangan na mayroon tayong lahat—ang mga pangangailangang emosyonal. Kapag hindi natutugunan ang mga pangangailangang ito, hindi tayo namamatay, ngunit ang ilan sa atin ay maaaring hilingin na sana ay mamatay na lang. Ang isang *Emotional Need* ay isang matinding pagnanais (*craving*) na, kapag natugunan, ay nag-iiwan sa atin ng pakiramdam na masaya at kuntento (*content*). Kapag hindi ito natugunan, nakakaramdam tayo ng lungkot at pagkadismaya.

> Pangangailangang Emosyonal (*Emotional Need*): isang matinding pagnanais (*craving*) na, kapag natugunan, ay nag-iiwan sa atin ng pakiramdam na masaya at kuntento (*content*). Kapag hindi ito natugunan, nakakaramdam tayo ng lungkot (*unhappy*) at pagkadismaya (*frustrated*).

Karamihan sa mga pisikal na pangangailangan ay mga pangangailangang emosyonal din. Ang pisikal na kakulangan ay humahantong sa emosyonal na pagnanais, at ang pisikal na kasiyahan ay humahantong sa emosyonal na pagkukuntento. Ang pagkain ay isang magandang halimbawa. Kapag gutom tayo, ang pisikal na pangangailangan sa pagkain ay sinasamahan ng emosyonal na pagnanais sa pagkain. Ganoon din ang totoo sa tubig.

Ngunit hindi lahat ng pisikal na pangangailangan ay *Emotional Need* din. Halimbawa, kailangan natin ng *oxygen*, ngunit wala tayong emosyonal na reaksyon tuwing hindi natutugunan ang pangangailangan. Maaari tayong huminga ng, sabihin na nating, helium sa halip na *oxygen* at *okay* lang ang pakiramdam natin hanggang sa mawalan tayo ng malay. Isang pisikal na pangangailangan ang oxygen na walang emosyonal na bahagi.

Sa kabilang banda, maraming pangangailangang emosyonal ang hindi mga pisikal na pangangailangan. Ang nagpapasaya sa atin sa buhay ay madalas na walang kinalaman sa ating pisikal na kapakanan. Sa katunayan, maraming pangangailangang emosyonal na, kapag natugunan, ay talagang nagbabanta sa ating pisikal na kalusugan. Halimbawa, inilalagay natin sa panganib ang ating kalusugan kapag binibigyang-kasiyahan natin ang isang emosyonal na pagnanais para sa droga at alak.

Marahil ay may libu-libong pangangailangang emosyonal—isang pangangailangan para sa mga *birthday party* (o kahit man lang mga regalo sa kaarawan), mga *peanut butter sandwich*, panonood ng *sports*, at iba pa. Tuwing natutugunan ang isa sa ating mga pangangailangang emosyonal, sumasaya tayo, at kapag hindi ito natutugunan, nalulungkot tayo. Subukang sabihin sa isang *sports fan* na hindi siya maaaring manood ng anumang *sports* ngayong linggo, at matitikman mo kung paano nakakaapekto ang mga pangangailangang emosyonal sa mga tao.

Hindi lahat ng mga pangangailangang emosyonal ay nakakaapekto sa atin nang may parehong tindi. Ang ilan ay nagpapasaya sa atin nang husto kapag natugunan at nagpapalungkot nang husto kapag hindi natugunan. Ang iba ay may napakaliit na epekto sa atin. Sa madaling salita, ang pagtugon sa ilang mga pangangailangan ay nagdedeposito ng maraming *love units*, habang ang pagtugon sa iba ay nagdedeposito lamang ng iilan. Ngunit may ilang mga pangangailangang emosyonal na, kapag natugunan, ay nagdedeposito ng napakaraming *love units* kaya nahuhulog tayo sa pag-ibig sa taong tumutugon sa mga ito. Ito ang mga tinugunan mo para sa isa't isa noong panahon ng panliligaw, at napakagaling ng ginawa mong pagtugon sa mga ito kaya ka nahulog sa pag-ibig.

Tinatawag ko ang mga pangangailangang ito na ang pinakamahalagang mga pangangailangang emosyonal.

NANGANGAHULUGAN ANG PAG-AARUGA NG PAGTUGON SA PINAKAMAHALAGANG MGA PANGANGAILANGANG EMOSYONAL

Sa totoo lang, ang iyong pangako na mag-aruga sa isa't isa ay isang pangako na tugunan ang pinakamahalagang mga pangangailangang emosyonal ng isa't isa. Ito ang inaasahan mo sa isa't isa pagkatapos mong ikasal. Ngunit sa ngayon, maaaring hindi mo alam kung ano ang mga ito. At kahit na alam mo kung ano ang mga ito ngayon, malamang na magbago ang mga ito sa hinaharap, lalo na pagkatapos mong magkaroon ng mga anak.

Kaya hayaan mong ipakilala ko sa iyo ang sampung mga pangangailangang emosyonal na karaniwang napakahalaga sa pag-aasawa. Ito ay ang: pagsuyo (*affection*), sekswal na kaligayahan (*sexual fulfillment*), madamdaming pag-uusap (*intimate conversation*), pagsama sa libangan (*recreational companionship*), pagsasabi ng katotohanan at pagiging bukas (*honesty and openness*), kaakit-akit na pisikal na katangian (*physical attractiveness*), suportang pinansyal (*financial support*), suportang pantahanan (*domestic support*), komitment sa pamilya (*family commitment*), at paghanga (*admiration*). Kapag natutugunan ang mga pangangailangang ito sa isang pag-aasawa, maaaring makaranas ng malaking kasiyahan ang mag-asawa, at kapag hindi natutugunan, nakakaranas ng pagkadismaya at pagkabigo ang mag-asawa.

Bagama't halos lahat ay mayroon ng sampung pangangailangang ito sa ilang antas, malaki ang pagkakaiba-iba ng mga tao sa paraan ng pagkaapekto sa kanila ng mga ito. Para sa ilan, kapag natugunan ang pangangailangan sa pagsuyo, malaking kasiyahan ang nararamdaman, habang para sa iba, hindi gaanong malaki ang epekto ang pagsuyo sa kanila. Ganoon din ang masasabi sa paghanga: Ang ilan ay labis na nangangailangan nito, habang ang iba ay hindi.

Habang tinutukoy ng listahang ito ang pinakakaraniwang mahalagang mga pangangailangang emosyonal, hindi lahat ng sampu ay karaniwang mahalaga sa sinumang isang tao. Sa katunayan, nalaman ko na, sa pangkalahatan, lima lamang sa sampu ang tinutukoy ng isang tao bilang sapat na mahalaga para lumikha ng pakiramdam ng romantikong pag-ibig kapag natugunan ang mga ito. Sa madaling salita, lima lamang ang may

potensyal na makapagdeposito ng sapat na *love units* para malampasan ang *romantic love threshold*. Dahil dito, makatuwirang ilagay ang pinakamalaking pagsisikap sa pagtugon sa nangungunang limang mga pangangailangang emosyonal ng isa't isa.

Hindi ganoon kahirap na panatilihin ang pakiramdam ng romantikong pag-ibig na mayroon ka para sa isa't isa kung itutuon mo ang iyong atensyon sa nangungunang limang mga pangangailangang emosyonal ng isa't isa. Ngunit alin sa mga pangangailangang ito ang pinakamahalaga sa iyong *partner*? Aling lima ang pinakamahalaga sa iyo? Malamang na ang mga pipiliin mo ay hindi kapareho ng mga pipiliin ng iyong *partner*. Isa sa pinakamahalagang natuklasan ko sa simula ng aking karera sa pagpapayo ay may tendensiya (*tend*) ang mga lalaki at babae na unahin ang sampung pangangailangang ito nang magkaiba.

Ang mga lalaki ay may **tendensiya** na bigyan ng pinakamataas na prayoridad ang:

1. sekswal na kaligayahan (*sexual fulfillment*)
2. pagsama sa libangan (*recreational companionship*)
3. kaakit-akit na pisikal na katangian (*physical attractiveness*)
4. suportang pantahanan (*domestic support*)
5. paghanga (*admiration*)

Ito ang mga pangangailangang emosyonal na, kapag natugunan, ay nagiging sanhi para mahulog sa pag-ibig ang karamihan sa mga lalaki sa babaeng tumutugon sa mga ito.

Ang mga babae, sa kabilang banda, ay may **tendensiya** na bigyan ng pinakamataas na prayoridad ang:

1. pagsuyo (*affection*)
2. madamdaming pag-uusap (*intimate conversation*)
3. pagsasabi ng katotohanan at pagiging bukas (*honesty and openness*)
4. suportang pinansyal (*financial support*)
5. komitment sa pamilya (*family commitment*)

Ito ang mga pangangailangang emosyonal na, kapag natugunan, ay nagiging sanhi para mahulog sa pag-ibig ang karamihan sa mga babae sa lalaking tumutugon sa mga ito. Siyempre, hindi lahat ng lalaki o babae ay nag-uuna ng kanilang mga pangangailangan nang eksaktong pareho. Itinuturing ng ilang lalaki ang pagsuyo o madamdaming pag-uusap bilang isa sa kanilang nangungunang limang pangangailangan, at iniraranggo ng ilang babae ang paghanga at sekswal na kaligayahan bilang kabilang sa kanilang pinakamahalagang pangangailangan. Ngunit sa pangkalahatan (*average*), nalaman ko na iniraranggo ng mga lalaki at babae ang mga pangangailangang ito sa paraang inilista ko.

Hindi lahat ng lalaki o babae ay nag-uuna ng kanilang mga pangangailangan nang eksaktong pareho.

Dahil may tendensiya ang mga lalaki at babae na unahin ang kanilang mga pangangailangang emosyonal nang magkaiba, hindi nakapagtataka na nahihirapan silang mag-*adjust* sa isa't isa sa pag-aasawa. Kung ipapalagay ng isang lalaki na ang pinakamahalagang pangangailangang emosyonal ng kanyang asawa ay katulad ng sa kanya, mabibigo siya kapag sinubukan niyang tugunan ang mga ito. Mabibigo ang isang babae kung gagawin niya ang parehong palagay.

Nakita ko na ang simpleng pagkakamaling ito ay nagbabanta sa maraming pag-aasawa. Nabibigo ang mag-asawa na tugunan ang mga pangangailangang emosyonal ng isa't isa hindi dahil sa sila ay makasarili o walang malasakit, kundi dahil hindi nila alam kung ano ang mga pangangailangang iyon.

Maaaring isipin ng lalaki na gumagawa siya ng malaking pabor sa babae sa pamamagitan ng pag-imbita sa kanya na mag-*golf* kasama niya (pagsama sa libangan, isa sa kanyang nangungunang pangangailangan), ngunit uuwi itong lubhang nadidismaya dahil hindi siya nakipag-usap nang sapat habang naglalaro sila (madamdaming pag-uusap, isa sa kanyang nangungunang pangangailangan). Umaasa ang babae na mapasaya ang lalaki sa pamamagitan ng pagbuhos sa kanya ng pagsuyo (na tumutugon sa kanyang pangangailangan) ngunit nauuwi sa pagkadismaya ng lalaki dahil ang kanyang pagsuyo ay pumupukaw sa kanyang interes sa sex (kanyang pangangailangan sa sekswal na kaligayahan), at hindi iyon ang nasa isip ng babae. Iniisip ng mag-asawa na buong igting nilang sinusubukang tugunan ang mga pangangailangan ng isa't isa, ngunit mali ang kanilang tinatarget.

Tanong: Saan mo dapat ilagay ang iyong pinakamalaking pagsisikap para makapagdeposito ka ng pinakamaraming *love units*?

Sagot: Tugunan ang pinakamahalagang pangangailangang emosyonal ng isa't isa.

Tanong: Paano mo matutuklasan kung aling mga pangangailangan ang pinakamahalaga sa bawat isa sa iyo?

Sagot: Magtanong.

Gaya ng ipinaliwanag ko, hindi mo maaaring ipagpalagay na ang pangangailangang emosyonal ng iyong *partner* ay may parehong prayoridad gaya ng sa iyo. Ikaw lamang ang makakatukoy ng iyong pinakamahalagang pangangailangang emosyonal, at ang iyong *partner* ang eksperto sa kanyang mga pangangailangan. Dapat kang magtanong kung nais mong malaman kung saan ilalagay ang iyong pinakamalaking pagsisikap.

Bago ka magtanong, gayunpaman, nais kong maging pamilyar ka sa mga pagpipilian, kaya sa susunod na kabanata, titingnan natin nang mas malapitan ang sampung mga pangangailangang emosyonal na inilista ko. Pagkatapos ay ipapaliwanag ko kung paano magpasya kung aling mga pangangailangan ang pinakamahalagang tugunan, ang magdedeposito ng pinakamaraming love units, at magpapakita ng iyong pag-aaruga sa isa't isa.

Ang pagbibigay ng regalo ng pag-aaruga ay nagsisimula sa isang desisyon at pagkukusa na maging pangunahing *source* ng kaligayahan para sa iyong asawa, at pagkatapos ay ang iyong pagsisikap ang tumutupad sa pagkukusang iyon.

Ang pagbibigay ng regalo ng pag-aaruga ay nagsisimula sa isang **desisyon** at **pagkukusa** na maging pangunahing *source* ng kaligayahan para sa iyong asawa, at pagkatapos ay ang iyong **pagsisikap** ang tumutupad sa pagkukusang iyon.

Pag-usapan Natin Ito

Paalala: Mangyaring panatilihin mong **MAIKLI** ang usapan at **MANATILI KA SA PAKSA** ng mga tanong. At ang pinakamahalaga, gamitin mo ang oras na ito para sanayin ang iyong mga regalo ng pag-aaruga at proteksyon, na may espesyal na pag-iingat na iwasan ang mga komentong walang paggalang. Tandaan, ang iyong mga layunin ay maging *source* ng kaligayahan at iwasang maging *source* ng kalungkutan sa iyong relasyon.

1. Mabibigo ka ba kung, pagkatapos mong ikasal, sinabi ng iyong asawa na hindi niya tutugunan ang ilan sa iyong pinakamahalagang mga pangangailangang emosyonal?

2. Ano ang isa sa iyong pinakamagandang karanasan na kasama ang iyong partner? Ano ang ginawa niya para mapasaya ka nang husto?

3. Kaya mo bang sabihin ang kahulugan ng emosyonal na pangangailangan nang hindi tumitingin sa ibang sanggunian? (Pahiwatig: pagnanasa, nasagot, masaya, hindi nasagot, malungkot)

6

ANG PINAKAMAHALAGANG MGA EMOTIONAL NEED, BAHAGI 1

Habang nagkukwento si Mary sa ilang kaibigan tungkol sa kawalan niya ng damdamin para kay Dennis, naging malinaw na ang pagkawala ng pag-ibig ay tila itinuturing na normal na proseso ng pagiging mas "*mature*" sa buhay-mag-asawa. Isang kaibigan pa nga ang pabirong nagsabi, "Binabati kita! Opisyal ka nang tunay na nasa buhay-mag-asawa." Isa pang kaibigan ang nagtanong kay Mary kung "tama" ba ang kanyang pag-aasawa para sa kanya. "*Ano?*" naisip ni Mary. Hindi ito ang mga sagot na nais niyang marinig, at mabuti na lang ay hindi niya tinanggap ang mga ito.

Sa halip, nagtiwala si Mary kay Dennis, at humingi sila ng payo mula sa isa pang kaibigan na humikayat sa kanila na alamin ang tungkol sa *Love Bank* at mga pangangailangang emosyonal. Para bang may "*light bulb*" na sumindi sa kanilang isipan. Naipaliwanag na sa kanila ngayon kung ano ang naging sanhi ng kanilang pagkawala ng pag-ibig. Napakalaking ginhawa rin nito. Ang pagbabago ng kanilang damdamin para sa isa't isa ay hindi senyales na hindi sila dapat magkasama o na ang kanilang pag-aasawa ay "nagma*mature*" na. Ito ay sintomas ng kanilang kapabayaan sa pagtugon sa mga pinakamahalagang pangangailangang emosyonal ng isa't isa.

Ngunit bago matugunan nina Dennis at Mary ang mga pangangailangang iyon, kinailangan muna nilang matuto tungkol sa kanilang sarili at magtanong, "Ano ang aking pinakamahalagang mga pangangailangang emosyonal sa pag-aasawa?" Hindi pa nila naisip ang tanong na iyon noon.

Kilala mo ba nang sapat ang iyong sarili para mailista ang iyong pinakamahalagang mga pangangailangang emosyonal? Karamihan sa mga tao ay hindi pa gaanong napag-isipan ito at kung pipiliting gumawa ng listahan ay hindi malalaman kung saan magsisimula. Ngunit napakahalagang maunawaan ang iyong mga pangangailangang emosyonal, hindi lamang para sa iyong sariling kapakanan, kundi para rin sa kapakanan ng iyong asawa. Kung mag-uukol siya ng oras at enerhiya (*energy*) sa pagiging eksperto sa pagtugon sa mga pangangailangang iyon, mas mabuting tiyakin mong natukoy mo ang mga tamang pangangailangan. At mahalaga rin na maunawaan mo ang mga pangangailangang emosyonal ng iyong *partner* para mailagay mo rin ang iyong pagsisikap sa mga tamang lugar.

PAGPAPAKILALA SA NAPAKAHALAGANG MGA PANGANGAILANGANG EMOSYONAL

Para matulungan kang tukuyin ang iyong pinakamahalagang mga pangangailangang emosyonal, maaari kang pumili mula sa listahan ng sampu na naipakita ko na. Ngunit ang aking listahan ng mga pangangailangan ay maaaring hindi kasama ang lahat ng mga pangangailangan na pinakamahalaga sa iyo.

Ang *drive* (pagsusumikap at determinasyon para maabot ang mga layunin) ay isang magandang halimbawa ng isang pangangailangan na hindi ko isinama sa aking listahan ng sampung pangangailangan. May ilang tao na nakakakuha ng napakalaking kasiyahan mula sa *drive* ng kanilang asawa. Hangga't patuloy na nakakamit ng kanilang asawa ang mahahalagang layunin, patuloy na dumadaloy ang mga love units. Ngunit natuklasan kong napakabihira ang pangangailangang iyon kaya hindi ito nakasama sa aking huling listahan. Sa iyong kaso, gayunpaman, kung kasama ito sa iyong listahan, maaari mo itong idagdag, kasama ng ilang iba pa, sa iyong listahan ng pinakamahalagang mga pangangailangang emosyonal. Ngunit gawin lamang ito kung talagang tila ito ang naging dahilan para mahulog ka sa pag-ibig sa isang taong tumugon sa pangangailangang iyon.

Para sa karamihan sa atin, nasasaklaw na ng sampung pangangailangang ito ang halos lahat ng pangangailangan. Ilalarawan ko ang bawat isa sa mga ito para sa iyo para matukoy mo kung aling lima ang pinakamahalaga sa iyo.

Tandaan, ang matinding pagnanais (*craving*) ay isang mahalagang aspeto ng isang pangangailangan. Kung mayroon kang matinding pagnanais para sa alinman sa mga sumusunod, dapat itong mapabilang sa iyong listahan. At ang pagkadismaya (*frustration*) ay isa pang mahalagang aspeto. Kung ikaw ay nadidismaya kapag hindi natutugunan ang isa sa mga sumusunod na pangangailangan, malamang na ito ay isa sa iyong pinakamahalagang mga pangangailangang emosyonal.

PAGSUYO (*AFFECTION*)

Ang pangangailangan sa pagsuyo ay isang matinding pagnanais na makatanggap ng mga di-sekswal na pagpapahayag ng pag-aaruga na sumisimbolo sa seguridad, proteksyon, at kaginhawaan, na maaaring kabilangan ng mga salita, mga *greeting card*, mga regalo, yakap, halik, at pagiging magalang.

Ang pagsuyo ay nagpapahiwatig ng mga sumusunod na mensahe: "Aalagaan kita at poprotektahan kita."; "Mahalaga ka sa akin."; "Nag-aalala ako sa mga problemang kinakaharap mo."; "Tutulungan kitang malampasan ang mga problemang iyan;" at "Naiisip kita." Maaaring masabi ng isang simpleng yakap ang mga bagay na iyon. Kapag niyayakap natin ang ating mga kaibigan at kamag-anak, ipinapahayag natin ang ating pagmamalasakit sa kanila. At may iba pang mga paraan para ipakita ang ating pagsuyo: isang *greeting card*, isang maalalahaning regalo, isang "Mahal kita" na *note*, isang bungkos ng bulaklak, paghawak sa kamay, pagmasahe sa likod (*back rubs*), isang mensahe sa telepono o *text* na nagsasabing, "Iniisip kita," at isang mapagsuyong tono (*loving tone*) ay maaaring lahat magpahiwatig ng pagsuyo.

Ang pagsuyo ay, para sa marami, ang mahalagang pandikit ng isang relasyon. Kung wala ito, maraming tao ang nakakaramdam ng lubos na pagkalayo. Kapag mayroon nito, sila ay emosyonal na napapalapit sa nagpapakita ng pagsuyo. Kung napakaganda ng iyong pakiramdam kapag nakakatanggap ka ng pagsuyo at nadidismaya kapag hindi, mayroon kang pangangailangang emosyonal para sa pagsuyo at dapat mo itong isama sa iyong listahan.

Kahit sino ay maaaring matutong maging mapagsuyo. Ito ay usapin ng pagkatuto ng mga bagong gawi na gagawin ka ng isang mapagsuyong asawa. Narito ang ilang gawi na iminungkahi ng isang asawang babae sa kanyang asawa: yakapin at halikan mo ako tuwing umaga habang nasa kama pa tayo; sabihin mo sa akin na mahal mo ako habang nag-aalmusal tayo; tawagan mo ako sa araw para kumustahin ako; dalhan mo ako ng bulaklak minsan isang buwan bilang sorpresa; tulungan mo ako sa paghuhugas ng pinggan; iakbay mo ang braso mo sa akin at hawakan ang kamay ko kapag magkatabi tayo; at yakapin at halikan mo ako tuwing gabi bago matulog.

Mga Katanungan para sa Pag-iisip

1. Kung tumigil ang iyong *partner* sa pagbibigay sa iyo ng mga gawa ng pagsuyo, maiinis ka ba? Oo o Hindi?
2. Kung ang sagot mo ay "oo" sa tanong sa itaas, ito ay marahil isa sa iyong pinakamahalagang mga pangangailangang emosyonal. Kung ito ay isa sa iyong pinakamahalagang mga pangangailangang emosyonal, simulan mong isipin ang mga tiyak na paraan kung paano mo gustong matugunan ang pangangailangang ito.

SEKSWAL NA KALIGAYAHAN (*SEXUAL FULFILLMENT*)

Ang pangangailangan sa sekswal na kaligayahan ay isang matinding pagnanais na makisali sa isang kasiya-siyang sekswal na karanasan.

Ang *sex* at pagsuyo ay madalas na napagkakamalan, lalo na ng mga lalaki. Ang pagkakakilanlang ito ay dapat makatulong sa iyo: Ang pagsuyo ay isang gawa ng pag-ibig na di-sekswal at maaaring ibigay at matanggap mula sa mga kaibigan, kamag-anak, mga anak, at kahit mga alagang hayop nang walang anumang sekswal na konotasyon. Gayunpaman, kung ang gawa ng pag-ibig ay ginawa na may sekswal na motibo, o may sekswal na pahiwatig, ito ay *sex*, hindi pagsuyo.

Ang pangangailangang sekswal ay karaniwang nauna pa sa inyong relasyon sa isa't isa at medyo hiwalay sa relasyong iyon. Kung nakaranas ka ng matinding pagnanais para sa *sex* bago mo pa siya nakilala, malamang ay mayroon kang sekswal na pangangailangan. Bagama't maaaring natuklasan mo ang isang malalim na pagnanais na makipagtalik sa iyong *partner* kapag ikaw ay *in love*, maaaring hindi ito nagpapakita ng isang pinagbabatayang pangangailangang emosyonal para sa sekswal na kaligayahan.

Ang mga sekswal na pantasya ay karaniwang isang magandang palatandaan ng isang pangangailangang sekswal. Kung may tendensiya kang mag-isip tungkol sa sekswal na karanasan kapag ikaw ay nananaginip nang gising (*daydream*), ang sekswal na kaligayahan ay malamang isa sa iyong mahalagang mga pangangailangang emosyonal. Sa pangkalahatan, ang mga nangingibabaw na pantasya ay karaniwang nagpapakita ng mga pangangailangang emosyonal.

Kapag nagpakasal ka, nangangako kang magiging tapat sa iyong asawa habambuhay. Nangangahulugan ito na siya ang magiging nag-iisang sekswal na *partner* mo *"until death do you part."* Gagawin mo ang pangakong ito dahil nagtitiwala ka na matutugunan niya ang iyong mga pangangailangang sekswal, na siya ay magiging sekswal na *available* at tumutugon.

Ang pangangailangan sa sekswal na kaligayahan ay isang napaka-eksklusibong pangangailangan. Kung mayroon ka nito, lubos kang aasa sa iyong asawa para matugunan ito para sa iyo. Kung mayroon nito ang iyong asawa, siya ay aasa sa iyo para matugunan ito.

Ngunit ang pangakong iyon para sa sekswal na pagiging eksklusibo ay dapat higit pa sa pagiging tapat. Nangangahulugan din ito ng pag-iwas sa anumang sekswal na aktibidad at karanasan na maaaring makipagkumpitensya at makagambala sa mga sekswal na karanasan ninyo sa isa't isa. Sa pananaw ng sikolohiya, lumilikha ito ng isang *contrast effect* kung saan ang mga karanasang iyon ay ikukumpara sa mga karanasan kasama ang iyong asawa. Ang pakikisangkot sa pornograpiya, strip clubs, masturbasyon, at iba pang anyo ng sekswal na kasiyahang di-marital ay dapat iwasan sa lahat ng paraan (*at all costs*) dahil mababawasan (*dilute*) nito ang mga deposito sa *Love Bank* kapag nakikipagtalik kayo sa isa't isa. Kung nais mong maging puno ng alab ng pag-ibig ang iyong pag-aasawa sa buong buhay mo, huwag hayaang may makipagkumpitensya sa karanasang mayroon kayo sa isa't isa.

Ang tatlong aspeto ng sekswal na kaligayahan ay kinabibilangan ng: 1) kalidad (*quality*)—inaasahang (*predictably*) kasiya-siyang karanasan; 2) dami (*quantity*)—dalas (*frequency*) na nakapagbibigay-kasiyahan sa iyo, hindi lamang isang espesyal na pangyayari kundi isang regular na planadong kaganapan; at 3) parehong kasiyahan (*mutuality*)—pareho kayong tumutugon (*respond*) nang sekswal at nakikitang kasiya-siya ang dalas.

Paano makakamit ng mag-asawa ang pagiging tugma sa buhay-sekswal (*sexual compatibility*)? Tandaan na ito ay isang proseso ng pagkatuto para sa mag-asawa. Ang unang hakbang ay pagtagumpayan ang iyong kakulangan sa kaalamang sekswal (*sexual ignorance*). Dapat matutunan ng mag-asawa na unawain ang kanilang sariling mga sekswal na tugon (*sexual responses*) at kung ano ang nagti-*trigger* sa mga ito. Ikalawa, kailangan mong ipaalam ang iyong sekswal na pag-unawa sa isa't isa. Dapat ibahagi ng mag-asawa kung ano ang kanilang nalalaman tungkol sa kanilang sariling sekswal na tugon. Panghuli, kayong dalawa ay lumikha ng mga kondisyon na ginagarantiyahan ang isang kapwa kasiya-siyang (*mutually enjoyable*) sekswal na tugon na kasing dalas ng nais ng sinuman sa inyo.

Mahalaga ring maunawaan na may limang yugto sa isang sekswal na karanasan:

1. Pagnanais o Pagkukusa (*Desire or Willingness*): Ang pagnanais o pagiging handa na makibahagi sa pakikipagtalik, bagaman hindi

pa nakararamdam ng sekswal na pagkaakit (*aroused*). Sa karamihan ng mga lalaki, ang pagnanais ay karaniwang napupukaw (*triggered*) ng *hormone* na *testosterone*. Para sa karamihan ng mga babae, ang yugtong ito ay mas nasa anyo ng pagkukusa kaysa sa pagnanais, na pinasisigla ng pagsuyo, pagiging atentibo, kabaitan, at mga naunang kasiya-siyang sekswal na karanasan.

2. Pagkaakit (*Arousal*): Ang simula ng mga sekswal na damdamin (kaugnay ng bahagyang ereksyon para sa mga lalaki at lubrikasyon ng ari (*vagina*) para sa mga babae). Karamihan sa mga lalaki ay naaakit sa pamamagitan ng bawat isa sa maraming pandama (*senses*). Para sa karamihan ng mga babae, ang *tactile stimulation* (paghipo) ang pinakamahalaga (kung saan hinahawakan ng asawang lalaki ang kanyang asawa).

3. *Plateau*: Matinding sekswal na damdamin (kaugnay ng di-boluntaryong (*involuntary*) buong ereksyon at paghigpit ng *vagina*).

4. Sukdulan (*Climax*): Pinakamatinding sekswal na pakiramdam (kaugnay ng *ejaculation* para sa mga lalaki at pumipintig na *vagina* para sa mga babae). Karamihan sa mga lalaki ay may kakayahan lamang para sa isa. Karamihan sa mga babae ay may kakayahan para sa marami.

5. Pagbawi (*Recovery*): Pagre-*relax* kasunod ng sukdulan. Ang mga lalaki ay madalas na bigla at halos kumpletong nawawalan ng sekswal na motibasyon. Karamihan sa mga babae ay nananatiling may sekswal na damdamin at nananatiling *aroused* nang mga 20 minuto pagkatapos ng sukdulan.

Tandaan mo na ang sekswal na karanasan ay magkaiba para sa mga lalaki at babae. Dapat turuan ng mag-asawa ang isa't isa tungkol sa kanilang sariling mga sekswal na reaksyon sa pagtatangkang lumikha ng isang kapwa kasiya-siyang (*mutually enjoyable*) karanasan para sa bawat isa sa limang yugto.

Ang *sex* ay hindi dapat kailanman maging hindi kasiya-siya o sapilitan. Ang mga hindi kasiya-siyang karanasan ay nagpapababa sa pagkukusa ng isang asawa na ipagpatuloy ang pagtugon sa pangangailangan. Sa kabilang banda, kung ang bawat asawa ay maalalahanin sa isa't isa, na lumilikha ng isang kapwa kaaya-ayang karanasan ng pag-aaruga, ang pangangailangang ito ay kusang-loob na matutugunan sa buong panahon ng iyong pag-aasawa.

Mga Katanungan para sa Pag-iisip

1. Kung ipinahiwatig ng iyong *partner* na hindi siya nagpaplanong magkaroon ng sekswal na relasyon sa iyo kapag kasal na, makakaapekto ba iyon sa iyong desisyong magpakasal? Oo o Hindi?
2. Inaasahan mo ba na ang iyong asawa ay makikisali sa isang sekswal na *relasyon* sa iyo sa buong panahon ng iyong pag-aasawa? Oo o Hindi?
3. Kung ikaw ay kasal na at ang iyong mga sagot ay "oo" sa mga tanong sa itaas, malamang na isa ito sa iyong mga pinakamahalagang pangangailangang emosyonal.
4. Kung ikaw ay *engaged* at ang iyong mga sagot ay "oo" sa mga tanong sa itaas, hindi pa ito kabilang sa iyong mga pinakamahalagang pangangailangang emosyonal, ngunit kapag kasal na kayo, malamang na maging isa ito sa iyong mga pinakamahalagang pangangailangang emosyonal.

MADAMDAMING PAG-UUSAP (*INTIMATE CONVERSATION*)

Ang pangangailangan sa madamdaming pag-uusap ay isang matinding pagnanais na ibahagi ang mga damdamin, personal na karanasan, mga paksa ng personal na interes, mga opinyon, at mga plano para sa hinaharap sa iba.

Hindi tulad ng *sex*, ang pag-uusap ay hindi isang pangangailangan na karaniwang natutugunan nang eksklusibo sa pag-aasawa. Ang ating pangangailangan sa pag-uusap ay maaaring matugunan nang etikal ng halos sinuman. Ngunit ang madamdaming (*intimate*) pag-uusap, kung saan pinag-uusapan mo ang napakapersonal na mga problema at damdamin, ay maaaring makatugon sa isang napakahalagang *Emotional Need* kaya malamang na mahulog ka sa pag-ibig sa isang taong *opposite sex* na tumutugon dito. Kung hinahangad mo ang madamdaming pag-uusap, tiyakin mo na ang iyong *partner* ang tanging taong *opposite sex* na tumutugon sa pangangailangang iyon.

Ang mga lalaki at babae ay walang gaanong kahirapan sa pakikipag-usap sa isa't isa sa panahon ng panliligaw (*courtship*). Iyon ay isang panahon ng pagkalap ng impormasyon (*information gathering*) para sa parehong *partner*. Pareho silang lubos na *motivated* na matuklasan ang mga gusto at ayaw ng isa't isa, personal na *background*, kasalukuyang mga interes at problema, at mga plano para sa hinaharap.

Ngunit pagkatapos ng kasal, maraming babae ang nakakatuklas na ang lalaki na, bago ikasal, ay mag-uukol ng maraming oras sa pakikipag-usap sa kanya ay tila nawalan na ng lahat ng interes sa pakikipag-usap at ginugugol ang kanyang libreng oras sa panonood ng telebisyon o pagbabasa. Huwag mong hayaang mangyari sa iyo ang karaniwang problemang iyan sa pag-aasawa. Tiyakin mo na ang magagandang pag-uusap na ibinahagi mo sa panahon ng iyong panliligaw ay magpapatuloy sa buong panahon ng iyong pag-aasawa.

Ang totoo, nangangailangan ng oras ang mabuting pag-uusap. Kaya huwag subukang tugunan ang pangangailangang ito nang nagmamadali (*on the run*). Ang malalim at madamdaming pag-uusap sa pagitan ng mag-asawa ay nangangailangan ng pagkapribado na may buong atensyon at pagpaplano. Kung hindi, hindi mo malulutas ang mga problema, makakapagplano, makakapag-negosasyon, magkakaunawaan, at makakalikha ng emosyonal na pagkakabigkis.

Ang mga kaibigan ng mabuting pag-uusap ay:

1. Paggamit ng pag-uusap para mas malalim na makilala ang ibang tao, magbigay-alam, at magkaunawaan
2. Pagkakaroon ng interes sa mga paboritong paksa ng pag-uusap ng isa't isa

3. Pagbalanse sa pag-uusap
4. Pagbibigay sa isa't isa ng buong atensyon (*undivided attention*)

Ang mga kaaway ng mabuting pag-uusap ay:

1. Paggamit ng pag-uusap para subukang makuha ang iyong gusto sa kapinsalaan ng iyong *partner* (makasariling kahingian - *selfish demands*)
2. Paggamit ng pag-uusap para pilitin ang pagsang-ayon sa iyong paraan ng pag-iisip (walang-galang na paghatol - *disrespectful judgments*)
3. Paggamit ng pag-uusap para parusahan ang iyong *partner* (pagsiklab ng galit - *angry outbursts*)
4. Pagbibigay-diin sa mga pagkakamali, nakaraan o kasalukuyan

Kung tinitingnan mo ang pag-uusap bilang isang praktikal na pangangailangan (*practical necessity*), pangunahin bilang isang paraan para makamit ang isang layunin (*means to an end*), malamang ay wala kang gaanong pangangailangan para dito. Ngunit kung tumatawag ka sa telepono dahil lamang sa gusto mong makipag-usap —sa kahit sino— tungkol sa mga pangyayari ng iyong araw, iyong personal na damdamin at problema, mga paksang interesante, at mga plano para sa hinaharap, ituring mo itong isa sa iyong pinakamahalagang mga pangangailangang emosyonal.

Mga Katanungan para sa Pag-iisip

1. Ilang oras bawat linggo ang ginugugol mo sa pakikipag-usap sa iyong *partner*? Sapat ba ito? Nais mo bang maging iba ang kalidad ng iyong pag-uusap?
2. Kung ito ay isa sa iyong pinakamahalagang mga pangangailangang emosyonal, simulan mong isipin ang mga tiyak na paraan kung paano mo gustong matugunan ang pangangailangang ito. Isang paraan para mapataas ang kalidad ng iyong pag-uusap ay ang paggamit ng E2: Explore and Engage

mobile app mula sa FourGiftsofLove.org, Google Play, at Apple App Store.

PAGSAMA SA LIBANGAN (*RECREATIONAL COMPANIONSHIP*)

Ang pangangailangan sa pagsama sa libangan ay isang matinding pagnanais na makisali sa mga aktibidad sa paglilibang (*recreational activities*) kasama ang hindi bababa sa isa pang tao.

Ang pangangailangan para sa pagsama sa libangan ay pinagsasama ang dalawang pangangailangan sa isa. Una, nariyan ang pangangailangan na makisali sa mga aktibidad sa paglilibang, at ikalawa, ang pangangailangan na magkaroon ng kasama. Para matukoy kung mayroon kang pangangailangang ito, tanungin muna ang iyong sarili kung mayroon kang matinding pagnanais para sa ilang partikular na aktibidad sa paglilibang. Pagkatapos ay tanungin ang iyong sarili kung ang mga aktibidad ay nangangailangan ng kasama para sa katuparan. Kung ang sagot ay "oo" sa parehong tanong, dapat mapabilang ang pagsama sa libangan sa iyong listahan.

Sa panahon ng iyong panliligaw, malamang na ikaw at ang iyong *partner* ang paboritong kasama sa paglilibang ng isa't isa. Hindi pangkaraniwan para sa isang babae na sumama sa isang lalaki sa pangangaso, pangingisda, panonood ng *football*, o iba pang aktibidad na hindi niya kailanman pipiliin nang mag-isa. Nais lamang niyang gugulin ang mas maraming oras hangga't maaari kasama ang lalaking gusto niya, at nangangahulugan iyon ng pagpunta kung saan gusto niyang pumunta.

Ganoon din sa isang lalaki. Ang mga *shopping center* ay hindi bago sa isang lalaking *in love*. Magyayaya rin siya ng kanyang *date* na kumain sa labas, manood ng mga romantikong pelikula (*romantic movies*), at dumalo sa mga *concert* at dula. Ang isang lalaki at babaeng *in love* ay sinasamantala ang anumang pagkakataon na mayroon para magkasama at tiyakin na ang kanilang *partner* ay magnanais pa ng mas maraming *date* sa hinaharap.

Hindi ko itatanggi na malaki ang nababago sa isang relasyon dahil sa pag-aasawa. Ngunit kailangan ba nitong wakasan ang mga aktibidad na nakatulong gawing tugma (*compatible*) ang relasyon? Hindi ba maaaring ang paboritong kasama sa paglilibang ng isang asawang lalaki ay ang kanyang asawang babae, at *vice versa*?

Pag-isipan mo ito sandali ayon sa *Love Bank*. Gaano mo nae-*enjoy* ang mga aktibidad na ito at ilang *love units* ang maidedeposito ng iyong *partner* kung magkasama mo itong nae-*enjoy*? Sayang naman kung ibang tao ang makakakuha ng kredito para sa lahat ng *love units* na iyon. At kung ito ay isang taong *opposite sex*, ito ay talagang mapanganib. Sino ang dapat makakuha ng kredito para sa lahat ng *love units* na iyon? Ang taong dapat mong pinakamamahal sa lahat: ang iyong asawa. Ito mismo ang dahilan kung bakit ko hinihikayat ang mga mag-asawa na maging paboritong kasama sa paglilibang ng isa't isa. Ito ay isa sa pinakasimpleng paraan para makagawa ng mga deposito sa *Love Bank*.

Mayroong libu-libong aktibidad sa paglilibang na mae-*enjoy* mo kung susubukan mo, at libu-libong mae-*enjoy* ng iyong *partner*. At sa libu-libong iyon, may daan-daang aktibidad sa paglilibang na mae-*enjoy* mo nang magkasama. Dahil mayroon ka lamang oras para sa iilan lamang sa mga kapwa kasiya-siyang aktibidad na ito, bakit sasayangin ang iyong oras sa mga aktibidad na isa lamang sa iyo ang nag-e-*enjoy*?

Paano ka makakahanap ng mga interes sa paglilibang na kapwa kasiya-siya? Isang mahalagang polisiya na itinuturo ko sa mga mag-asawa na sundin ay tinatawag na Polisiya ng Kapwa Pagkahilig (*Policy of Mutual Appeal*)—makisali lamang sa mga aktibidad sa paglilibang na pareho ninyong mae-*enjoy* mag-asawa. Ang unang hakbang ay tuklasin ang mga interes sa paglilibang na kapwa kasiya-siya. Ang ikalawang hakbang ay paunlarin ang mga kapwang interes na iyon—tandaan na ang ilang aktibidad ay maaaring mangailangan ng edukasyon o pagkatuto ng mga bagong kasanayan (*skills*) para lubos na ma-*enjoy*. Kung magiging paboritong kasama ninyo ang isa't isa sa paglilibang, gugulin ninyo ang halos lahat ng inyong oras sa paglilibang (*leisure time*) na magkasama para mapaunlad ang mga kapwang interes sa paglilibang.

Mga Katanungan para sa Pag-iisip

1. Kung hinahangad mo ang mga aktibidad sa paglilibang at kailangan ng kasama para maging kasiya-siya ang mga ito, ito ay isa sa iyong pinakamahalagang mga pangangailangang emosyonal.
2. Kung ito ay isa sa iyong pinakamahalagang mga pangangailangang emosyonal, subukang tukuyin ang limang aktibidad na pareho mong kinagigiliwan.

ANG APAT NA *INTIMATE* NA MGA PANGANGAILANGANG EMOSYONAL

Bago ko ilarawan ang anim na natitirang mga pangangailangang emosyonal, bigyan mo ng espesyal na pansin ang apat na kamakailan lang nating tinalakay. Nalaman ko na ang apat na ito ay napakahalaga sa pag-aasawa kaya, maliban kung lahat ng ito ay natutugunan, bihirang maging kasiya-siya ang pag-aasawa para sa parehong mag-asawa. Ito ay dahil karaniwan silang gumagawa ng pinakamalalaking deposito sa *Love Bank* kapag natutugunan.

Karaniwang tinutukoy ng mga lalaki ang sekswal na kaligayahan at pagsama sa libangan bilang kanilang dalawang pinakamahalagang mga pangangailangang emosyonal, at karaniwang pinipili ng mga babae ang pagsuyo at pag-uusap bilang kanilang pinakamahalaga. Kapag lahat ng apat ay natutugunan sa pag-aasawa, karaniwang natatagpuan ng parehong asawang lalaki at babae ang kanilang sarili na emosyonal na natutugunan at *in love*.

Inirerekomenda ko rin ang pagbabasa ng aking aklat, *His Needs, Her Needs* (*Revell*, 1986, 2022) para sa karagdagang impormasyon sa lahat ng mga pangangailangang emosyonal sa pag-aasawa.

7

ANG PINAKAMAHALAGANG MGA EMOTIONAL NEED, BAHAGI 2

May mga panahong labis akong humahanga sa mga naging resulta para sa mga mag-asawang natutugunan pa lamang ang apat na *intimate* na pangangailangang emosyonal, kaya naisip ko kung bakit ko pa sila hihikayatin na subukang tugunan ang alinman sa iba pa. Ngunit sa paglipas ng mga taon, nalaman ko na ang natitirang anim ay sapat na mahalaga sa pag-aasawa kaya isinasama ko sila para sa parehong romantiko at praktikal na mga dahilan. Habang binabasa mo ang kanilang mga paglalarawan, piliin mo ang mga pinakamahalaga sa iyo, at idagdag ang mga ito sa iyong listahan. Tandaan na ang unang apat ay talagang mahalaga para sa isang malusog na pag-aasawa. Anuman ang ibang mga pangangailangan na maaaring mayroon ka, hindi mo maaaring pabayaan ang pagtugon sa apat na pangangailangang iyon para sa isa't isa sa buong buhay ninyong magkasama.

PAGSASABI NG KATOTOHANAN AT PAGIGING BUKAS (*HONESTY AND OPENNESS*)

Ang pangangailangan sa pagsasabi ng katotohanan at pagiging bukas ay isang matinding pagnanais para sa totoo at bukas na pagpapahayag (*open communication*) ng positibo at negatibong damdamin, mga pangyayari sa nakaraan, pang-araw-araw na mga nangyayari at iskedyul, at mga plano para sa hinaharap, nang hindi nag-iiwan ng maling impresyon.

Karamihan sa mga tao ay nais ng isang relasyong bukas at nagsasabi ng katotohanan sa kanilang *partner*. Ngunit ang ilang tao ay may *Emotional Need* para sa ganoong relasyon. Ang pagsasabi ng katotohanan at pagiging bukas ay nakakatulong magbigay sa kanila ng pakiramdam ng seguridad—at gumagawa ng napakalaking deposito sa *Love Bank*.

Para makaramdam ng seguridad, nais natin ng tumpak na impormasyon tungkol sa mga iniisip, damdamin, gawi, gusto, ayaw, personal na kasaysayan, mga gawain at iskedyul sa araw-araw, at mga plano para sa hinaharap ng ating *partner*. Kung ang isang *partner* ay hindi nagbibigay ng bukas at nagsasabi ng katotohanan na komunikasyon, maaaring masira ang tiwala at ang pakiramdam ng seguridad ay maaaring tuluyang mawasak. Pagkatapos ay hindi na natin mapagkakatiwalaan ang mga senyales na ipinapadala at wala na tayong basehan kung saan tayo magtatayo ng isang matatag na relasyon. Sa halip na mag-*adjust*, nakakaramdam tayo ng kawalan ng balanse; sa halip na lumago nang magkasama, lumalayo tayo sa isa't isa at nalilikha ang hindi pagkakatugma. Sa aking karanasan, walang lugar para sa pagiging pribado sa pag-aasawa.

Bukod sa mga praktikal na bentahe ng pagsasabi ng katotohanan at pagiging bukas, maaari mong matuklasan na nakakaramdam ka ng saya at katuparan kapag ikaw at ang iyong *partner* ay naghahayag ng iyong pinakapribadong mga iniisip sa isa't isa. Maaari ka ring makaramdam ng labis na pagkadismaya kapag ang mga iniisip na ito ay itinago. Ang reaksyong iyon ay katibayan ng isang *Emotional Need*, isa na maaaring at dapat matugunan sa pag-aasawa.

Katanungan para sa Pag-iisip

1. Kapag ibinabahagi ng iyong *partner* ang kanyang pinakapribadong mga iniisip at plano sa iyo, nagpapasaya ba iyon sa iyo? Kung gayon, maaaring isa ito sa iyong pinakamahalagang mga pangangailangang emosyonal.

KAAKIT-AKIT NA PISIKAL NA KATANGIAN (*PHYSICAL ATTRACTIVENESS*)

Ang pangangailangan sa kaakit-akit na pisikal na katangian ay isang matinding pagnanais na pagmasdan ang isang tao na ang itsura ay kasiya-siya sa iyo sa aspetong estetiko at/o sekswal.

Para sa marami, ang kaakit-akit na pisikal na katangian ay maaaring isa sa pinakamalaking *source* ng mga deposito sa *Love Bank.* Kung mayroon kang pangangailangang ito, ang isang kaakit-akit na tao ay hindi lamang makakakuha ng iyong atensyon, kundi maaari ring makagambala sa iyo mula sa anumang ginagawa mo. Sa katunayan, maaaring iyon ang unang nakaakit sa iyo sa iyong asawa: ang kanyang kaakit-akit na pisikal na katangian.

Mayroong ilan na itinuturing ang pangangailangang ito bilang pansamantala at mahalaga lamang sa simula ng isang relasyon. Pagkatapos magkakilala nang mas mabuti ang mag-asawa, nararamdaman ng ilan na ang kaakit-akit na pisikal na katangian ay dapat na maging pangalawa (*take a back seat*) na lamang sa mas malalim at mas *intimate* na mga pangangailangan. Ngunit hindi iyon ang aking karanasan, ni ang karanasan ng marami na aking napayuhan, lalo na ang mga lalaki. Para sa maraming indibidwal, ang pangangailangan para sa isang kaakit-akit na asawa ay nagpapatuloy sa buong pag-aasawa, at patuloy na nadideposito ang mga *love unit* tuwing nakikita ang kanilang asawa.

Siyamnapung porsiyento (90%) ng mga reklamong narinig ko tungkol sa kaakit-akit na pisikal na katangian ay tungkol sa sobrang timbang. Kung ang mag-asawa ay simpleng magpapanatili ng isang malusog na diyeta at ehersisyo, tinitiyak na hindi sila tumataba taun-taon, karamihan sa kanila ay mananatiling kaakit-akit sa pisikal sa isa't isa sa buong buhay nila.

Ang personal na kalinisan, pisikal na kaangkupan, timbang, tono ng boses, at pagpili ng damit, ayos ng buhok, pabango, at *makeup* (para sa babae) ay lahat ay nakaaapekto sa pagiging kaakit-akit ng isang tao. Maaari itong maging napaka-*subjective*, at ikaw ang huhusga kung ano ang kaakit-akit sa iyo.

Mga Katanungan para sa Pag-iisip

1. Kung ang pagiging kaakit-akit ng iyong *partner* ay nagpapasaya sa iyo nang husto, at ang pagkawala ng pagiging kaakit-akit na iyon ay magdudulot sa iyo ng labis na pagkadismaya, maaaring

isa ito sa iyong pinakamahalagang mga pangangailangang emosyonal.

2. Pag-isipan mo ang mga aspeto ng pisikal na anyo ng iyong *partner* na mahalaga. Ano ang mga bagay na nagpapakaakit-akit sa kanya para sa iyo?

SUPORTANG PINANSYAL (*FINANCIAL SUPPORT*)

Ang pangangailangan para sa Suportang Pinansyal ay isang matinding pagnanais na makatanggap ng tulong sa mga mapagkukunang pinansyal para magkaroon ng bahay, pagkain, at damit ang iyong pamilya.

Ang suportang pinansyal ba ay isa sa iyong mahalagang mga pangangailangang emosyonal? Paano kung, bago ang inyong kasal, sinabi sa iyo ng iyong *partner* na huwag umasa ng anumang kita (*income*) mula sa kanya? Makakaapekto ba ito sa iyong desisyong magpakasal? O paano kung pagkatapos ng kasal ay hindi makahanap ng trabaho ang iyong asawa, at kailangan mo siyang suportahan sa aspetong pinansyal? Magdudulot ba iyon ng pagkadismaya?

Ano ang bumubuo sa suportang pinansyal? Ito ba ay ang pagkita ng sapat para mabili ang lahat ng posibleng naisin mo, o ang pagkita lamang ng sapat para makaraos? Magkakaiba ang sagot ng mga tao sa tanong na ito, at ang iisang tao ay maaaring magkaroon ng isang sagot sa isang yugto (*stage*) ng buhay, at ibang mga sagot sa ibang mga yugto. Pag-isipan mo kung ano ang iyong mga pangangailangan ngayon at kung ano ang mga ito sa hinaharap. Ano ang inaasahan mo para makaramdam ng katuparan? Ano ang makakadismaya sa iyo?

Tulad ng marami sa mga pangangailangang emosyonal na ito, ang suportang pinansyal ay mahirap pag-usapan kung minsan. Bilang resulta, maraming mag-asawa ang pumapasok sa pag-aasawa na may mga nakatagong inaasahan at palagay. Maaari itong maging sanhi ng sama ng loob kung hindi matupad ang mga ito.

Maaaring mayroon kang pangangailangan para sa suportang pinansyal kung inaasahan mong kikita ang iyong asawa, at tiyak na mayroon kang pangangailangang iyon kung inaasahan mong hindi ikaw mismo ang kikita, kahit man lang habang pinalalaki ang iyong mga anak. Ipahayag mo nang malinaw ang pangangailangang ito at mas malamang na matutupad ito.

Mga Katanungan para sa Pag-iisip

1. Inaasahan mo ba na ang iyong asawa ay kikita sa buong panahon ng iyong pag-aasawa hanggang sa pagreretiro at hindi mo inaasahang ikaw ang kikita, kahit man lang sa isang bahagi ng iyong pag-aasawa? Oo o Hindi?
2. Kung ipinahiwatig ng iyong *partner* na hindi siya nagpaplanong kumita ng *income*, makakaapekto ba iyon sa iyong desisyong magpakasal? Oo o Hindi?
3. Kung ikaw ay kasal na at ang iyong mga sagot ay "oo" sa mga tanong sa itaas, malamang na isa ito sa iyong mga pinakamahalagang pangangailangang emosyonal.
4. Kung ikaw ay nakatakdang ikasal (engaged) at ang iyong mga sagot ay "oo" sa mga tanong sa itaas, hindi pa ito kabilang sa kasalukuyan mong pinakamahalagang mga pangangailangang emosyonal, ngunit kapag kasal na kayo, malamang na magiging isa ito sa pinakamahalaga mong mga pangangailangang emosyonal.

SUPORTANG PANTAHANAN (*DOMESTIC SUPPORT*)

Ang pangangailangan sa suportang pantahanan ay isang matinding pagnanais na makatanggap ng tulong sa mga gawaing bahay at pag-aalaga sa mga anak (kung mayroon sa bahay).

Ang pangangailangan sa suportang pantahanan ay isang *time bomb*. Sa una, tila hindi ito kaugnay, isang pagbabalik (*throwback*) sa mas sinaunang panahon. Ngunit para sa maraming mag-asawa, sumasabog ang pangangailangan pagkatapos ng ilang taon ng pag-aasawa, na ikinagugulat ng parehong asawa.

Sa mga naunang henerasyon, ipinagpalagay na lahat ng asawang lalaki ay may ganitong pangangailangan at lahat ng asawang babae ay masayang tutugon dito. Nagbago na ang panahon, at nagbago rin ang mga pangangailangang emosyonal kasabay nito. Ngayon, marami sa mga lalaking pinapayuhan ko ay mas gugustuhin na tugunan ng kanilang mga asawa ang kanilang pangangailangan para sa pagsuyo o pag-uusap, mga pangangailangang tradisyonal na mas katangian ng mga babae. At maraming babae, lalo na iyong may mga *full-time career*, ang nakakakuha ng malaking kasiyahan kapag tumutulong ang kanilang mga asawa sa bahay at nag-aalaga ng mga anak.

> Ang pagtugon sa pangangailangan para sa suportang pantahanan ay kinabibilangan ng pagtulong sa paglikha ng isang mapayapa at maayos na kapaligiran sa tahanan (*peaceful and well-managed home environment*). Ngunit ang pagtugon sa pangangailangang ito ay hindi nangangahulugang ikaw ang gagawa ng lahat ng trabaho. Nangangahulugan lamang ito na ginagawa mo ang mga gawaing pantahanan na pinakamahalaga sa kanya, na nagdedeposito ng mga *love units*.

Karaniwang nagsisimula ang pag-aasawa sa pagkukusa ng parehong asawa na magbahagi ng mga responsibilidad sa bahay. Karaniwang naghuhugas ng pinggan nang magkasama ang mga bagong kasal, nag-aayos ng kama nang magkasama, at naghahati ng maraming gawaing bahay. Tinatanggap ng lalaking bagong kasal ang tulong na nakukuha niya mula sa kanyang asawa sa mga gawaing ginagawa niyang mag-isa noong binata pa. Sa puntong ito ng pag-aasawa, wala sa kanila ang tutukoy sa suportang pantahanan bilang isang mahalagang *Emotional Need*. Ngunit tumatakbo na ang *time bomb*.

Kailan sumasabog ang pangangailangan para sa suportang pantahanan? Kapag dumating na ang mga anak! Lumilikha ang mga anak ng malalaking pangangailangan: mas malaking pangangailangan para sa kita at mas mahihirap na responsibilidad sa bahay. Ang dating paghahati ng gawain (*division of labor*) ay nagiging lipas na. Dapat umako ng mga bagong responsibilidad ang parehong asawa. Alin ang kanilang kukunin?

Sa ngayon ay maaaring iniisip mo na wala kang pangangailangan para sa suportang pantahanan. Ngunit maaaring magbago iyon mamaya, at kapag nangyari iyon, maging handa na gumawa ng bagong listahan ng mga pangangailangang emosyonal. Sa katunayan, sa sandaling asahan mong magkakaroon ng iyong unang anak, makikita mo ang iyong sarili na lubhang nagbabago ng iyong mga prayoridad.

Anong mga gawaing bahay ang hindi mo handang akuin? Gaano karaming pag-aalaga sa bata ang inaasahan mo na ibibigay ng iyong asawa? At kung aakuin ng iyong asawa ang ilan sa mga responsibilidad na iyon, gaano kalaking kasiyahan ang mararanasan mo?

Mga Katanungan para sa Pag-iisip

1. Kung ipinahiwatig ng iyong *partner* na hindi siya nagpaplanong magbigay ng anumang suportang pantahanan, makakaapekto ba iyon sa iyong desisyong magpakasal? Oo o Hindi?
2. Inaasahan mo ba na ang iyong asawa ang pangunahing responsable para sa mga gawaing pantahanan sa buong panahon ng iyong pag-aasawa? Oo o Hindi?
3. Kung ikaw ay kasal na at ang iyong mga sagot ay "oo" sa mga tanong sa itaas, malamang na isa ito sa iyong mga pinakamahalagang pangangailangang emosyonal.
4. Kung ikaw ay *engaged* at ang iyong mga sagot ay "oo" sa mga tanong sa itaas, hindi pa ito kabilang sa iyong kasalukuyang mga pinakamahalagang pangangailangang emosyonal, ngunit kapag kasal na kayo, malamang na magiging isa ito sa iyong mga pinakamahalagang pangangailangang emosyonal, lalo na kapag dumating na ang mga anak.

KOMITMENT SA PAMILYA (*FAMILY COMMITMENT*)

Ang pangangailangan sa komitment sa pamilya ay isang matinding pagnanais na makatanggap ng tulong sa moral at edukasyonal na pag-unlad ng iyong mga anak sa loob ng pamilya ninyo.

Bukod sa mas malaking pangangailangan para sa kita at tulong sa mga responsibilidad sa bahay, ang pagdating ng mga anak ay lumilikha sa maraming tao ng pangangailangan para sa komitment sa pamilya. Ang katibayan ng pangangailangang ito ay isang matinding pagnanais para sa pakikilahok ng iyong asawa sa edukasyonal at moral na pag-unlad ng iyong mga anak. Kapag tumulong siyang alagaan sila, makakaramdam ka ng lubos na kaganapan, at kapag hindi niya ito ginawa, makakaramdam ka ng labis na pagkadismaya.

Ang komitment sa pamilya ay hindi pag-aalaga sa bata. Ang pagpapakain, pagbibihis, o pagbabantay sa mga bata para mapanatili silang ligtas ay *childcare* at napapailalim sa kategorya ng suportang pantahanan. Ang komitment sa pamilya, sa kabilang banda, ay pag-ako ng responsibilidad para sa pag-unlad ng mga anak, pagtuturo sa kanila ng mga pagpapahalaga na makakatulong sa kanilang maging matagumpay na mga nasa hustong gulang. Maaaring kabilang dito ang pagbabasa sa kanila, pagdadala sa kanila sa madalas na pamamasyal, pagpapaunlad ng kasanayan sa angkop na paraan ng pagdidisiplina at paggabay sa mga bata, at pagtalakay sa mga paraang iyon kasama mo.

Tulad ng suportang pantahanan, maaaring wala ka pang ganitong pangangailangan kung wala kang anak. Ngunit kapag ipinanganak ang iyong unang anak, maaaring maganap ang isang pagbabago na hindi mo inaasahan. Kapag nagsimula kang magnais ng pakikilahok ng iyong asawa sa pagsasanay ng iyong anak, ito ay nagiging isang *Emotional Need* para sa iyo. Tiyaking ipaalam ang katotohanang iyon sa iyong asawa at idagdag ito sa listahan ng iyong pinakamahalagang mga pangangailangang emosyonal.

Mga Katanungan para sa Pag-iisip

1. Kung ipinahiwatig ng iyong *partner* na hindi siya nagpaplanong maging aktibong kasangkot (*actively involved*) sa pagpapalaki ng iyong mga anak, makakaapekto ba iyon sa iyong desisyong magpakasal? Oo o Hindi?
2. Inaasahan mo ba na ang iyong asawa ay magiging aktibong kasangkot (*actively involved*) sa pag-unlad at edukasyon ng iyong mga anak? Oo o Hindi?

3. Kung mayroon kang mga anak at ang iyong mga sagot ay "oo" sa mga tanong sa itaas, malamang na isa ito sa iyong mga pinakamahalagang pangangailangang emosyonal.
4. Kung wala kang mga anak at ang iyong mga sagot ay "oo" sa mga tanong sa itaas, hindi pa ito kabilang sa iyong kasalukuyang mga pinakamahalagang pangangailangang emosyonal, ngunit kapag nagkaroon kang mga anak, malamang na magiging isa ito sa iyong mga pinakamahalagang pangangailangang emosyonal.

PAGHANGA (*ADMIRATION*)

Ang pangangailangan sa paghanga ay isang matinding pagnanais na ipakita sa iyo ang respeto, halaga, at pagpapahalaga.

Kung mayroon kang pangangailangan sa paghanga, isa sa mga dahilan kung bakit ka nahulog sa pag-ibig sa iyong asawa ay maaaring dahil sa pagpuri niya sa iyo. Maaaring maingat din siyang umiwas sa pagpuna dahil labis kang nasasaktan sa kritisismo.

Marami sa atin ang may pangangailangan na irespeto, pahalagahan, at bigyang-apresasyon, lalo na ng taong mahal natin. Nais nating mapagtibay nang malinaw at madalas. Walang masama sa ganyang pakiramdam.

Ang pangangailangan sa paghanga ay isa sa mga pinakamadaling emosyonal na pangangailangang matugunan. Isang papuri o salita ng pagpapahalaga lamang, at "*presto*," napasaya mo na ang araw ng isang tao. Sa kabilang banda, kasing dali rin ang maging mapanuri. Ang isang maliit na salita ng pagsaway ay maaaring lubhang nakakainis sa mga taong may ganitong pangangailangan, sinisira ang kanilang araw at nagwi-*withdraw* ng mga *love unit* sa nakakaalarmang bilis.

Mga Katanungan para sa Pag-iisip

1. Kapag binibigyan ka ng papuri ng iyong *partner*, nagpapasaya ba iyon sa iyo? Kapag nabigo siyang purihin ka o pinupuna ka, nadidismaya ka ba?

2. Kung madali kang maapektuhan ng mga salita ng papuri at kritisismo, ang paghanga ay maaaring isa sa iyong pinakamahalagang mga pangangailangang emosyonal.

PAGIGING EKSPERTO

Ang sampung pangangailangang emosyonal na inilarawan ko ay mahalaga sa ating lahat. Ngunit iilan lamang sa sampu ang napakahalaga sa iyo kaya mahuhulog ka sa pag-ibig sa taong tumutugon sa mga ito.

Malaking bahagi ng ating kaligayahan sa buhay ay nagmumula sa ating mga relasyon sa iba. Ito ay dahil hindi natin matutugunan ang ating pinakamahalagang mga pangangailangang emosyonal nang mag-isa; dapat itong tugunan ng iba para sa atin. At karaniwan tayong nahuhulog sa pag-ibig at nagpapakasal sa taong sa tingin natin ay pinakamahusay na makatutugon sa mga ito.

Ang pagiging pinakadakilang *source* ng kaligayahan ng isa't isa ay isang layunin bago ang kasal at dapat magpatuloy sa buong buhay.

Bakit hindi mas maraming asawa ang sumusubok na maging eksperto sa pagtugon sa mga pangangailangang emosyonal ng isa't isa? Ang pagiging eksperto ay nangangahulugan lamang na gumawa ka ng pagsisikap na matutunan kung ano ang gagawin (ibig sabihin, nag-develop kang mga gawi - *developed habits*) para mapasaya ang isa't isa at ginagawa mo ito nang napakahusay. Hindi naman ito talaga ganoon kahirap. Sa katunayan, ang mga sikreto ng isang masayang pag-aasawa ay medyo madaling matuklasan, kung ang mga tao ay simpleng maglalaan ng oras para pag-aralan ang mga ito.

Ang pag-aasawa ay nangangailangan ng mga pangunahing kasanayan para sa tagumpay. Regular na kumukuha ng mga kurso ang mga tao para maging eksperto sa lahat ng uri ng bagay: *computer programming*, pamamahala ng negosyo, pag-aayos ng buhok (*hairstyling*). Matututuhan ng matalinong mag-asawa kung paano tugunan ang mga pangangailangang emosyonal ng isa't isa sa antas ng eksperto at pananatilihing mahusay ang kanilang mga kasanayan sa buong buhay nila, na nagpapanatili ng isang pag-aasawa na kasing kasiya-siya hangga't maaari para sa parehong mag-asawa.

Ngunit isang babala: Kung ang isang pangangailangan ay napakahalaga sa iyo kaya malamang na mahulog ka sa pag-ibig sa sinumang tumugon dito, ang pangangailangang iyon ay dapat matugunan nang eksklusibo sa pag-aasawa. Bakit? Dahil kung may ibang taong *opposite sex* ang tumugon sa pangangailangang iyon, nasa panganib ka na magkaroon ng *affair*—isa sa pinakamalalang paraan ng pagtataksil (*betray*) sa iyong asawa. Kapag kayo ay nagpakasal, dapat ninyong bigyan ang isa't isa ng eksklusibong karapatang tugunan (*exclusive right*) ang inyong pinakamahalagang intimong mga pangangailangang emosyonal para mahalin ninyo ang isa't isa nang eksklusibo sa buong buhay ninyo.

Ang eksklusibong karapatang ito na tugunan ng isa't isa ang inyong pinakamahalagang mga *intimate* na pangangailangang emosyonal ay naglalagay ng responsibilidad sa inyong mga balikat na tugunan ang mga pangangailangang iyon. Tutal, kung nangako ang iyong asawa na hindi niya hahayaang may ibang tao ang tumugon sa mga pangangailangang iyon, at pagkatapos ay mabigo kang tugunan ang mga ito, ang iyong asawa ay mapupunta sa isang lubhang hindi kasiya-siya at nakakadismayang sitwasyon.

Ang sekswal na kaligayahan ay isa sa mas halatang *intimate* mga pangangailangang emosyonal na dapat matugunan nang eksklusibo sa pag-aasawa, ngunit may iba pa na maaaring kasing halaga (*significant*). Halimbawa, ang isang *affair* ay hindi karaniwang nagsisimula sa *sex*; nagsisimula ito sa pinaka-*intimate* na anyo ng pag-uusap, kung saan ibinabahagi ang mga personal na damdamin at problema. Kung ang pag-uusap ay maaaring maging sanhi para mahulog ka sa pag-ibig sa isang taong *opposite sex*, ang iyong pinaka-*intimate* na

Kapag kayo ay nagpakasal, dapat ninyong bigyan ang isa't isa ng eksklusibong karapatang tugunan (*exclusive right*) ang inyong pinakamahalagang intimong mga pangangailangang emosyonal upang mahalin ninyo ang isa't isa nang eksklusibo sa buong buhay ninyo.

pag-uusap ay dapat limitado lamang sa iyong asawa. Ganoon din sa pagsuyo at pagsama sa libangan. Kung hahayaan mong ibang tao maliban sa iyong asawa ang tumugon sa mga pangangailangang iyon, manganganib kang magkaroon ng *affair*—isa sa pinakamalalang pagkakamali na maaari mong magawa sa buhay.

Mga Katanungan para sa Pag-iisip

1. Ano ang iyong iniisip tungkol sa ideya ng isang mag-asawa na nagbibigay sa isa't isa ng eksklusibong karapatan na tugunan ang kanilang pinakamahalagang mga pangangailangang emosyonal, para mahalin nila ang isa't isa nang eksklusibo? Ano ang mangyayari kung may ibang taong *opposite sex* ang tumugon sa mga pangangailangang iyon? Paano ito makakaapekto sa *account* sa *Love Bank* para sa taong iyon? Ano ang maaaring maging potensyal na kahihinatnan (*potential consequence*)?
2. Anong responsibilidad ang ipinapahiwatig ng eksklusibong karapatan na tugunan ang mga pangangailangang emosyonal? Ano ang responsibilidad ng taong may mga pangangailangang emosyonal? Ano ang responsibilidad ng taong tumutugon sa mga pangangailangang emosyonal?

8

TUKUYIN ANG MAHAHALAGANG MGA EMOTIONAL NEED

Ano ang iyong pinakamahalagang mga pangangailangang emosyonal? Ikaw lamang ang makakatukoy ng mga ito. At ang iyong *partner* lamang ang makakatukoy ng kanyang mga pangangailangan. Bagama't maaaring alam ko kung alin sa mga pangangailangan ng karaniwang tao ang may pinakamataas na prayoridad, hindi ko ito malalaman para sa isang partikular na indibidwal hangga't hindi niya sinasabi sa akin kung ano ang mga ito.

Mahirap para sa karamihan ng mga tao na tukuyin ang kanilang mga pangangailangang emosyonal nang walang kaunting tulong. Sa mga

nakaraang kabanata, ipinakilala ko sa iyo ang ilan sa mga pinakakaraniwang pangangailangang emosyonal. Mula sa listahang iyon ng sampung pangangailangan, hinikayat kita na piliin ang mga alam mong mahalaga para sa iyo. Kung hindi mo pa ito nagagawa, isulat mo ang mga pangangailangang sa tingin mo ay pinakamahalaga.

Tandaan, isang matinding pagnanais (*craving*) ang *Emotional Need* na, kapag natugunan, ay nagpapasaya at nagbibigay-kasiyahan sa iyo, at kapag hindi natugunan ay nagdudulot sa iyo ng kalungkutan at pagkadismaya (*frustration*). Subukang tukuyin kung ano ang nagbibigay sa iyo ng pinakamalaking kasiyahan kapag mayroon ka nito, at kung ano ang lumilikha ng pinakamalaking pagkadismaya kapag wala ka nito.

Maaari kang magdagdag sa iyong listahan ng iba pang mga pangangailangang emosyonal na mas mahalaga sa iyo kaysa sa mga isinama ko sa mga nakaraang kabanata. Subukang isipin ang mga bagay na maaaring gawin ng iyong *partner* para sa iyo na pinakamatindi mong ninanais sa buhay. Kung ang mga pangangailangang iyon ay hindi kasama sa sampung inilista ko, at malamang na mahulog ang iyong loob sa sinumang makakatugon sa mga pangangailangang iyon, dapat ay nasa listahan mo ang mga ito. At dapat ay malinaw na mailarawan ang mga ito hangga't maaari para maunawaan ng iyong *partner* kung ano ang mga ito at malaman kung paano tugunan ang mga ito. Ngunit huwag isama ang mga pangangailangang kaya mong matugunan nang mag-isa; piliin mo ang mga pangangailangang maaari lamang matugunan ng ibang tao.

Para maihanda ka sa proseso ng pagraranggo na ito, isipin mo sandali na ang iyong *partner* ay handang tugunan ang isa lamang sa mga pangangailangan sa iyong listahan at hindi handang tugunan ang anuman sa iba pa. Kung ganoon ang kaso, alin sa mga pangangailangang emosyonal ang pipiliin mo?

Bago ka sumagot, isaalang-alang ito: Para sa mga may-asawa, kung hindi mo pipiliin ang sekswal na kaligayahan bilang pinakamahalagang pangangailangan, maaaring hindi ka kailanman makipagtalik sa iyong asawa. Kung hindi mo pipiliin ang pagsuyo, maaaring hindi ka na kailanman yakapin o halikan ng iyong asawa. Kung hindi mo pipiliin ang suportang pinansyal, maaaring hindi kumita ni isang kusing ang iyong asawa sa buong buhay mong magkasama. Kung isa lamang sa mga pangangailangan ang matutugunan ng iyong asawa at ang lahat ng siyam na iba pa ay hindi matutugunan, alin ang magbibigay sa iyo ng pinakamalaking kasiyahan at pinakamaliit na pagkadismaya? Alin ang magdedeposito ng pinakamaraming *love units*? Ang pangangailangang pipiliin mo ay dapat iranggo bilang numero 1.

Gaya ng alam mo, hindi mabubuhay ang iyong pag-aasawa kung isa lamang sa iyong mga pangangailangan ang natutugunan. Kaya kung makakapili ka pa ng isa pang pangangailangan mula sa listahan, tandaan na ang lahat ng iba pa ay hindi matutugunan ng iyong *partner*, alin ang pipiliin mo? Ang pangangailangang iyon ay dapat iranggo bilang numero 2.

Ipagpatuloy ang pagraranggo ng iyong mga pangangailangan ayon sa kahalagahan ng mga ito sa iyo hanggang sa makapili ka ng lima. Sa bawat pagpili mo, tandaan na ituring na walang pag-asa (*lost causes*) ang lahat ng iba pa.

Matapos mong iranggo ang iyong nangungunang limang mga pangangailangang emosyonal, hinihikayat kitang tingnan itong muli sa huling pagkakataon at bigyan ng espesyal na pansin ang mga hindi mo isinama. Kung lahat ng limang pangangailangang inilista mo ay matutugunan ng iyong asawa, magiging masaya ka ba? Kung mabigo ang iyong asawa na tugunan ang isang pangangailangang hindi kasama sa iyong listahan, manganganib bang masira nito ang iyong pag-aasawa? Kung may ikaanim na pangangailangang sa tingin mo ay dapat isama para matiyak ang tagumpay ng iyong pag-aasawa, idagdag ito sa listahan. Ngunit hayaan din ang iyong *partner* na magdagdag ng ikaanim na pangangailangan sa kanyang listahan.

Para sa kapakanan ng mga magkasintahang nakatakdang ikasal (*engaged*) na gumagamit ng materyal na ito, ginamit ko ang terminong kasalukuyan (*current*) na mga pangangailangang emosyonal. Ang inyong kasalukuyang pagraranggo ng mga pangangailangan ay malamang na magbago pagkatapos ng kasal: Ang Suportang Pinansyal, Sekswal na Kaligayahan, Suportang Pantahanan, at Komitment sa Pamilya ay maaaring wala sa kasalukuyang listahan, ngunit malamang na maidagdag sa nangungunang limang pinakamahalagang mga pangangailangang emosyonal ng sinumang asawa pagkatapos ng kasal.

Para sa mga mag-asawa, ang pagraranggo ng iyong mga pinakamahalagang pangangailangang emosyonal ay maaari ring magbago sa paglipas ng panahon. Ito ang dahilan kung bakit hihikayatin ko ang bawat mag-asawa na muling bisitahin ang listahang ito bawat taon.

Nalaman ko na kung ang mag-asawa ay gumagawa ng napakahusay na trabaho sa pagtugon sa nangungunang dalawang mga pangangailangang emosyonal ng bawat isa, karaniwan silang nakakapagdeposito ng sapat na *love units* para matiyak ang romantikong pag-ibig. Kung ang mag-asawa ay gumagawa ng medyo magandang trabaho sa pagtugon sa iba pang tatlo, nagdaragdag sila ng *insurance* sa kanilang pag-aasawa. Ngunit ang mga mag-asawang sumusubok na tugunan ang lahat ng sampung pangangailangan ay sumusubok na gumawa ng masyadong marami at karaniwang nauuwi sa hindi maganda (*poor*) o katamtaman (*mediocre*) na trabaho sa lahat ng ito. Sa mga ganoong pag-aasawa, kahit na malaking pagsisikap ang ginagawa, ang mga resulta ay lubhang nakakadismaya. Kaya sa pamamagitan ng pagtutuon ng pansin sa mga pangangailangang pinakamahalaga, at pagbabalewala sa iba pa, maaaring magkaroon ng kahanga-hangang (*sensational*) pag-aasawa ang mag-asawa.

Bigyan mo ng napakaespesyal na pansin ang mga pangangailangang niraranggo mo at ng iyong partner bilang numero 1 at numero 2. Iyon ang mga pangangailangang nais mong maging eksperto sa pagtugon para sa isa't isa. Kung hahayaan mong hindi matugunan ang mga ito sa iyong pag-aasawa, manganganib ang iyong pagmamahal sa isa't isa. Kung may ibang tao sa labas ng iyong pag-aasawa na makatutugon sa mga ito, magiging kaakit-akit siya at maaaring maging banta ito sa iyong pag-aasawa. Ang mga affair ay partikular na nakatutukso kapag may ibang tao sa labas ng pagsasama na tumutugon sa isa sa dalawang pinakamahalagang pangangailangang emosyonal na hindi natutugunan sa loob ng pagsasama.

SUMANG-AYON NA TUGUNAN ANG MGA PANGANGAILANGAN NG ISA'T ISA

Kapag natukoy na ninyo ng iyong partner ang inyong lima (o anim) na mga pangangailangang emosyonal, iminumungkahi ko na mangako kayong mag-aruga sa isa't isa sa pamamagitan ng pagtugon sa pinakamahalagang mga pangangailangang emosyonal. Para makatulong na linawin ang pangakong ito, naglagay ako ng Pangako sa Mag-asawa (Marital Promise) sa dulo ng aklat na ito. Maaari mong ilista ang iyong mga pangangailangan bilang paalala ng iyong regalo ng pag-aaruga sa isa't isa.

Makabubuting repasuhin ang iyong listahan bawat taon, dahil ang mga pangangailangan ay nagbabago sa paglipas ng panahon, lalo na kung kayo ay engaged pa lamang. Sa ilang taon, maaaring hindi gaano kalaki ang pagbabago—marahil ay pag-aayos lamang ng pagkakasunud-sunod ng mga pangangailangan. Ngunit halimbawa, sa taon na nagkaroon ng unang anak ang mag-asawa, ang mga bagong pangangailangan ay maaaring ganap na palitan ang ilan sa mga luma. Sa ganitong mga sitwasyon, dapat ipaalala ng mag-asawa sa isa't isa na ang pag-aaruga ay nangangahulugan ng pagtugon sa pinakamahalagang mga pangangailangang emosyonal ng isa't isa, kahit na magbago ang mga pangangailangang iyon sa habambuhay ninyong pagsasama. At para malaman kung ano ang mga ito, kailangan ninyong regular na sumangguni sa isa't isa.

SURIIN ANG IYONG PAGIGING EPEKTIBO

Iniisip ng karamihan na kaya nilang tugunan ang mga pangangailangang emosyonal ng kanilang asawa kung alam lamang nila kung ano ang mga ito. Pagsuyo, madamdaming pag-uusap, pagsama sa libangan—hindi dapat ito masyadong mahirap pamahalaan. Bukod pa rito, iniisip ng marami na maganda na ang ginagawa nilang pagtugon sa mga pangangailangang emosyonal ng isa't isa, o narinig na sana nila ito, hindi ba? Bakit mo pa bubuksan ang isang usaping magdudulot lamang ng panibagong problema (*opening a can of worms*) na, kapag nabuksan, ay maaaring sumira sa lahat?

Magandang tanong iyan, at tumutukoy ito sa ugat kung bakit maraming mag-asawa ang hindi sumusubok na suriin kung gaano kaepektibo ang pagtugon nila sa mga pangangailangan ng isa't isa maliban kung ang sitwasyon ay lumala nang husto (*deteriorated significantly*). Madalas nilang maramdaman na tila hindi sensitibo ang subukang pagbutihin ang mga kasanayan ng kanilang *partner* sa pagtugon sa kanilang mga pangangailangan.

Magiging napakahirap para sa sinuman sa inyo na aminin na ang isang mahalagang pangangailangan ay hindi natutugunan gaya ng nararapat. Una sa lahat, sinusubukan ninyong maging sumusuporta at nagpapalakas ng loob sa isa't isa hangga't maaari. Ang pagrereklamo (*complaining*) ay eksaktong kabaligtaran ng nais mong ipahayag sa isa't isa. Ngunit kung hindi ka nasisiyahan sa paraan ng pagtugon ng iyong *partner* sa iyong mga pangangailangan, mahalagang ihayag ang katotohanang iyon ngayon.

Kung nais mong maging bihasa sa anuman, dapat kang makatanggap ng *feedback* kung kumusta ang iyong ginagawa. Sa ganoong paraan, maitatama mo ang iyong mga pagkakamali at mapapabuti ang iyong pangkalahatang pagganap (*overall performance*). Ang pag-aaral na maging eksperto sa pagtugon sa mga pangangailangang emosyonal ng isa't isa ay nangangailangan din ng *feedback*. Kung hindi, walang paraan para malaman mo kung epektibo ka sa pagtugon sa mga ito. Kung walang feedback, hihina ang iyong mga kasanayan.

Sa puntong ito, dapat ay natukoy mo na at ng iyong *partner* ang iyong sariling pinakamahalagang mga pangangailangang emosyonal nang isa-isa, at iyon ay isang mahalagang unang hakbang. Ang susunod na hakbang ay ang ihayag ang mga ito sa isa't isa. Kapag naihayag na, ang pagtugon sa mga pangangailangang emosyonal ng isa't isa ay magiging representasyon ng iyong mga layunin sa pag-aasawa; kung matutugunan mo ang mga ito para sa isa't isa, maibibigay mo ang pag-aaruga na inaasahan mong pareho sa iyong pag-aasawa. Ngunit paano mo malalaman kung nakakamit mo ang mga layuning iyon? Paano mo malalaman kung natutugunan mo ang mga pangangailangan ng iyong asawa? Paano malalaman ng iyong asawa kung natutugunan ang iyong mga pangangailangan? Dapat ay mayroon kang simple, ngunit sensitibong paraan para ipaalam ang iyong kasiyahan o di-kasiyahan sa paraan ng pagtugon sa iyong mahahalagang pangangailangan.

Para matulungan ka, paisa-isa mong tanungin ang iyong sarili ng mga sumusunod na tanong tungkol sa bawat isa sa limang pinakamahalagang mga pangangailangang emosyonal sa iyong mga listahan.

1. Nasisiyahan ka ba sa paraan ng pagtugon ng iyong *partner* sa pangangailangang ito (kalidad - *quality*)?

   Kung ang sagot mo ay "hindi," paano mo nais na tugunan ng iyong partner ang pangangailangang ito? Maging tiyak at tukuyin ang positibo at pang-asal (behavioral) na mga mungkahi. Sa isang hiwalay na papel, isulat ang kategorya ng pangangailangan at sa ilalim ng kategoryang iyon, ilista ang pinakamaraming pahayag na "Gustong-gusto ko sana kung [tiyak, positibong kilos]" para sa pangangailangang iyon hangga't kaya mo (hal., Pagsuyo: "Gustong-gusto ko sana kung bibigyan mo ako ng sampung segundong yakap pag-uwi mo galing sa trabaho.")

Kung ang sagot mo ay "oo," paano tinutugunan ng iyong partner ang pangangailangang ito? Maging tiyak at tukuyin ang mga positibong paraan kung paano tinutugunan ng iyong partner ang pangangailangan. Sa hiwalay na papel, sa ilalim ng nakasulat na kategorya ng pangangailangan, ilista ang pinakamaraming pahayag na "Gustong-gusto ko kapag [tiyak, positibong kilos]" para sa pangangailangang iyon hangga't kaya mo (hal., Paghanga: "Gustong-gusto ko kapag tine-text mo ako tuwing hapon para sabihin ang isang bagay na pinahahalagahan o hinahangaan mo sa akin.")

Kung parehong 'oo' at 'hindi,' isama ang parehong mga pahayag na 'Gustong-gusto ko kapag' at 'Gustong-gusto ko sana kung' sa ilalim ng kategorya ng pangangailangan.

2. Sapat ba ang dalas ng pagtugon ng iyong *partner* sa pangangailangang ito (dami - *quantity*)?

   Kung ang sagot mo ay "hindi," gaano kadalas mo nais na tugunan ng iyong *partner* ang pangangailangang ito? Maging tiyak, gamit muli ang mga pahayag na "Gustong-gusto ko sana kung [tiyak, positibo, at minimithing kilos]" sa ilalim ng kategorya ng pangangailangan.

   Kung ang sagot mo ay "oo," maging tiyak, isulat ang mga pahayag na "Gustong-gusto ko kapag [tiyak, positibo, at minimithing kilos]" sa ilalim ng kategorya ng pangangailangan.

Hakbang sa Pagkilos:

1. Sa isang piraso ng papel, ilista nang pribado ang iyong nangungunang limang emosyonal na pangangailangan (emotional needs), na nag-iiwan ng espasyo sa pagitan ng bawat isa. Kung kailangan mo ng tulong sa proseso ng pagraranggo, ang isang alternatibo ay gumawa ng mga notecard na may tig-iisang salita na iyong napili na kumakatawan sa

bawat isa sa 10 pangangailangan na nakalista sa mga nakaraang kabanata, at ayusin ang mga ito ayon sa antas ng kahalagahan nito sa iyo; tandaan na nakaugnay ang mga pangangailangang iyon sa iyong romantikong damdamin para sa iyong partner (hal., Pagsuyo, Sekswal na Kaligayahan, Pamilya, Pera, Gawaing-bahay, Pagsasabi ng Katotohanan, Hitsura, Libangan, Pag-uusap, Paghanga).

2. Sa ilalim ng bawat kategoryang inilista, tumukoy ng pinakamaraming pahayag na "Gustong-gusto ko sana kung gagawin mo ang..." (partikular, ninanais na kilos) at "Gustong-gusto ko kapag ikaw ay..." (partikular, ninanais na kilos) hangga't kaya mo (tingnan ang ibaba para sa mga ideya), at gumamit ng hiwalay na piraso ng papel kung kinakailangan.

MGA HALIMBAWA NG GUSTONG-GUSTO KO SANA KUNG (KAPAG) (*I'D LOVE IT IF (WHEN) EXAMPLES*)

Pakipansin na ito ay mga kilos na nagpapasaya sa isang tao, hindi mga kilos na pumipigil sa isang tao na makaramdam ng masama (ang mga iyon ay mapupunta sa ilalim ng *Love Busters*, hindi mga pangangailangang emosyonal).

Paghanga: Gustong-gusto ko sana kung—sasabihin mo sa akin ang 3 bagay na naa-*appreciate* mo sa akin araw-araw at iba-ibahin mo ang mga kategorya (itsura, pagiging magulang, trabaho, karakter, pagiging maalalahanin); gumamit ka ng *hyperbole* kapag sinasabi mo sa akin ang isang bagay na gusto mo tungkol sa akin, tulad ng *"wow, great job"* at *"ang galing mo nung ginawa mo ___;"* i-*text* mo ako isang beses sa isang araw ng isang bagay na naa-*appreciate* mo sa akin; gumamit ng mga pahayag na *Gustong-gusto ko sana kung* ___ na may positibo at tiyak na kilos para bigyan ako ng mga ideya para maging mas kahanga-hanga.

Pagsuyo: Gustong-gusto ko sana kung—bibigyan mo ako ng halik sa umaga at sabihing *I love you*; gumamit ka ng mga tawag ng paglalambing tulad ng *sweetie* at *honey*; i-*text* mo ako isang beses sa isang araw at tanungin kung kumusta ako; dumiretso ka sa akin at bigyan ako ng 10-segundong *full-body hug* at sabihing, *I love you honey* pag-uwi mo galing sa trabaho; bigyan mo ako ng espesyal na *greeting card*, dosenang rosas, isang murang maalalahaning regalo, at espesyal na hapunan sa labas para sa mga espesyal na okasyon tulad ng *birthday*, *anniversary*; iakbay mo ang braso mo sa akin o hawakan ang kamay ko nang hindi bababa sa 10 minuto kapag nasa simbahan tayo o nanonood ng *movie*; pagbuksan mo ako ng pinto at hawakan ang kamay ko nang isang minuto kapag lumalabas para sa mga *errand*; kapag kumukuha ka ng isang bagay para sa iyong sarili, tulad ng isang basong tubig o *snack*, tanungin mo ako kung gusto ko rin iyon.

Madamdaming Pag-uusap: Gustong-gusto ko sana kung—tatawagan mo ako sa umaga, tanghalian, at hapon at tatanungin ako tungkol sa araw ko at ikukuwento mo ang sa iyo; magbasa ka ng diyaryo nang __ minuto sa isang araw at magbanggit ng 3 interesanteng ideya ng balita na nahanap mo (pag-uusap tungkol sa mga *humanitarian* at *political* na isyu sa mundo ang paborito ko); magbasa tayo ng libro na pareho nating gusto at pag-usapan kung ano ang nagustuhan natin pagkatapos basahin; maglakad tayo pagkatapos ng hapunan para pag-usapan ang araw.

Suportang Pantahanan: Gustong-gusto ko sana kung—i-*schedule* mo ang mga *appointment* ng mga bata sa doktor/dentista; maglaan ka ng oras bago ako umuwi mula sa trabaho para ilagay ang mga laruan ng mga bata sa isang *basket*; panatilihin mong walang kalat ang countertop sa kusina; gawin mo ang mga gawaing bahay na ito: __________ na pinaghahatian natin sa responsibilidad, ngunit talagang napapasaya ako kapag ginagawa mo ang mga ito; maglaan ka ng 1 oras tuwing Sabado sa pag-oorganisa at pag-aalis ng kalat; maghanda ka ng hapunan para sa pamilya __ beses bawat linggo; kumuha ka ng mga klase sa pagluluto kasama ko (maaari rin itong maging aktibidad ng Pagsama sa Libangan); kapag napansin mong may kailangang gawin sa bahay, tulad ng paglalagay muli ng sabon sa *shower* o paglalabas ng punong basurahan sa kusina patungo sa basurahan sa labas, gawin mo ito sa oras na iyon.

Pagsasabi ng Katotohanan at Pagiging Bukas: Gustong-gusto ko sana kung—maglaan ka ng 15 minuto bawat gabi sa sopa at sabihin sa akin ang 1) maganda/masamang bagay tungkol sa iyong araw, 2) ang iyong iskedyul para bukas, 3) mga ideya para sa ating 15 oras na magkasama, at 4) isang bagay na naa-*appreciate* mo sa akin o pinasasalamatan; gumamit ka ng 1-5 *rating scale* (5 ang pinakamaganda) kapag tinatanong kita kung ano ang nararamdaman mo tungkol sa isang ideya at, mas mabuti pa, pagkatapos ng numero bigyan mo ako ng 2 pangungusap kung bakit ganoon ang nararamdaman mo; gumamit ka ng "Gustong-gusto ko sana kung ___" para ipaalam sa akin kung hindi ka masaya tungkol sa isang bagay; sabihin mo "mag-negosasyon tayo" kung hindi ka masaya sa isang opsyon ng desisyon; sa isang date, sagutin natin nang magkasama ang isang tanong sa E2: Explore and Engage app kasama ko (mobile app available para sa Apple at Android).

Komitment sa Pamilya: Gustong-gusto ko sana kung— manalangin ka kasama ng mga bata bago matulog at magbasa sa kanila ng isang kuwentong mula sa Bibliya; umuwi ka para sa hapunan ng pamilya gabi-gabi; mag-isip ka ng tatlong ideya para sa isang aktibidad ng pamilya sa katapusan ng linggo at sabay nating pipiliin ang pinal na pagpipilian; sa hapunan, tanungin mo ang mga bata kung ano ang pinakamagandang nangyari at ano ang pinakamahirap na nangyari sa araw nila; maglaan ka ng oras linggu-linggo—isa-isa sa bawat bata—para kumustahin sila sa paaralan, alamin kung may anumang problema sila sa mga kaibigan, at sabihin sa kanila ang isang bagay na hinahangaan mo sa kanilang karakter o mga pagpapahalaga (values); pamunuan mo ang oras ng pagsamba ng pamilya linggu-linggo; at tulungan mo ang mga bata sa pagkakabisado ng mga talata sa Bibliya.

Suportang Pinansyal: Gustong-gusto ko sana kung—maglaan ka ng 15 minuto bawat Sabado para repasuhin ang ating sitwasyon sa badyet; tapusin mo ang kolehiyo para mapabuti ang iyong mga opsyon sa karera; humanap ka ng trabaho na magpapahintulot sa iyong umuwi bawat gabi at magbayad para sa ating mga "pangangailangan" sa bahay.

Kaakit-akit na Pisikal na Katangian: Gustong-gusto ko sana kung—tumakbo ka kasama ko tuwing umaga; hayaan mo akong pumili ng mga damit sa iyong aparador na gusto ko para sa mga *date* at pumili ng mga damit na talagang hindi ko gusto (para ipamigay); maligo ka bago matulog; maglagay ka ng *makeup* at *lipstick* bago ako umuwi mula sa trabaho; magsuot ka ng *jeans*, palda, o pantalon sa bahay (huwag mag-*sweat pants* pakiusap); magsuot ka ng *high heels* kapag nasa espesyal tayong *date*; magpakulay at/o magpagupit ka ng buhok isang beses sa isang buwan; magpa-*manicure/pedicure* isang beses bawat linggo; lumikha ka ng iskedyul para sa ehersisyo bawat linggo; tanungin mo ako bago magbago ng iyong *hairstyle*; magsuot ka ng *cologne* (pabango) kapag lumalabas sa isang *date* at tuwing katapusan ng linggo.

Pagsama sa Libangan: Gustong-gusto ko sana kung—mag-iskedyul ka ng __ beses bawat linggo kung saan lumalabas tayo at gumagawa ng isang bagay na magkasama na pareho nating gusto; maglaro ka ng *video games* kasama ko ng 1/2 oras sa isang gabi; kumuha ka ng mga aralin sa *golf* kasama ko isang beses sa isang linggo para makapaglaro tayo ng 18 *holes* nang magkasama 1/buwan; humanap ng 5 aktibidad na pareho nating gusto, at mag-iskedyul ng hindi bababa sa 1 aktibidad sa libangan tuwing Sabado.

Sekswal na Kaligayahan: Gustong-gusto ko sana kung—sasabihin mo sa akin kung ano ang nagpapasaya sa ating oras ng *intimacy* para sa iyo; mag-iskedyul ka ng mga oras para sa *intimacy* kasama ko kapag mayroon kang pinakamaraming enerhiya sa araw, mga __ beses/linggo; maglaan ka ng __ minuto para magyakapan sa kama nang magkasama pagkatapos ng *sex*.

TINGNAN MULI

Pagkatapos basahin ang mga sumusunod na karagdagang tagubilin, paisa-isa mong repasuhin ang iyong listahan ng mga pangangailangang emosyonal sa pangalawang beses para sa katumpakan ng iyong pagraranggo at kalinawan ng iyong positibo, pang-asal na mga mungkahi.

1. Repaso: Isang matinding pagnanais (*craving*) ang pangangailangang emosyonal na, kapag natugunan, ay nag-iiwan sa iyo ng pakiramdam ng kaligayahan (*happiness*) at pagkakuntento (*contentment*), at kapag hindi natugunan, ay nag-iiwan sa iyo ng pakiramdam ng kalungkutan at pagkadismaya (*frustration*).

2. Tinutukoy ba ng iyong listahan ang iyong kasalukuyang nangungunang limang pangangailangan na nagbibigay sa iyo ng pinakamalaking kasiyahan kapag natutugunan ito at lumilikha ng pinakamalaking pagkadismaya kapag hindi ito natutugunan? Niranggo mo ba sila mula 1 hanggang 5? Naisip mo ba na maaari ka lamang magkaroon ng isang pangangailangang natugunan, at iyon ba ang iyong #1 na pangangailangang emosyonal? Kung maaari ka lamang magkaroon ng isa pang pangangailangan, iyon ba ang iyong #2 na pangangailangang emosyonal? Kinakatawan ba ng listahang ito ang mga pangangailangan na, kapag natugunan ng iyong partner, magpapasaya sa iyo nang husto?

3. Kapag tapos ka na, tingnan mo muli ang iyong pagraranggo sa huling pagkakataon. Tanungin mo ang iyong sarili ng mga tanong na ito:

   - Kung matutugunan ng iyong *partner* ang lahat ng limang pangangailangang inilista mo, magiging masaya ka ba?
   - Sa tingin mo ba ang pagkakatugon sa mga pangangailangang iyon ay magpapanatili ng iyong pakiramdam ng pag-ibig?
   - Kung mabigo ang iyong partner na tugunan ang isang pangangailangang wala sa iyong listahan, manganganib ba ang

iyong pakiramdam ng pag-ibig? Kung may ika-6 na pangangailangan na sa tingin mo ay dapat isama para matiyak na mapapanatili ang iyong mga damdamin, idagdag ito sa listahan. Ngunit hayaan din ang iyong partner na magdagdag ng ikaanim na pangangailangan sa kanyang listahan.

4. Hiniling sa iyo ng Hakbang sa Pagkilos na tukuyin ang mga tiyak na paraan kung paano mas mahusay na matutugunan ang bawat isa sa iyong nangungunang limang pangangailangang emosyonal sa iyong relasyon. Halimbawa, kung ang pagsuyo (affection) ay niranggo sa nangungunang lima, maaari mong isulat, "Gustong-gusto ko sana kung iakbay mo ang iyong braso sa akin kapag nanonood tayo ng TV, nanonood ng movie, o nagsisimba." Ilarawan kung ano ang gusto mo (kalidad - quality) at gaano kadalas mo ito gusto (dami - quantity). Gumamit ka ba ng hiwalay na papel para sa listahang ito? Tiyak ba ang iyong mga mungkahi at nag-aalok ba ang mga ito ng positibo at minimithing kilos?

Matapos mong maingat na matukoy ang iyong mga nairanggong emosyonal na pangangailangan at mga partikular na mungkahi para tugunan ang mga ito, maaari kang magtakda ng oras para makipagpalitan ng inyong mga listahan sa iyong partner (Magbibigay ng ilang gabay ang Hakbang sa Pagkilos sa Kabanata Labing-isa). Makakatulong sa iyo ang feedback na iyong matatanggap na maging eksperto sa pagbibigay ng regalo ng pag-aaruga.

Mga Katanungan para sa Pag-iisip

1. Anong mga problema ang maaaring lumitaw kapag sinusubukan mong ipaalam ang pangangailangan para sa pagpapabuti sa pagtugon sa mga pangangailangang emosyonal?

2. Alam mo na ba ngayon kung paano ito gawin nang hindi nanganganib na makasakit ng damdamin o mayroon ka bang mas mahusay na paraan para magsabi ng katotohanan? Paalala: Isang paraan ay ang maging handa sa pamamagitan ng unang pagsulat kung ano na ang ginagawa ng iyong *partner* na tumutugon sa

pangangailangang iyon sa isang pahayag na "Gustong-gusto ko kapag [tiyak, positibo, at minimithing kilos]," at pagkatapos ay tukuyin ang mga mungkahi na maaaring makatugon sa iyong mga pangangailangan na nasa anyo ng isang "Gustong-gusto ko sana kung [tiyak, positibo, at minimithing kilos]." Tandaan din na karaniwang mas gusto ng mga tao na makarinig ng mga positibong kilos kumpara sa mga negatibong kilos___ iwasan ang mga pahayag na may "hindi," tulad ng *Gustong-gusto ko sana kung hindi mo gagawin ang* _____.

9

PAKIKINIG AT PAGTUGON

May isang mahalagang pagkakatulad sa paglago bilang isang maalalahaning asawa at sa paglago mo bilang disipulo ni Kristo: Sa madaling salita, pareho silang nangangailangan ng isang pamumuhay ng magalang na pakikinig at maalalahaning pagtugon.

Para maging isang maalalahaning asawa, kailangan ang pakikinig sa iyong asawa, lalaki man o babae, at paglikha ng isang pamumuhay na tumutugon sa narinig mo. Nakikinig ka sa iyong asawa at tumutugon sa pamamagitan ng pagbabago ng mga gawi. Ang layunin ng aklat na ito ay tulungan kang maging mas maalalahaning asawa.

Para lumago bilang tagasunod ni Jesus, o maging mas kawangis ni Kristo, kailangan ang pakikinig sa Diyos at pagsusumikap na lumikha ng isang pamumuhay na, bilang tugon, ay nagpapakita ng Kanyang Paghahari. Sa katunayan, ang ating pakikinig at pagtugon sa Kanya ang tunay na tanda na tayo ay nasa isang relasyon sa Kanya.

Sa mga susunod na kabanata, bibigyan kang mga pagkakataong makinig at maalalahaning tumugon sa iyong asawa; ngunit nagsasalita rin ang Diyos sa mga makikinig. At ang Kanyang pinakamalinaw na paghahayag ay sa pamamagitan ng Kanyang Anak, si Jesus na taga-Nazaret. Sa katunayan, kung nais mong makinig sa Kanyang pagsasalita, pakinggan ang mga salita ni Jesu-Cristo.

ANG PISTA NG KASALAN

Nagkuwento si Jesus tungkol sa isang pagdiriwang ng kasal na inihahanda ng isang hari para sa kanyang anak (Mateo 22: 1-14). Ipinadala ng hari ang kanyang mga lingkod para tawagin ang mga inanyayahang panauhin. Ngunit tumanggi silang pumunta.

> 8 Pagkatapos, sinabi niya sa kanyang mga alipin, 'Handa na ang
> kasalan, ngunit hindi karapat-dapat ang mga inanyayahan. 9 Kaya
> pumunta kayo sa mga pangunahing lansangan at anyayahan ninyo
> sa handaan ng kasalan ang sinumang makita ninyo.' 10 Lumabas ang
> mga aliping iyon sa mga lansangan, at tinipon nila ang bawat
> matagpuan nila, masama man o mabuti; kaya't napuno ng mga
> panauhin ang kasalan.
>
> 11 "Ngunit nang pumasok ang hari para tingnan ang mga panauhin,
> may nakita siya roong isang tao na hindi nakadamit pangkasal.
> 12 Sinabi niya sa kanya, 'Kaibigan, paano ka nakapasok dito na hindi
> nakadamit pangkasal?' Ngunit hindi siya nakapagsalita. 13 Kaya't
> sinabi ng hari sa mga lingkod, 'Gapusin ninyo ang mga paa at mga
> kamay niya, at itapon ninyo siya sa kadiliman sa labas. Doon ay ang
> pagtangis at ang pagngangalit ng mga ngipin.'

Sa kuwentong ito, nangako ang hari ng isang piging para sa lahat ng "masama" at "mabuti" na tumanggap ng kanyang paanyaya. Malawak na nakabukas ang pinto patungo sa pista. Ngunit may isang panauhin na dumating na hindi nakasuot ng damit-pangkasal (*wedding garment*). Ang kabiguang iyon ang naging dahilan para siya ay palayasin. Ang mga dumating at nakasuot ng damit-pangkasal ay nasiyahan sa isang marangyang pagdiriwang ng hari; isang piging ng mga regalong hindi nila kailanman kayang pagtrabahuhan o paghirapan sa kanyang presensya.

Ang talinghaga ni Jesus ay tumutukoy sa Kaharian ng Diyos. Mula rito, nakikita natin na ang Kaharian ng Diyos ay may bukas na pinto—isang bukas na paanyaya sa lahat. Puno ito ng saganang mga pagpapalang hindi maisip. Ngunit ano ang sinisimbolo ng bahaging tungkol sa lalaking pinalayas dahil sa hindi pagsusuot ng tamang damit-pangkasal? At paano natin matitiyak na mayroon tayo ng damit-pangkasal na kailangan?

Maraming iskolar ng Biblia ang tumulong sa pagsagot sa mga tanong na ito, ngunit malinaw na isinulat ni John Calvin: "Tungkol sa damit-pangkasal, ito ba ay pananampalataya, o ito ba ay isang banal na buhay?

Ito ay isang walang kabuluhang kontrobersiya; sapagkat ang pananampalataya ay hindi maihihiwalay sa mabubuting gawa, ni ang mabubuting gawa ay nagmumula sa anumang ibang *source* maliban sa pananampalataya."[1] Pagkatapos ay ipinagpatuloy niya, (sa diwa) ito ay tungkol sa tawag para sa atin na magbago, hubarin ang ating lumang sarili at isuot ang bagong sarili na dumarating sa pamamagitan ng ating pananampalataya kay Kristo Jesus (Colosas 3:9; Efeso 4:22); na "mamuhay ng isang bagong buhay, para ang kasuotan [damit-pangkasal] ay tumugma sa napakarangal na pagkatawag."

Walang tagasunod ni Jesus ang makakapag-angkin ng kasakdalan sa pamumuhay ng bagong buhay na ito na karapat-dapat sa Hari. Sa kabutihang palad, hindi iyon isang paunang kinakailangan (*prerequisite*) para sa pagpasok sa Kaharian ng Diyos.

Kapag inilagak mo ang iyong pananampalataya sa lahat ng ginawa ng Diyos, sa pamamagitan ni Jesu-Cristo, para sa iyo, tumatanggap kang hindi maisip, hindi kapani-paniwalang mga regalo. At isa sa mga regalong iyon ay ang presensya ng Kanyang Banal na Espiritu na nagpapahintulot sa ating makinig at maalalahaning tumugon sa Kanya sa mga paraang imposibleng magawa natin sa ating sarili lamang (Ezekiel 36:26-27, Juan 14:26, Roma 8:26).

Naaalala mo ba si Zaqueo? Malinaw niyang naunawaan kung ano ang kailangan. Tinanggap niya ang paanyaya ni Jesus at ipinahayag Siya bilang Panginoon. Bilang resulta, nagsimula siyang makinig at tumugon; kinilala niya ang kanyang makasariling kilos at gumawa ng mga pagbabago sa pamumuhay na nagpaparangal sa Diyos.

Mayroon ka bang relasyon sa Diyos? Tinanggap mo na ba ang paanyaya ni Kristo? Kung mayroon na, nakikinig at tumutugon ka ba sa Kanya?

---

[1] John Calvin. "Commentary on Matthew 22" (Verse 11). *Calvin's Commentary on the Bible*. Nakuha mula sa www.studylight.org/commentaries/cal/matthew-22.html. Orihinal na Teksto sa Ingles: "As to the wedding garment, is it faith, or is it a holy life? This is a useless controversy; for faith cannot be separated from good works, nor do good works proceed from any other source than from faith…[to] lead a new life, that the garment [wedding clothing] may correspond to so honorable a calling."

Gumagawa ka ba ng mga pagbabago sa pamumuhay na nagpapakita ng Kanyang Paghahari sa iyong buhay?

Ang Kaharian ng Diyos ay narito na ngayon! Nais ng Diyos ng isang personal, dinamikong relasyon sa iyo dito at ngayon—kasama na ang lahat ng iyong di-kasakdalan. At maaari mong tanggapin ang paanyayang ito at tamasahin ang mga pangako ng Diyos ngayon at magpakailanman. Tulad ng pagtawag Niya kay Zaqueo halos 2000 taon na ang nakalilipas, tinatawag ka Niya sa pangalan at nais Niyang magbigay sa iyo at tumanggap mula sa iyo ng mga regalo ng pag-ibig din!

Mga Katanungan para sa Pag-iisip

1. Nasa isang relasyon ka ba sa Diyos? Kung hindi ka sigurado, maaari kang makasiguro ngayon din! Tanggapin ang paanyaya ni Jesu-Cristo, at pagkatapos ay makinig at tumugon sa Kanyang patnubay. Tandaan, hindi ito tungkol sa pagsasabi ng tamang mga salita—ito ay kung ano ang nasa iyong puso. Ngunit kung naghahanap kang sasabihin, narito ang isang mungkahi:

   Dear Jesus,

   Tinatanggap ko ang Iyong paanyaya na pumasok sa Iyong Kaharian. Alam kong hindi ako karapat-dapat dahil inihiwalay ako ng aking makasalanang buhay mula sa Iyo. Ngunit naniniwala ako na Namatay Ka para sa aking mga kasalanan, at sa pamamagitan ng Iyong kamatayan at muling pagkabuhay, maaari akong mapatawad. Sa Iyong tulong, nais kong talikuran ang aking makasariling buhay at ipagpalit ito sa isang buhay na nakalulugod sa Iyo. Nais kong magsimulang makinig at tumugon sa Iyo sa pamamagitan ng pag-aaral tungkol sa buhay na nais Mong ipamuhay ko at pagkatapos ay gumawa ng mga pagbabago sa pamumuhay na nagpapakita ng Iyong kalooban.

   Kung pumasok ka sa isang relasyon sa Diyos sa oras na ito, mangyaring sabihin sa iyong partner. Sinasabi sa Lucas 15:7 na mayroong "kagalakan sa langit" NGAYON, ngunit mayroon ding pagsasaya sa lupa kasama ang iyong mga kapatid!

2. Kung nasa isang relasyon ka na sa Diyos, may nasabihan ka na ba tungkol sa regalong ito kamakailan? Kung ang sagot ay "hindi," sabihan mo ang isang tao ngayong linggo tungkol sa iyong relasyon. Ang regalong ito ay dapat ibahagi!

10

PAG-AAYOS (*FINE-TUNING*) NG REGALO NG PAG-AARUGA

Nakarinig ka na ba ng tumutugtog ng biyolin na sintunado? Noong natututo pa lamang maging mahusay na biyolinista ang aming *teenager* na anak na babae, ang kanyang pagtugtog ay nakakabingi kung hindi muna niya inaayos ang tono (*tune*) ng mga kuwerdas gamit ang isang tuning fork. Umaasa tayo sa tuning fork dahil hindi natin kayang mahanap ang perpektong tono (pitch) kung wala ito. At kapag perpektong naka-tono ang mga kuwerdas, parehong kasiya-siya ang pagtugtog at pakikinig. Sa Kabanata Tatlo, ikaw at ang iyong *partner* ay magbibigay at tatanggap ng isang "*tuning fork*"; ibabahagi ninyong dalawa ang mahalagang impormasyon tungkol sa inyong mga pangangailangang emosyonal sa isa't isa. Kung alam mo ang mga tiyak na paraan para matugunan ang mga pinakamahalagang pangangailangang emosyonal ng iyong asawa, maaari mong "i-*fine-tune*" ang iyong mga gawi para maging eksperto sa pagtugon sa mga pangangailangang iyon. Ang prosesong ito ng pag-fine-tune ay isang mahalagang bahagi ng pag-aaruga—at mahalagang bahagi rin sa pagpapanatili ng pakiramdam ng romantikong pag-ibig ng iyong asawa para sa iyo.

Ngunit ngayon, talakayin natin ang isa pang *tuning fork*—ang pagtukoy kung ano ang nakalulugod sa Diyos. Kung alam mo kung ano ang nakalulugod sa Kanya, maaari mong i-*fine-tune* ang iyong mga gawi para ibigay sa Kanya ang iyong regalo ng pag-aaruga.

PAANO NATIN MAIBIBIGAY SA DIYOS ANG REGALO NG PAG-AARUGA?

Tandaan—ang regalo ng pag-aaruga ay pagkukusa at pagsisikap na gawin ang iyong makakaya para mapasaya ang iba—ang pagiging *source* ng kaligayahan o kasiyahan. Ngunit mapapasaya ba talaga natin ang Diyos sa ating mga kilos? Ayon sa Bibliya, tiyak na magagawa natin! Puno ito ng mga halimbawa kung paano ang kilos ng isang tao ay "nakalugod" o nagbigay ng "kasiyahan" sa Diyos (1 Hari 3:10, 1 Cronica 29:17, Awit 147:11, Awit 149:4, Filipos 2:13, Hebreo 11:5, 13:16). At ang nakalugod sa Diyos sa lahat ng pagkakataong ito ay ang lumilikha ng isang pamumuhay ng paggawa ng Kanyang kalooban dahil sa ating pananampalataya sa Kanya.

Mas tiyak, nais Niya na tayo ay:

1. igalang at parangalan Siya
2. mahalin Siya nang buong pagkatao natin
3. mahalin at alagaan ang iba

Ang tatlong bahaging ito ay binibigyang-diin sa buong Bibliya, at hindi dapat ikagulat ng sinumang mananampalataya. Kapag ginawa natin ang mga ito, nalulugod ang Diyos, at kapag hindi, hindi Siya nalulugod. Kung nais mong matuto pa tungkol sa tatlong bahaging ito ng kalooban ng Diyos at higit pa, hinihikayat ka naming basahin ang aming aklat na *Let's Get Growing, Christians!* (Amazon.com, Harley/Chalmers, 2003). Makakatulong ito sa iyo na maunawaan ang kalooban ng Diyos para sa iyong buhay.

Ngunit sa pagkakataong ito, nais ko lamang na pag-isipan mo ang isa sa mga paraang ito para mapasaya Siya—ang Kanyang pagnanais na mahalin at alagaan natin ang iba. Nais ng Diyos na alagaan mo ang iba, ngunit binigyan ka Niya ng isang tao na mamahalin mo at aalagaan mo sa isang napakaespesyal na paraan—ang iyong asawa. Kapag ikaw ay nagpakasal, nangangako kang ibigay sa iyong asawa ang iyong pinakamahusay na pag-aaruga. At ginagawa mo ang pangakong iyon hindi lamang sa iyong asawa, kundi pati na rin sa Diyos. Nangangako kang alagaan ang espesyal na taong ito sa natitirang bahagi ng iyong buhay.

Kapag tinutupad mo ang pangakong iyon sa Diyos, nakalulugod ito sa Kanya—napapasaya Siya nito. Sa madaling salita, isang paraan para maibigay mo sa Diyos ang regalo ng pag-aaruga ay sa pamamagitan ng pagmamahal at pag-aalaga sa iyong asawa.

PAG-AARUGA SA IYONG ASAWA... ISANG PARAAN PARA IBIGAY SA DIYOS ANG REGALO NG PAG-AARUGA

Kung itatalaga (*commit*) mo ang iyong buhay sa pagpapalugod sa Diyos, sa katunayan, itinatalaga mo ang iyong buhay sa pag-aaruga sa iba. Ito ang diwa ng turo ni Kristo nang sabihin Niya, "'Ibigin mo ang Panginoon mong Diyos nang buong puso mo, at nang buong kaluluwa mo, at nang buong pag-iisip mo.' Ito ang dakila at unang utos. At ang pangalawa ay katulad nito, 'Ibigin mo ang iyong kapwa na gaya ng iyong sarili'" (Mateo 22:37-39). Malinaw na tinutukoy ng Kasulatan ang responsibilidad ng isang tagasunod ni Kristo: Ang mag-aruga sa mga tao kaibigan man sila o kaaway. Madaling maunawaan ang dahilan: Siya ang awtoridad sa pag-ibig. Sinasabi sa Juan 3:16, "Sapagkat gayon na lamang ang pag-ibig ng Diyos sa sanlibutan na ibinigay niya ang kanyang tanging Anak, para ang sinumang sa kanya'y sumampalataya ay huwag mapahamak kundi magkaroon ng buhay na walang hanggan." Kaya kung mahal natin ang Diyos, aalagaan nating mabuti ang ating kapwa dahil nakalulugod ito sa Kanya. At gaya ng natukoy na natin sa unang kabanata, ang iyong pinakamalapit na "kapwa," at isang taong pinaka-naaapektuhan ng iyong mga kilos, ay ang iyong *partner*.

Sa pag-aasawa, mayroon kang natatanging pagkakataon na magbigay ng bukod-tanging pag-aaruga (*exceptional care*). Maaaring ginawa tayo ng Diyos na lubos na nakaasa sa Kanya para matugunan ang lahat ng ating mga pangangailangang emosyonal. Ngunit hindi Niya ginawa. Sa halip, itinalaga (*delegated*) Niya ang mahalagang gawaing ito ng pagtugon sa partikular na mga pangangailangang emosyonal sa natatanging relasyon ng pag-aasawa.

Sa Diyos, hindi paraan (*means*) tungo sa relasyon ang ating mga regalo ng pag-ibig, kundi resulta nito.

Sa Diyos, hindi paraan tungo sa relasyon ang ating mga regalo ng pag-ibig, kundi resulta nito.

Maaari nating ibigay sa Diyos ang regalo ng pag-aaruga sa pamamagitan ng paggawa ng kalooban ng Diyos sa ating pang-araw-araw na buhay—pagsamba at pagmamahal sa Kanya, at pagmamahal sa iba. Pagdating sa pagmamahal sa iba, ang iyong relasyon sa iyong asawa ay isang mataas na prayoridad para sa Diyos. Kapag lumilikha kang mga gawi para matugunan ang pinakamahalagang mga pangangailangang emosyonal ng iyong asawa, gumagamit ka ng isang *"tuning fork"* na hindi lamang nagbibigay ng regalo ng pag-aaruga sa iyong asawa, kundi pati na rin sa Diyos.

Sa pamamagitan ng pag-fine-tune ng iyong buhay para matugunan ang mga pangangailangang emosyonal ng iyong asawa, ibinibigay mo ang regalo ng pag-aaruga sa iyong asawa at sa Diyos nang sabay. Iniiwasan mo ang nakabibinging tunog na nagmumula sa isang buhay na sintunado at lumilikha ka ng isang matamis na himig na nagmumula sa isang mapag-arugang relasyon.

P.S. Mayroon tayong natatanging pagkakataon—na magkaroon ng personal na relasyon sa ating Manlilikha, ang Diyos. Ngunit narito ang isang paalala tungkol sa relasyong ito: Huwag pagkamalan ang pag-aaruga sa iyong asawa at paggawa ng mga gawaing nakalulugod sa Diyos bilang paraan para "makuha" (earn) ang relasyong ito. Hindi ito kung paano ka namumuhay—ito ay kung paano namuhay si Kristo. Kung wala ang Kanyang kamatayan at muling pagkabuhay, at ang iyong pananampalataya sa Kanya, bawat mapag-arugang kilos ay walang halaga sa paningin ng Diyos.

Sa Roma 3, binibigyan tayo ni Paul ng paalalang ito, "Sapagkat walang pagkakaiba, yamang ang lahat ay nagkasala, at hindi nakaabot sa kaluwalhatian ng Diyos" (t. 23) at "Lahat ay lumihis, sama-sama silang nawalan ng kabuluhan; walang gumagawa ng mabuti, wala, wala kahit isa." (t. 12). Ngunit sa pamamagitan ng biyaya ng Diyos at ng ating pananampalataya, maaari tayong pumasok sa isang relasyon sa Kanya nang hindi gumagawa ng anumang sapat na mabuti para maging karapat-dapat dito. Sa Hebreo 11:6 sinasabi nito, "At kung walang pananampalataya ay hindi maaaring kalugdan ng Diyos, sapagkat ang sinumang lumalapit sa kanya ay dapat sumampalatayang may Diyos at siya ang tagapagbigay-gantimpala sa mga masigasig na humahanap sa kanya." (Hebreo 11:6). Ang ating mga regalo ng pag-ibig sa Diyos ay hindi paraan tungo sa relasyon, kundi bunga ng ating pananampalataya na Siya nga ang LAHAT ng sinasabi Niyang Siya ay.

Mga Katanungan para sa Pag-iisip

1. Ang mga kilos ba na nakalista ay awtomatikong magiging mga gawi dahil lamang ikaw ay Kristiyano o dahil "nais" mong mangyari ito? Ang sagot ay hindi. At para sa susunod na apat na linggo, repasuhin ang iyong plano araw-araw. Ang pagrerepaso, pagsasanay, at panalangin ay titiyak na ang mga kilos na ito ay magiging mga gawi!

2. Masasabi mo ba na madaling mamuhay sa kalooban ng Diyos? Kung nahihirapan ka sa isa sa mga bahagi sa itaas, narito ang ilang hakbang na maaari mong gawin para matulungan kang mamuhay ayon sa kalooban ng Diyos.

   Mga Hakbang sa Paglutas ng mga Espiritwal na Problema

   (Mula sa *Let's Get Growing, Christians!* Harley/Chalmers, 2003)

   1. Manalangin araw-araw para sa solusyon sa problema
   2. Manampalataya na, sa pagitan mo at ng Diyos, malulutas ito
   3. Mag-isip ng mga paraan kung paano malulutas ang problema
   4. Isagawa ang iyong pinakamahusay na plano

Tandaan: Isinulat ni Juan, "[14] Ito ang ating kapanatagan sa kanya, na kung tayo'y humingi ng anumang bagay na ayon sa kanyang kalooban, tayo'y pinapakinggan niya. [15] At kung ating nalalaman na tayo'y pinapakinggan niya sa anumang ating hingin, nalalaman natin na natanggap natin ang mga kahilingang hinihingi natin sa kanya." (1 Juan 5:14-15)

11

PAGIGING EKSPERTO SA PAG-AARUGA

Pagkatapos malaman nina Dennis at Mary ang tungkol sa kanilang sariling mga pangangailangan at matukoy ang mga tiyak na mungkahi kung paano maaaring matugunan ang bawat pangangailangan, sila ay nagpalitan. Sumang-ayon si Mary na simulan ang pagtugon sa nangungunang limang mga pangangailangang emosyonal ni Dennis at sumang-ayon si Dennis na tugunan ang mga pangangailangan ni Mary. Napakahalaga nito sa kanila kaya isinulat pa nila at pinirmahan ang kanilang pangako.

Sa una, lahat ito ay tila masyadong *"prescribed"* para kay Mary, na parang sinusunod lamang ni Dennis ang kasunduan nang hindi taos-puso. "Ganito na lang ba ang magiging pakiramdam sa nalalabing panahon ng ating pag-aasawa?" naisip niya. Ngunit pinaalalahanan niya ang kanyang sarili tungkol sa kanilang natutunan: "Nangangailangan ng panahon para ang mga kilos ay maging mga gawi, at sa simula ay maaaring maging alanganin ang pakiramdam," at "Habang natutugunan ang mga pangangailangan, ang mga 'love unit' ay naidedeposito at sa kalaunan ay nanunumbalik ang romantikong pag-ibig." Ang maganda, araw-araw nagsisikap sila ni Dennis na muling maibalik ang pag-aaruga na dati nilang naibibigay sa isa't isa, isang bagay na noon ay nagagawa nila nang walang kahirap-hirap.

Habang lumilipas ang mga araw at mas nagiging tuloy-tuloy ang kanyang mga pagsisikap, napansin niyang nagiging mas madali ang pagtugon sa mga pangangailangang emosyonal ni Dennis. Napansin din niya na mas panatag (*at ease*) si Dennis sa pag-aaruga sa kanya. Hindi pa man "perpekto" ang lahat, ngunit tiyak na nasa landas sila patungo sa paglikha ng isang bagong pamumuhay ng pag-aaruga.

SUMANG-AYON NA TUGUNAN ANG MGA PANGANGAILANGAN NG ISA'T ISA

Ipinapalagay na ang mag-asawa ay mag-aaruga sa isa't isa, ngunit dahil karamihan sa mga kasunduan sa pag-aasawa o mga panata sa kasal ay napakalabo (*vague*), madalas silang nabibigong tukuyin ang pag-aaruga na kailangan. Kaya nga iminumungkahi ko na ang mga mag-asawa ay magkaroon ng pormal na kasunduan sa isa't isa.

Para makatulong na linawin ang pag-unawang ito, nagbigay ako ng Pangako sa Mag-asawa para kumpletuhin mo at ng iyong asawa. May mga espasyo sa kasunduan para pangalanan ang mga pangangailangang emosyonal na natukoy na pinakamahalaga sa bawat isa sa inyo.

Hakbang sa Pagkilos: Mag-iskedyul ng 30-45 minuto kasama ang iyong partner (sa sandaling handa na kayong dalawa) na magbibigay sa iyo ng pagkakataong mangalap ng impormasyon tungkol sa nangungunang lima (o anim) na pinakamahalagang mga pangangailangang emosyonal ng iyong partner at mga tiyak na mungkahi sa kilos para mapabuti ang iyong mga kasanayan sa pagtugon ng pangangailangan.

Ngunit bago kayo mag-usap, tiyakin na inihanda ang mga sumusunod, at itanong sa iyong sarili ang mga tanong na ito:

- Natukoy ko na ba ang aking nangungunang limang pinakamahalagang mga pangangailangang emosyonal?
- Mayroon ba akong mga tiyak na mungkahi sa kilos na maiaalok sa aking *partner* kung paano maaaring matugunan ang mga pangangailangang iyon?
- Nasa anyo ba sila ng *"Gustong-gusto ko sana kung* [tiyak, positibong kilos]" at *"Gustong-gusto ko kapag"*? Nakasulat ba sila?

- Handa na ba akong mangalap ng impormasyon para maging mas epektibo ako sa pagtugon sa pinakamahalagang mga pangangailangang emosyonal ng aking *partner*?

Kapag kayo ay nag-usap, hilingin sa iyong partner na tukuyin kung ano ang maaaring mangungunang lima (o anim) na pangangailangang emosyonal niya sa panahong ito, at mangalap ng isa hanggang apat na *Gustong-gusto ko sana kung* at *Gustong-gusto ko kapag*, na may tiyak at minimithing kilos, para matulungan kang maunawaan kung paano matutugunan ang bawat pangangailangan, kung kapwa kayo sasang-ayon. Ang hakbang sa pagkilos na ito ay tungkol sa pakikinig at pangangalap ng impormasyon; hindi ito tungkol sa pagtukoy kung gagawin o hindi gagawin ang kilos.

Kung kailangan mo ng anumang tulong sa Hakbang sa Pagkilos na ito, o kung ang alinman sa partner ay kumikilos sa paraang nagdudulot ng withdrawal ng love units, mangyaring huminto muna at maaari mong isaalang-alang ang pagkuha ng klase ng *Four Gifts of Love®* para sa higit pang patnubay at pagpapalakas ng loob para makumpleto ang mga hakbang sa pagkilos (www.FourGiftsofLove.Org/four-gifts-of-love-class).

Makabubuting repasuhin ang iyong mga pangangailangang emosyonal taon-taon sa iyong pag-aasawa, dahil maaaring magbago ang mga pangangailangan sa paglipas ng panahon. Sa ilang mga taon, maaaring hindi gaano kalaki ang pagbabago—marahil ay pag-aayos lamang ng pagkakasunud-sunod ng mga pangangailangan. Ngunit halimbawa, sa taon na nagkaroon ng unang anak ang mag-asawa, ang mga bagong pangangailangan ay maaaring ganap na palitan ang ilan sa mga luma. Sa ganitong mga sitwasyon, dapat ipaalala ng mag-asawa sa isa't isa na ang pag-aaruga ay nangangahulugan ng pagtugon sa pinakamahalagang mga pangangailangang emosyonal ng isa't isa, kahit na magbago ang mga pangangailangang iyon sa habambuhay ninyong pagsasama. At para malaman kung ano ang mga ito, kailangan ninyong regular na sumangguni sa isa't isa.

PAGIGING EKSPERTO SA PAG-AARUGA

Sa pagsusuri ng iyong *partner* kung gaano mo kahusay na natutugunan ang kanyang mga pangangailangan, dalawang aspeto ng pag-aaruga ang isinasaalang-alang—kalidad at dami. Ang kalidad ay tumutukoy sa pagtugon sa pangangailangan sa paraang kasiya-siya— ito ay tumatalakay kung paano mo tinutugunan ang isang pangangailangan. Halimbawa, sa pagtugon sa pangangailangan para sa pag-uusap, dapat mong matutunan kung paano gawing kasiya-siya ang pag-uusap para sa iyong *partner*. Hindi mo talaga tinutugunan ang isang pangangailangan maliban kung ang kalidad ng iyong pag-aaruga ay nakakatugon sa minimum na pamantayan ng iyong *partner*.

Ang dami ay tumutukoy sa pagtugon sa pangangailangan nang sapat na dalas—ito ay tumatalakay kung gaano kadalas at gaano katagal kang gumugugol ng oras sa pagtugon sa isang pangangailangan. Ang ilang tao ay hindi nangangailangan ng katuparan nang napakadalas, habang ang iba ay madalas itong gusto. Halimbawa, ang pag-uusap ay isa sa mga pangangailangang iyon na, para sa ilan, ay sapat na ang maikling pag-uusap ilang beses sa isang linggo, ngunit para sa iba, nangangailangan ng mas mahaba at mas madalas na pag-uusap.

Habang natututo kang tugunan ang mga pangangailangang emosyonal ng isa't isa, dapat mong bigyang-kasiyahan ang parehong mga kinakailangan sa kalidad at dami para mapasaya ang iyong *partner*. Ang dami ay medyo madaling maunawaan, dahil sasabihin sa iyo ng iyong *partner* kung gaano kadalas at gaano karami niyang gusto matugunan ang pangangailangan. Ang kalidad ay mas mahirap iparating. Minsan kahit ang taong may pangangailangan ay hindi lubos na nauunawaan kung ano mismo ang kulang kapag hindi eksakto ang kalidad. Kung alam mong kailangan ng mga pagpapabuti sa kalidad ngunit hindi mo alam kung paano gawin ang mga ito, iminumungkahi kong basahin mo ang aklat ni Dr. Harley, *His Needs, Her Needs* (Revell, 1986, 2022) at ang kasama nitong workbook, *Five Steps to Romantic Love* (Revell, 2002, 2012). Tutulungan ka ng mga aklat na ito na pag-isipan ang bawat pangangailangan at bibigyan ka ng mas maraming ideya kung paano sila matutugunan sa kasiyahan ng isa't isa. Bilang karagdagan, para matulungan kang matandaan ang iyong sariling plano na tugunan ang mga pangangailangan ng iyong asawa, maaaring nais mong gamitin ang Gift of Care mobile app mula sa FourGiftsofLove.org, Google Play, at Apple App Store.

PAGBUTIHIN ANG IYONG MGA KASANAYAN: TUGUNAN ANG MGA PANGANGAILANGAN NG ISA'T ISA SA MGA PARAANG KAPWA KASIYA-SIYA

Dahil binigyan mo ang isa't isa ng eksklusibong karapatan na tugunan ang ilan sa pinakamahalagang mga pangangailangang emosyonal ng isa't isa (tulad ng sekswal na kaligayahan), bilang asawa, may obligasyon kang tugunan ang mga ito para sa isa't isa. Walang ibang etikal na alternatibo. Ngunit kung hindi mo nae-enjoy ang pagtugon sa mga ito para sa isa't isa, nasa panganib kang gumawa ng mga withdrawal sa *Love Bank* sa tuwing susubukan mo. At nasa panganib ka ring magkaroon ng matinding pag-ayaw (*aversive reaction*) sa pagtugon sa pangangailangang iyon.

Alam mo na kung paano ka makakagawa ng mga withdrawal sa *Love Bank*—ginagawa mo ito tuwing iniuugnay mo ang iyong *partner* sa isang masamang karanasan. Ngunit maaaring hindi mo alam kung ano ang *aversive reaction*. Hayaan mong ipaliwanag ko.

Matagal nang alam ng mga psychologist na kung gagawa ka ng isang bagay na hindi kaaya-aya nang sapat na katagal, magre-react nang napaka-negatibo ang iyong mga emosyon sa tuwing iisipin mo ito. Sa pag-asam na gawin itong muli, maaari kang magkaroon ng sakit ng ulo, makaramdam ng pagkahilo, o kahit makaramdam ng labis na sakit na hindi mo mapanatili ang pagkain. Nakapagpayo na ako sa marami na ganoon ang nararamdaman sa tuwing sinusubukan nilang makipagtalik sa kanilang asawa dahil ang kanilang mga nakaraang karanasan sa pagtatalik ay naging napaka-hindi kaaya-aya para sa kanila.

Ang pagiging *in love* ay maaaring makatukso sa mga tao na tugunan ang mahahalagang mga pangangailangang emosyonal ng isa't isa anuman ang mangyari. Sinusubukan nilang magmukhang interesado sa pag-uusap ng kanilang asawa, kahit na ang paksa ay napaka-boring sa kanila. Sinusubukan nilang mag-*enjoy* sa mga *recreational activitie*s na kinagigiliwan ng kanilang asawa. At sinusubukan nilang makipagtalik sa mga paraang nakalulugod sa kanilang asawa, kahit na sila ay napapahiya, o mas masahol pa, nakakaranas ng sakit.

Ngunit mariin kong ipinapayo sa lahat na iwasan ang paggawa nito.

Ang pag-aaruga na ipinapakita ninyo sa isa't isa ay dapat na kapwa pag-aaruga. Dapat kayong parehong sumang-ayon na tugunan lamang ang mga pangangailangan ng isa't isa sa mga paraang kasiya-siya para sa inyong dalawa. Huwag kailanman asahan na ang ibang tao ay magdurusa o magsakripisyo para matugunan ang iyong *Emotional Need*. May malaking karunungan sa likod ng rekomendasyong ito.

Dapat kayong parehong sumang-ayon na tugunan lamang ang mga pangangailangan ng isa't isa sa mga paraang kasiya-siya para sa inyong dalawa. Huwag kailanman asahan na ang ibang tao ay magdurusa o magsakripisyo upang matugunan ang iyong Emotional Need.

Ang pinakamahalagang dahilan para umiwas sa sakripisyo (ibig sabihin, sakit/pagdurusa) ay dahil nagmamalasakit kayo sa isa't isa, at nangangahulugan ito na wala sa inyo ang dapat magnanais na magdusa ang isa pa. Gaano kalaking kasiyahan ang maaari mong maramdaman kung alam mong ang iyong asawa ay hindi masaya sa paraan ng pagtugon niya sa isa sa iyong mga pangangailangan? Sa katunayan, karamihan sa mga pangangailangan ay pinakamahusay na natutugunan lamang kapag nae-enjoy ng iyong *partner* na tugunan ang mga ito para sa iyo. Kung ang iyong asawa ay naiinip sa isang partikular na paksa ng pag-uusap at alam mong gusto mong pag-usapan ito nang maraming oras, paano ka posibleng masiyahan sa pag-uusap kung alam mong hindi siya komportable? Ganoon din sa Pagsama sa Libangan. Masaya bang makisali sa isang aktibidad kasama ang isang tao na mas gugustuhing nasa ibang lugar?

Ang sex ay partikular na sensitibo sa kapwa kasiyahan. Kung pinipilit ng isang asawa ang kanyang sarili na makipagtalik nang kasing dalas ng kinakailangan, ginagawa ba itong kasiya-siya? Nakapagpayo na ako sa maraming asawang babae na sumang-ayon na makipagtalik nang kasing dalas ng hinihiling, at ang kanilang asawa ay umaalis sa bawat karanasan na nag-aalab sa galit. Bakit? Ito ay dahil napakalungkot niya habang sinusubukang makipagtalik sa kanya. Ang tanging paraan para siya ay masiyahan sa sekswal ay kung siya rin ay nag-e-enjoy sa pagtatalik.

Ngunit may iba pang mga dahilan para iwasan ang pagsasakripisyo ng iyong sariling damdamin para matugunan ang isang *Emotional Need*. Tulad ng nabanggit ko kanina, kapag hindi mo nae-enjoy ang pagtugon sa *Emotional Need* ng iyong *partner*, gumagawa ka ng mga withdrawal sa *Love Bank* sa tuwing susubukan mo. Ang pakinabang ng iyong *partner* ay iyong kawalan. Nawawalan ka ng pagmamahal para sa iyong *partner* sa tuwing sinusubukan mong tuparin ang pangangailangan.

At nariyan din ang problema ng mga aversive reaction. Maliban kung nae-enjoy mong tugunan ang mga pangangailangang emosyonal ng iyong *partner*, mapanganib kang maging emosyonal na nababagabag o kahit magkasakit nang pisikal sa tuwing susubukan mo. Sa kalaunan, magiging imposible nang matugunan ang mga pangangailangang iyon na napakahalaga sa pag-aasawa.

Tulad ng alam mo na, nais kong tugunan mo ang mahahalagang mga pangangailangang emosyonal ng isa't isa nang kasing dalas ng nais mong matugunan ang mga ito. Nais kong maging affectionate ang mga asawa sa isa't isa araw-araw, mag-usap nang *regular* nang may lalim at pag-unawa, maging paboritong *recreational companion* ng isa't isa, at madalas na makipagtalik sa isa't isa. Kung makakamit mo ang mga layuning iyon, dapat kang magtulungan para makahanap ng mga paraan para matugunan ang mga pangangailangang iyon sa paraang kapwa kasiya-siya.

Ang paraan ng pagtugon mo sa mga pangangailangan ng iyong asawa ay dapat isaalang-alang ang iyong sariling damdamin pati na rin ang damdamin ng iyong asawa. Kung ikaw ay magiging isang bihasang conversationalist, dapat kang pumili ng mga paksa na kinagigiliwan mo gaya ng kinagigiliwan ng iyong asawa. Ang iyong mga *recreational activities* ay dapat kasiya-siya sa iyo pati na rin sa iyong asawa. At sa tuwing ikaw ay magtatalik, ang mga kasanayang iyong pauunlarin ay dapat magbigay-daan sa inyong dalawa na ma-enjoy ang sekswal na karanasan. Ang paulit-ulit na pagdurusa habang tinutugunan ang mga pangangailangang emosyonal ng iyong asawa ay hindi lamang mabibigong magbigay-kasiyahan sa kanya, kundi magbabanta rin sa iyong pag-ibig sa isa't isa. At maaari itong lumikha ng ganoong kalakas na aversive reaction na sa kalaunan ay mabibigo kang tugunan nang buo ang pangangailangan ng iyong asawa.

Kung mas nae-enjoy mong gawin ang isang bagay, mas madalas mo itong gagawin. Kung mas hindi mo nae-enjoy ang isang bagay, mas bihira mo itong gagawin. Kung nais mo at ng iyong *partner* na tugunan ang mga pangangailangan ng isa't isa nang madalas at nang may kasiglahan, dapat kang lumikha ng isang karanasan na pareho mong kinagigiliwan. Titiyakin nito na ang iyong mga pangangailangan ay matutugunan nang may regularidad at pagkakapare-pareho. At kapag nangyari iyon, tutuparin mo ang iyong pangako na mag-aruga sa isa't isa sa natitirang bahagi ng iyong buhay.

Mga Katanungan para sa Pag-iisip

1. Ang mga kilos na nakalista sa sheet ng iyong asawa ba ay awtomatikong magiging mga gawi dahil lamang sa gusto mong mangyari ito? Ang sagot ay "hindi."

2. Ano ang dapat mangyari para ang isang kilos ay maging isang gawi? (Tandaan, dapat mong sanayin ang isang kilos bago ito maging isang gawi. Ang Gift of Care mobile app mula sa FourGiftsofLove.org, Google Play, at Apple App Store ay makakatulong sa iyong maalala ang pinakamahalagang mga pangangailangang emosyonal ng iyong asawa.)

Pag-usapan Natin Ito

Paalala: Mangyaring panatilihin mong **MAIKLI** ang usapan at **MANATILI KA SA PAKSA** ng mga tanong. At ang pinakamahalaga, gamitin mo ang oras na ito para sanayin ang iyong mga regalo ng pag-aaruga at proteksyon, na may espesyal na pag-iingat na iwasan ang mga komentong walang paggalang. Tandaan, ang iyong mga layunin ay maging source ng kaligayahan at iwasang maging source ng kalungkutan sa iyong relasyon.

1. Sa Ikapitong Kabanata, tinalakay ang paksa ng eksklusibong pagtugon sa pangangailangan. Dahil ang paksang ito ay NAPAKAHALAGA, narito ang isang sipi mula sa babasahin para sa inyong sama-samang repaso:

   "Ngunit isang babala: Kung ang isang pangangailangan ay napakahalaga sa iyo kaya malamang na mahulog ka sa pag-ibig sa sinumang tumutugon dito, ang pangangailangang iyon ay dapat matugunan nang eksklusibo sa pag-aasawa. Bakit? Dahil kung may ibang taong *opposite sex* ang tumugon sa pangangailangang iyon, nanganganib kang magkaroon ng affair—isa sa pinakamalalang anyo ng pagtataksil sa asawa mo. Kapag ikaw ay nagpakasal, dapat mong bigyan ang asawa mo ng eksklusibong karapatan na tugunan ang iyong pinakamahalagang intimong pangangailangang emosyonal, at dapat mo ring tanggapin ang eksklusibong karapatang iyon mula sa kanya, para mahalin ninyong dalawa ang isa't isa nang eksklusibo.

   "Ang eksklusibong karapatang ito na tugunan ang mahahalagang intimong pangangailangang emosyonal ng isa't isa ay naglalagay ng responsibilidad sa iyo na tugunan ang mga pangangailangang iyon. Kung tutuusin, kung nangako ang iyong asawa na hindi hahayaang ibang tao ang tumugon sa mga pangangailangang iyon, at pagkatapos ay mabigo ka *na* tugunan ang mga ito, malalagay ang iyong asawa sa isang lubhang di-kaaya-aya at nakakadismayang sitwasyon.

"Ang sekswal na kaligayahan ay isa sa mga pinakahalatang intimong pangangailangang emosyonal na dapat matugunan nang eksklusibo sa pag-aasawa, ngunit may iba pa na maaaring kasinghalaga. Halimbawa, ang isang affair ay hindi karaniwang nagsisimula sa sex; nagsisimula ito sa pinaka-intimong anyo ng pag-uusap, kung saan ibinabahagi ang mga personal na damdamin at problema. Kung ang pag-uusap ay maaaring maging sanhi para mahulog ka sa pag-ibig sa isang tao ng *opposite sex*, ang iyong pinaka-madamdaming pag-uusap ay dapat na para lamang sa iyong asawa. Ganoon din sa pagsuyo at pagsama sa libangan. Kung hahayaan mong ibang tao maliban sa iyong asawa ang tumugon sa mga pangangailangang iyon, nanganganib kang magkaroon ng affair—isa sa pinakamalalang pagkakamali na maaari mong magawa sa buhay."

2. Batay sa mga natutuhan mo sa ngayon tungkol sa *Love Bank* at sa pinakamahalagang pangangailangang emosyonal, ano ang maaaring mangyari kung papayagan mo ang isang taong *opposite sex* ang tumugon sa iyong pinakamahalagang pangangailangang emosyonal? Paano nito maaapektuhan ang balanse ng taong iyon sa iyong *Love Bank*?

3. Anong mga tuntunin sa pamumuhay ang maaaring sundin ng mag-asawa para maging mahirap para sa isang taong *opposite sex* na makagawa ng sapat na mga deposito sa kanilang mga Love Bank at magbunsod ng romantikong damdamin para sa taong iyon? Paano mo mapoprotektahan ang inyong mga Love Bank mula sa mga banta sa labas?

BAHAGI DALAWA

Regalo ng Proteksyon

IPINAPANGAKO KONG IIWASANG MAGING *SOURCE* NG IYONG KALUNGKUTAN—PARA IWASAN ANG MGA *LOVE BUSTER*.

12

ANG REGALO NG PROTEKSYON KASAMA ANG DIYOS

Ikaw at ang iyong *partner* ay may kakayahang saktan ang isa't isa. Sa katunayan, kung hindi kayong dalawa ay mag-iingat, maaari kayong dalawa ang maging pinakamalaking *source* ng kalungkutan ng isa't isa. Kaya, para maiwasan ang napakasamang kahihinatnan na iyon, sa Kabanata Labimpito ay matutunan mo kung paano ibigay ang regalo ng proteksyon.

Nais din ng Diyos na ibigay natin sa Kanya ang regalo ng proteksyon—isang pagkukusa at pagsisikap na iwasang maging *source* ng Kanyang kalungkutan. Maaaring lubhang masaktan ang Diyos sa paraan ng pagtrato natin sa Kanya at sa iba, at sinusubukan Niyang ipaalam kung ano ang nagpapalungkot sa Kanya sa pamamagitan ng mga "utos" na matatagpuan sa Kanyang salita.

Sa kasamaang palad, marami ang ayaw sa konsepto ng mga "tuntunin" o "utos." Ayaw nilang masabihan kung ano ang gagawin. Ngunit kung mag-uukol sila ng oras para tingnan ang bawat isa sa mga "tuntunin" ng Diyos, mapapansin nila ang isang bagay na nakakagulat—sa pamamagitan ng pagsunod sa Kanyang mga utos, hindi lamang nila iniiwasang maging *source* ng sama ng loob sa Diyos, iniiwasan din nilang maging *source* ng sakit sa kanilang sarili at sa iba. Ang pagbibigay ng regalong ito sa Diyos ay nagliligtas sa lahat mula sa mapangwasak na kahihinatnan ng pagkabigong sundin ang Kanyang karunungan.

Sinumang nakaranas na ng resulta ng paglabag sa isang tuntunin ng Diyos ay alam kung gaano kalaking pagdurusa ang maidudulot niyon sa kanya at sa iba sa paligid niya. Mga 90% ng mga taong napayuhan ko ay sumusubok na makabawi mula sa pagtataksil (*infidelity*). Itinuturing ng karamihan sa mga asawang pinagtaksilan ang pagtataksil na ito bilang pinakamasakit na karanasan sa kanilang buhay. Lahat ay nagdurusa: ang mga anak, ang asawang nagtaksil, at ang kabit. Walang duda, ang pangangalunya ay nagdudulot ng kalungkutan. At alam ng Diyos na ganoon ang kahihinatnan!

Nang ibigay ng Diyos ang Sampung Utos (Exodo 20:1-17) o nang sabihin sa atin ni Jesus ang tungkol sa mga Bagong Utos (Mateo 22:37-39), hindi Niya sinusubukang kontrolin o alipinin tayo. Sinusubukan Niyang protektahan tayo at ang iba mula sa hindi maiiwasang sakit at pagdurusa na nagmumula sa isang pabaya at hindi maalalahaning pamumuhay (*thoughtless life*). Pinaalalahanan ni Paul ang mga taga-Galacia tungkol dito nang sabihin niya, "Para sa kalayaan ay pinalaya tayo ni Cristo; kaya't magpakatatag kayo at huwag pasakop na muli sa pamatok ng pagkaalipin [sa kasalanan]" (Galacia 5:1). Tulad ng gagawin ng sinumang mapagmahal na ama, binibigyan Niya tayo ng mga tuntunin sa buhay na humahantong sa mas kaunting pagdurusa at mas malaking kaligayahan. Ngunit tinutulungan din tayo ng Kanyang mga tuntunin na maiwasang maging sanhi ng Kanyang pagdadalamhati. Sa Efeso 4:30-32 mababasa natin, "[30] At huwag ninyong pighatiin ang Espiritu Santo ng Diyos, na sa pamamagitan niya kayo'y tinatakan para sa araw ng pagtubos. [31] Lahat ng pait, galit, poot, pag-aaway, at paninirang-puri ay inyong alisin, pati lahat ng kasamaan, [32] at maging mabait kayo sa isa't isa, mga mahahabagin, nagpapatawad sa isa't isa, gaya ng pagpapatawad sa inyo ng Diyos kay Cristo." Sa madaling salita, kapag nagsusumikap tayong lumikha ng isang pamumuhay na sumusunod sa Kanyang mga tuntunin, ipinapakita natin ang isang pagkukusa at pagsisikap na iwasang maging sanhi ng Kanyang kalungkutan—ibinibigay natin sa Kanya ang ating regalo ng proteksyon.

Hakbang sa Pagkilos: Sa isang hiwalay na papel, ilista mo ang iyong mga gawi na nagiging sanhi ng kalungkutan ng Diyos. Mag-ukol ng oras sa panalangin na hilingin sa Kanya na ipakita ang mga gawing ito. Isulat ang isang gawi na nais mong ihinto. Ilista ang mga tiyak at positibong alternatibong kilos para palitan ang hindi kanais-nais na kilos. Ilista ang mga talata na sumusuporta sa iyong bagong kilos at sa pag-iwas sa lumang gawi. (Makakatulong ang seksyon ng konkordansya (concordance) ng iyong Bibliya sa paghahanap ng mga talatang ito.) Maaaring naisin mong isulat ang mga talata sa isang note card at dalhin ito hanggang sa makabisado. Pagkatapos ay kumpletuhin ang prosesong ito para sa tatlong karagdagang di-maalalahaning gawi.

Halimbawa:

a. Mabilis na nagagalit sa iba kapag may naririnig akong nakakainis

b. Mag-ukol ng oras para makinig at huwag tumugon hangga't hindi ko muna muling nasasabi sa isip o nang malakas ang narinig ko. Kung ang narinig ko ay nakakainis, humingi ng paumanhin sandali, at huminahon hanggang sa makapagsalita ako nang may pag-aaruga at kontrol.

c. Santiago 1:19-20— "Unawain ninyo ito, minamahal kong mga kapatid: ang bawat tao ay dapat na maging mabilis sa pakikinig, marahan sa pagsasalita, mabagal sa pagkagalit; [20]sapagkat ang galit ng tao ay hindi gumagawa ng katuwiran ng Diyos."

Repasuhin ito araw-araw sa loob ng susunod na apat na linggo. Pagkatapos ay ipagpatuloy ang iyong repaso tuwing ika-1 ng bawat buwan. Manalangin araw-araw para sa tulong ng Diyos habang pinapaunlad mo ang mga bagong kilos na ito. "Italaga mo sa PANGINOON ang iyong mga gawa, at magiging matatag ang iyong mga panukala" (Kawikaan 16:3).

Mga Katanungan para sa Pag-iisip

1. May kilala ka bang tao na palaging sumusunod sa lahat ng utos ng Diyos? Kung sa tingin mo ay may kwalipikado, hindi mo pa lubos na kilala ang taong iyon. Iyon ay dahil walang sinuman ang lubos na *consistent* sa pagsunod sa Kanyang mga utos. "Sapagkat walang pagkakaiba, [23]yamang ang lahat ay nagkasala, at hindi nakaabot sa kaluwalhatian ng Diyos;" (Roma 3:22b-23). Gayunpaman, hinihingi ng Diyos ang kumpletong pagsunod.

2. Kaya paano tayo maaaring magkaroon ng relasyon sa Diyos kung imposible namang sundin Siya nang lubusan? Ang sagot ay matatagpuan sa mga talatang sumusunod sa nabanggit sa itaas: Tayong mga makasalanan ay "itinuturing na ganap ng kanyang

biyaya bilang kaloob sa pamamagitan ng pagtubos na na kay Cristo Jesus; [25] na siyang inialay ng Diyos bilang handog na pantubos [kabayaran] sa pamamagitan ng kanyang dugo na mabisa sa pamamagitan ng pananampalataya." (Roma 3:24-25a). At ang pananampalatayang iyon ang gumagawa sa atin na Kanyang mga anak: "[12] Subalit ang lahat ng tumanggap sa kanya na sumasampalataya sa kanyang pangalan ay kanyang pinagkalooban sila ng karapatan na maging mga anak ng Diyos" (Juan 1:12).

13

ANO ANG PROTEKSYON? BAHAGI 1

Kung ikaw at ang iyong asawa ay nagmamahalan ngayon, resulta iyan ng mahusay na pag-aalaga sa isa't isa: Pagtugon sa mga pangangailangang emosyonal ng isa't isa. Nakapagdeposito ka ng napakaraming *love units* sa *Love Bank* ng isa't isa kaya lumampas na ang iyong mga balanse sa *romantic love threshold*. Ngunit lahat ng *love units* na maingat mong idineposito ay maaaring mabilis na ma-withdraw. Dahil hindi mo lamang kayang pasayahin nang husto ang iyong partner, kundi kaya mo rin siyang lubhang palungkutin.

Alam kong ayaw mong saktan ang iyong *partner*. Gayunpaman, kung hindi ka mag-iingat, maaaring *ikaw* ang maging pinakamalaking pinagmumulan ng kanyang kalungkutan. At kung hindi ka gagawa ng espesyal na pagsisikap na protektahan siya mula sa iyong makasariling mga instinct, hindi maiiwasan ang kalungkutang iyon.

Maaaring natuklasan mo na kung gaano kadaling masaktan ang damdamin ng isa't isa. Mula sa iyong natutunan, marahil ay gumawa ka na ng espesyal na pagsisikap para iwasang maging walang konsiderasyon. Halimbawa, maaaring tinatanong mo na kung ano ang nararamdaman ng iyong *partner* tungkol sa isang bagay na iyong pinaplano, dahil natutunan mo na halos lahat ng iyong ginagawa ay nakakaapekto sa kanya. Sa totoo lang, kung hindi ka natutong maging maalalahanin sa isa't isa noong nanliligaw pa lamang, malamang ay hindi mo isinaalang-alang ang pagpapakasal. Ang di-maalalahaning kilos ay nagwi-withdraw ng napakaraming *love units* kaya ang mga mag-asawang madalas itong ginagawa ay hindi nananatiling *in love* nang matagal.

Ang iyong pag-aaruga sa mga pangangailangang emosyonal ng isa't isa ang lumikha ng iyong pag-ibig, ngunit ang iyong pagiging maalalahanin ang nagpanatiling buhay sa iyong pag-ibig. Magpapatuloy ka bang maging maalalahanin pagkatapos ng kasal?

Para matulungan kang maalala na maging maalalahanin sa damdamin ng isa't isa sa natitirang bahagi ng iyong buhay, iminumungkahi kong ibigay mo sa isa't isa ang ikalawang regalo ng pag-ibig, ang Proteksyon: isang pagkukusa at pagsisikap na gawin ang iyong makakaya para maiwasan ang pananakit ng damdamin ng iba—para maiwasan na ikaw ang maging pinagmumulan ng kanilang kalungkutan. Sa esensya, ito ay isang pangako na ihinto ang pagiging *source* ng kalungkutan ng iyong asawa at gawin ang anumang kinakailangan para maiwasan ang mga mapanirang tendensiya at maprotektahan ang iyong asawa. Pinoprotektahan ka ng regalong ito laban sa mga makasariling tendensiya na tumutukso sa iyo na makinabang sa kapinsalaan ng isa't isa, o mas masahol pa, na sadyang subukang saktan ang isa't isa.

> Kapag tinutugunan mo ang pinakamahalagang mga pangangailangang emosyonal ng isa't isa, nagiging ikaw ang *source* ng pinakamalaking kaligayahan ng isa't isa. Ngunit kung hindi ka mag-iingat, maaari rin kang maging *source* ng pinakamalaking kalungkutan ng isa't isa.

LOVE BUSTERS: MGA GAWI NA SUMISIRA SA ROMANTIKONG PAG-IBIG

Tuwing may ginagawa ka na nagpapalungkot sa iyong *partner*, nagwi-withdraw ka ng ilang *love units*. Bawat walang-ingat na kilos ay may binabawas sa pag-ibig na mayroon ang mag-asawa para sa isa't isa. Ngunit karamihan sa ating ginagawa ay hindi nangyayari nang isang beses lamang. Dahil tayo ay mga nilalang ng gawi (*creatures of habit*). Karamihan sa ating kilos ay nasa anyo ng mga gawi na ating inuulit. Kung nagawa mo na ito minsan, malamang na uulitin mo pa ito. At kung nagpapalungkot ito sa iyong *partner*, magpapatuloy kang palungkutin siya hangga't hindi mo binabago ang gawing iyon.

Ang mga gawi na tumutugon sa mga pangangailangang emosyonal ng isa't isa ay tumutulong sa iyong makagawa ng mga deposito sa *Love Bank* nang halos walang kahirap-hirap. Ngunit ang mga gawi na nagpapalungkot sa iyong *partner* ay gumagawa rin ng mga withdrawal nang halos walang kahirap-hirap. At ang mga withdrawal na iyon ay maaaring walang tigil (relentless). Kung paulit-ulit mong ginagawa ang anumang bagay na nagpapalungkot sa iyong *partner*, kakanselahin ng iyong mga *Love Bank withdrawal* ang iyong mga deposito at magbabanta sa iyong pag-ibig sa isa't isa. Tinatawag kong *Love Busters* ang mga gawi na nagiging sanhi ng paulit-ulit na withdrawal, dahil iyon ang ginagawa nila: Sinisira ang romantikong pag-ibig.

Sa pinakasimpleng termino, ang *Love Busters* ay iyong mga bagay na malamang na regular mong ginagawa na nagpapalungkot sa isa't isa. Nalaman ko ang halos lahat ng paraan kung paano maaaring saktan ng mag-asawa ang isa't isa. Mula sa libu-libong reklamo na narinig ko, naiklasipika ko sila sa anim na kategorya: Makasariling Kahingian, Walang-Galang na Paghatol, Pagsiklab ng Galit, Hindi Pagiging Tapat, Mga Nakakainis na Gawi, at Independiyenteng Kilos. Kung ang iyong *partner* ay nakagawa na, o makakagawa man, ng anumang bagay para mapasama ang iyong pakiramdam, mapapabilang ito sa isa sa anim na kategoryang ito. Bawat isa sa kanila ay kumakatawan sa isang uri ng di-maalalahaning kilos na may tendensiyang (*tendency*) paulit-ulit na gawin ng mag-asawa sa buong panahon ng kanilang kasal.

Tingnan natin nang mas malapitan ang bawat isa sa kanila.

MAKASARILING KAHINGIAN (*SELFISH DEMANDS*)

Ang Makasariling Kahingian, o mga *demand*, ay mga pagtatangka na pilitin ang iyong *partner* na gawin ang mga bagay na makakabuti sa iyo sa kapinsalaan niya. Ginawa ng ating mga magulang ang mga *demand* sa atin noong tayo ay mga bata pa; gumawa ng mga *demand* ang mga guro sa paaralan; at gumagawa ng mga *demand* ang mga employer sa trabaho. Karamihan sa atin ay hindi ito gusto noong bata pa, at hindi pa rin natin ito gusto ngayon. Ngunit noong tayo ay mga bata pa, madalas may katuturan ang mga *demand* ng ating mga magulang. Kung hindi natin ginawa ang sinabi sa atin, maghahari sana ang kaguluhan (chaos). Noong nasa paaralan tayo, hindi tayo gaanong matututo kung hindi tayo sumunod sa ating mga guro. At kahit ang ating mga *employer* ay madalas nakakalusot sa paggawa ng mga *demand* dahil binabayaran tayo para gawin ang sinabi sa atin.

Gayunpaman, sa pag-aasawa, walang katuturan ang mga demand. Hindi na tayo mga bata, wala na tayo sa paaralan, at hindi tayo mababayaran ng ating asawa para maging masunurin—magkasosyo na tayo sa ating pera. Ngunit may mas mahalaga pang dahilan para iwasan ang mga *demand*: sa tuwing nagde-demand ka sa iyong asawa—tuwing sinasabihan mo siya kung ano ang "dapat" niyang gawin—nagwi-withdraw ka ng *love units* sa *Love Bank*.

Sigurado akong nakasaksi ka ng pang-aabuso sa pag-aasawa. Nakita mo ito sa telebisyon, nabasa sa mga dyaryo, at marahil ay naging saksi pa nga sa pang-aabuso ng isang asawa sa isa pa. Sigurado rin akong nais mong iwasan ito sa iyong pag-aasawa sa lahat ng paraan. Kaya seryosohin mo nang husto ang susunod kong sasabihin: ang Makasariling Kahingian ang unang yugto ng pang-aabuso sa pag-aasawa.

Kapag nagde-demand ka ng isang bagay mula sa iyong *partner*, ikaw ay nang-aabuso dahil sinusubukan mong pilitin siyang gawin ang gusto mo. Sa karamihan ng kaso, ang mga demand ay may dalang banta ng parusa: "Kung tatanggihan mo ako, pagsisisihan mo ito. Maaaring ayaw mong gawin ang gusto ko, ngunit kung hindi mo ito gagawin, titiyakin kong daranas ka ng matinding sakit." Ang isang demand ay isang alok na hindi mo puwedeng tanggihan (*an offer you can't refuse*).

Ang mga taong gumagawa ng mga demand ay tila walang pakialam sa nararamdaman ng iba. Iniisip lamang nila ang kanilang sariling pangangailangan: "Kung hindi ka nasisiyahan sa paggawa ng gusto ko, bahala ka! At kung tatanggi ka, gagawin ko pang mas mahirap para sa iyo."

Ang isang *request* (maalalahaning hiling) ang tamang paraan para humingi ng anuman sa iyong *partner*. Kasunod ng iyong request, dapat mong itanong kung ano ang mararamdaman niya sa pagtupad nito: "Ano ang mararamdaman mo tungkol sa (hiling na ito)?" Kung positibo ang tugon—masaya ang iyong *partner* na gawin ang hinihiling mo—magaling. Ngunit kung negatibo ang tugon, o kahit nag-aalangan, malaking pagkakamali ang subukang ipilit ang isyu. Ang pag-aatubili ay maaaring dahil sa anumang bilang ng mga dahilan—personal na pangangailangan, antas ng kaginhawaan, pagkaunawa sa kung ano ang matalino o patas, at iba pa. Ngunit makakatiyak ka na may dahilan para sa pag-aatubili, at mula sa pananaw ng iyong *partner*, ito ay isang magandang dahilan.

Kung pipilitin mo ang iyong *partner* na gawin ang gusto mo, maaari mong makuha ang iyong demand ngayon, ngunit ginagawa nitong mas maliit ang posibilidad na makuha mo ito sa hinaharap. Sa susunod na kailanganin ito, lalabanan ka ng iyong asawa nang may mas malakas pang puwersa. At kahit na sumunod pa ang iyong *partner* sa bawat demand, magwi-withdraw ka ng *love units* sa bawat pagkakataon. Makukuha mo ang iyong gusto sa kapinsalaan ng pag-ibig ng iyong *partner* para sa iyo. Sa kalaunan, kamumuhian ka niya.

Minsan sinasabi ng isang asawang babae, "Pero hindi mo kilala ang asawa ko! Nakahiga lang siya sa bahay buong gabi, at hindi ko siya mapagawa ng kahit ano. Tanging kapag pinipindot niya ang mga buton ng remote control lang siya gumagalaw. Kung hindi ko igigiit na tumayo siya at tulungan ako, walang mangyayari."

"Hindi gumagana ang mga request sa asawa ko," maaaring sabihin ng isang asawang lalaki. "Sarili lang niya ang iniisip niya! Ginugugol niya ang buong buhay niya sa pamimili at paglabas kasama ang kanyang mga kaibigan. Kung hindi ko ide-demand na manatili siya sa bahay paminsan-minsan, hindi ko na siya makikita."

Ang sagot ko sa mga karaniwang argumentong ito ay simple: ang mga *demand* ay hindi epektibong paraan para maengganyo ang asawang lalaki na tumulong sa bahay o mahikayat ang asawang babae na hindi palaging lumabas kasama ang kanyang mga kaibigan. Hindi hinihikayat ng mga demand ang kooperasyon; binabawasan lang nila ang laman ng *Love Bank*. Kung pipilitin mo ang iyong *partner* na tugunan ang iyong mga pangangailangan, ito ay magiging pansamantalang solusyon lamang sa pinakamainam. Ang mga banta, *sermon*, at iba pang anyo ng manipulasyon ay hindi nagtatayo ng pagiging tugma. Nagtatayo sila ng sama ng loob.

Kaya kapag gumawa ka ng isang *request* at nagpahayag ng pag-aatubili ang iyong *partner*, ano ang iyong mga alternatibo?

Maalalahaning Negosasyon. Subukang baguhin ang iyong request para matugunan ang mga pagtutol na maaaring ialok ng iyong *partner*. Kung igagalang mo ang mga pagtutol na iyon at mag-brainstorm ng paraan para makuha ang kailangan mo mula sa iyong *partner* nang may kanyang buong-pusong pagsang-ayon, makukuha mo ito nang hindi nawawala ang iyong pag-ibig sa isa't isa. At mas malamang na makuha mo itong muli sa susunod na kailangan mo ng tulong.

Kung sa tingin mo ang pag-aaruga sa pag-aasawa ay nangangahulugan na dapat gawin ng iyong *partner* ang anumang sabihin mo, mag-isip muli. Dahil pareho kayong nangako na mag-aruga sa isa't isa, ang iyong pag-aaruga ay dapat na kapwa pag-aaruga (*mutual care*), na walang sinumang nakikinabang sa kapinsalaan ng isa. Kaya nga ang iyong mga *request* ay dapat gawin nang maalalahanin, na nasa isip ang damdamin ng isa't isa.

Mapang-abuso ang paggawa ng Makasariling Kahingian—ang paggawa ng mga *demand* sa iyong partner. Pipigilan ka nitong matanggap ang kailangan mo mula sa isa't isa at magiging sanhi ng pagkawala ng iyong pag-ibig sa isa't isa. Hindi dapat kailanman payagan ang Makasariling Kahingian sa pag-aasawa. Ito ay isang *Love Buster*.

Alternatibong Kilos

Maaari ka bang mag-isip ng isang tiyak, alternatibong kilos para palitan ang sumusunod na Makasariling Kahingian?

Makasariling Kahingian: Pagbibigay sa iyong asawa ng listahan ng mga gawaing dapat gawin sa Sabado na sinasabing, "Kailangan mong gawin ang mga bagay na ito sa Sabado."

Alternatibong Kilos: Tanungin ang iyong asawa, "Gustong-gusto ko sana kung magagawa natin ang listahang ito sa Sabado. Ano ang mararamdaman mo tungkol sa paggawa ng mga gawaing ito?" Kung ang iyong asawa ay hindi masigasig tungkol sa paggawa ng listahan sa Sabado, humingi ng ibang mga opsyon o makipag-negosasyon nang magkasama para makahanap ng isang planong pareho kayong masigasig na sasang-ayunan. (Tutulungan ka ng Kabanata Labimpito sa prosesong ito ng negosasyon.)

WALANG-GALANG NA PAGHATOL (*DISRESPECTFUL JUDGMENTS*)

Ang Walang-Galang na Paghatol ay mga pagtatangka na "ituwid" (*straighten out*) ang mga saloobin (*attitudes*), paniniwala (*beliefs*), at kilos ng iyong partner sa pamamagitan ng pagsubok na ipataw ang iyong sistema ng mga pinahahalagahan (*values*), paniniwala, o paraan ng pag-iisip sa kanya sa pamamagitan ng sermon (*lecture*), panlilibak (*ridicule*), pagbabanta (*threats*), o iba pang mapilit na paraan.

Nasubukan mo na bang "tuwirin" ang isang tao? Lahat tayo ay paminsan-minsang natutuksong gawin ito. Karaniwan nating iniisip na ginagawan natin siya ng pabor, inaangat siya mula sa kadiliman ng pagkalito patungo sa liwanag ng ating nakahihigit na pananaw. Kung susundin lamang ng mga tao ang ating payo, ipinapalagay natin, maiiwasan nila ang maraming patibong (*pitfalls*) sa buhay.

Ngunit kung susubukan mong ituwid ang iyong partner, para pigilan siyang magkamali, gumagawa ka ng mas malaking pagkakamali. Ang iyong pagkakamali ay nagbabawas ng *love units* at sumisira sa romantikong pag-ibig. Tinatawag kong walang-galang na paghatol ang taktikang ito.

Nangyayari ang walang-galang na paghatol tuwing sinusubukan ng isang partner na ipataw ang mga pinahahalagahan at paniniwala sa isa pa. Kapag ipinapalagay ng isa na tama ang kanyang sariling mga pananaw at ang isa ay lubhang naliligaw (*woefully misguided*), pumapasok siya sa isang *minefield* sa kanilang relasyon.

Ang problema ay nagsisimula kapag iniisip mo na may karapatan ka—o kahit responsibilidad—na ipataw ang iyong pananaw sa iyong *partner.* Halos palagi, ituturing niya ito bilang personal na pagbabanta, mayabang, bastos, at lubhang walang galang. Mawawalan ka ng *love units* sa iyong *Love Bank account.*

Kapag sinusubukan mong ipataw ang iyong mga opinyon sa iyong partner, ipinapahiwatig mo na mahina ang kanyang pagpapasya (*poor judgment*). Iyan ay walang galang. Maaaring hindi mo ito sabihin nang eksakto, ngunit iyon ang malinaw na mensaheng naririnig ng iyong *partner*. Para bang sinasabi mo, "Hoy, tanga." Kung pinahahalagahan mo ang kanyang pagpapasya, hindi ka magiging gaanong mabilis sa pagbalewala sa mga opinyon ng iyong *partner*. Isasaalang-alang mo ang posibilidad na tama ang iyong partner at ikaw ang mali.

Ang walang-galang na paghatol ay ang ikalawang yugto ng pang-aabuso sa pag-aasawa. Ito ay mapang-abuso dahil sinasaktan nito ang iyong *partner*. Karaniwan silang sumusunod sa unang yugto ng pang-aabuso, ang Makasariling Kahingian, dahil karaniwang hindi gumagana ang mga *demand*. Kapag tumanggi ang isang *partner* na sumunod sa isang *demand*, ang puwersa ay inilalapat sa pamamagitan ng pag-atake sa kanyang pagpapasya.

Mga halimbawa ng walang-galang na paghatol ay: 1) pagsesermon/ pagsubok na turuan/pagbibigay ng payo nang hindi hinihingi; 2) pagpapahiwatig na mas nakahihigit ang iyong opinyon; 3) pagsasalita habang may nagsasalita o pagpigil sa iyong *partner* na magkaroon ng pagkakataong ipaliwanag ang kanyang opinyon; at 4) panlilibak sa pananaw ng iyong *partner*.

Karaniwan ang hindi pagkakasundo sa pag-aasawa. Ngunit kung nais mong lutasin ang iyong mga alitan sa paraang umiiwas sa mga *Love Bank withdrawal*, dapat kang hindi sumang-ayon nang may paggalang. Subukang unawain ang pananaw ng iyong partner. Ipakita ang impormasyong nagdala sa iyo sa iyong opinyon at pakinggan ang impormasyong dala niya. Tanggapin ang posibilidad na magbago ang iyong isip, sa halip na subukan lamang baguhin ang isip ng iyong partner. Ganyan gumagana ang mapitagang paghihikayat (*respectful persuasion*). Tingnan mo, bawat isa sa atin ay nagdadala ng dalawang bagay sa pag-aasawa—karunungan at kahangalan (*foolishness*). Ngunit maaaring napakahirap pagbukurin ang dalawa. Ang pinakamahusay na paraan para gawin ito ay ang magbahagi ng mga ideya nang may paggalang, suriin ang mga *pros* at *cons*, at sa kalaunan ay lumikha ng isang pag-unawa na nakahihigit kaysa sa mayroon ang sinuman sa iyo nang paisa-isa. Hindi ipinipilit ng mapitagang paghihikayat ang mga paniniwala sa isa't isa. Lumilikha ito ng pagkakasundo (*consensus*). At nakakamit nito iyon nang walang *Love Bank withdrawal*.

Ang *walang-galang na paghatol,* sa kabilang banda, ay maling paraan ng paghihikayat sa isa't isa—ito ay mapang-abuso. Kung susubukan mong makuha ang kailangan mo mula sa isa't isa nang may kawalang-galang, mabibigo ka, at mawawala ang iyong pag-ibig sa isa't isa. Huwag payagan ang walang-galang na paghatol sa iyong pag-aasawa. Ito ay isang *Love Buster.*

Alternatibong Kilos

Maaari ka bang mag-isip ng isang tiyak, alternatibong kilos para palitan ang sumusunod na walang-galang na paghatol?

Walang-Galang na Paghatol: Pagsasabing, "Bakit mo ginawa iyan? Talaga bang inisip mo na malulutas niyan ang problema?" O, "Ito ang dapat mong ginawa." O, (habang umiirap) "Hindi mo ba alam na mangyayari iyan?"

Alternatibong Kilos: Maaaring gamitin ang pariralang, "Gustong-gusto ko sana kung hihingi ka sa akin ng tulong kapag nilulutas ang mga problemang ito"; o "Gusto mo ba ng ilang mungkahi kung paano lutasin ang problema sa susunod?"

PAGSIKLAB NG GALIT (*ANGRY OUTBURSTS*)

Ang Pagsiklab ng Galit ay mga sadyang pagtatangka na saktan ang iyong asawa dahil sa galit, karaniwan sa anyo ng berbal o pisikal na pag-atake.

Ano ang nagpapagalit sa iyo? Ang pakiramdam ng galit ay karaniwang nangyayari kapag hindi natin nakukuha ang gusto natin; nararamdaman natin na may nagpapalungkot sa atin at ang ginagawa niya ay hindi patas. Sa iyong galit na estado, kumbinsido ka na hindi gagana ang pangangatwiran at patuloy kang iinisin ng nagkasala hangga't hindi siya nabibigyan ng leksyon. Ang tanging bagay na nauunawaan ng mga ganyang tao ay parusa, ipinapalagay mo. Pagkatapos ay magdadalawang-isip sila na palungkutin ka nang muli!

Nag-aalok ang pagsiklab ng galit ng simpleng solusyon sa iyong problema—parusahan o sirain ang gumagawa ng gulo. Kung ang iyong partner ang lumabas na gumagawa ng gulo, uudyukan ka ng galit na saktan ang mismong taong ipinangako mong aalagaan at poprotektahan.

Kapag galit ka, wala kang pakialam sa kanyang damdamin at handa kang pasuin ang salarin kung makakatulong itong makaganti (*even the score*).

Ang Pagsiklab ng Galit ay ang ikatlong yugto ng pang-aabuso sa pag-aasawa. Kapag hindi gumana ang Makasariling Kahingian at Walang-galang na Paghatol, madalas sinusubukan ng mag-asawa na makuha ang kanilang gusto sa pamamagitan ng pagsiklab ng galit. Ang tatlong *Love Busters* na ito ang pinakakaraniwang sangkap ng away sa bahay dahil halos palaging humahantong ang isa sa kasunod. Hindi ba nakakalungkot na ang mag-asawa, na nangakong magmahalan at magpahalagahan sa isa't isa, ay bumabalik sa pananakit sa isa't isa sa ganoong mapang-abusong paraan? Nakakapinsala ito sa napakaraming paraan kaya halos hindi ko alam kung saan magsisimula sa paglalarawan sa lahat ng ito. Ngunit ang pinakamalubhang pinsala ng pagsiklab ng galit ay sa mga *Love Bank account*—ito ay mapangwasak (*devastating*).

Sa huli, wala kang mapapala sa galit. Hindi nalulutas ng parusa ang mga problema sa pag-aasawa; ginagawa lamang nitong naisin ng iyong partner na magpataw ng parusa sa iyo—o iwanan ka! Kapag nagagalit ka sa iyong partner, binabantaan mo ang kanyang kaligtasan at seguridad; nabibigo kang magbigay ng proteksyon. Kapag nanalo ang galit, natatalo ang pag-ibig.

Bawat isa sa atin ay may arsenal ng mga sandata na ginagamit natin kapag tayo ay galit. Kung sa tingin natin ay nararapat parusahan ang isang tao, binubuksan natin ang tarangkahan at pumipili ng angkop na sandata. Minsan ang mga sandata ay berbal (panlilibak at sarkasmo), minsan sila ay mga mapanlinlang o tusong planong magdulot ng pagdurusa, at minsan bumababa sila sa antas ng pisikal na pang-aabuso. Ngunit lahat sila ay may isang pagkakatulad: nilalayon nilang saktan ang mga tao. Dahil napakalapit ng ating partner, maaari nating gamitin ang ating mga sandata para saktan siya nang husto.

Ang ilan sa mga asawang lalaki at babae na napayuhan ko ay may medyo hindi nakapipinsalang mga arsenal, marahil ay ilang alanganing pagsubok lamang sa panlilibak kapag sila ay galit. Ang iba ay armado hanggang sa antas nukleyar, inilalagay sa panganib ang buhay ng kanilang asawa. Ngunit anuman ang panganib ng iyong pagsiklab ng galit, hindi ka dapat kailanman mawalan ng kontrol sa iyong galit (*lose your temper*). Dapat kang gumawa ng sukdulang hakbang para protektahan ang iyong partner mula sa ikatlong yugtong ito ng pang-aabuso.

Ang galit ang pinakakaraniwang anyo ng kabaliwan. Kung hindi ka kumbinsido, ipa-*videotape* ang iyong sarili sa susunod mong pagsiklab ng galit, at pagkatapos ay panoorin ito kapag nahimasmasan ka na. Ang sinasabi mo kapag galit ka ay hindi lamang nakakapinsala sa iyong pag-aasawa, kundi ito rin ay talagang kabaliwan.

Ang pinakamagandang gawin kapag nakakaramdam ka ng galit ay huwag magsalita, huwag gumawa ng anuman, at subukang huminahon. Pagkatapos lamang mong mabawi ang iyong kahinahunan maaari mong harapin nang may karunungan ang problemang nag-trigger ng iyong galit. Huwag subukang gawin ito habang galit ka.

Sabi ng isang matalinong Awit, "Magalit ka, subalit huwag kang magkakasala; magbulay-bulay ka ng iyong puso sa iyong higaan, at tumahimik ka." (Mga Awit 4:4; *"Don't sin by letting your anger control you. Think about it overnight and remain silent [until controlled*]," NLT).

Kung hindi mo makontrol ang iyong galit, maiipon ang mga problemang kinakaharap mo at ng iyong partner sa buhay. Iyon ay dahil pinipigilan ng galit ang mag-asawa na harapin ang kanilang mga alitan nang konstruktibo. Ang takot sa pagsiklab ng galit ay pipigil sa iyong partner na ipahayag ang mga isyu habang maliit pa lamang ang mga ito. Lalaki sila at darami kung hahayaan mong matibay na puwesto ang *Love Buster* na ito sa iyong pag-aasawa.

Tandaan, maaari kang maging pinakadakilang *source* ng kasiyahan ng iyong asawa, ngunit maaari ka ring maging pinakadakilang *source* ng sakit para sa iyong asawa, lalo na kapag siya ang tumatanggap ng bigat ng iyong galit.

Ang Pagsiklab ng Galit ay hindi dapat payagan sa iyong pag-aasawa—kailanman! Kung natuklasan mong hindi mo makontrol ang iyong galit, humingi ng propesyonal na gabay para mapagtagumpayan itong pinakamapanirang *Love Buster*. Para sa ilang sitwasyon, maaaring kailanganin ang pansamantalang paghihiwalay hanggang matiyak ang kaligtasan. Ang pagkakaroon ng *zero-tolerance policy* para sa pagsiklab ng galit ay makakatulong na protektahan ang pag-ibig ng iyong asawa para sa iyo at maaaring makapagligtas pa nga sa iyong pag-aasawa.

Maaari kang maging pinakadakilang *source* ng kasiyahan ng iyong asawa, ngunit maaari ka ring maging pinakadakilang *source* ng sakit para sa iyong asawa, lalo na kapag siya ang tumatanggap ng bigat ng iyong galit.

Alternatibong Kilos

Maaari ka bang mag-isip ng isang tiyak, alternatibong kilos para palitan ang sumusunod na pagsiklab ng galit?

Pagsiklab ng Galit: Pagbalibag ng pinto kapag naiinis at pagtangging kausapin ang asawa sa loob ng ilang araw.

Isang Plano para Tanggalin ang Pagsiklab ng Galit:

1. Unawain: Ang pakiramdam ng galit ay karaniwang nangyayari kapag hindi natin nakukuha ang gusto natin (hal., respeto, pag-unawa, konsiderasyon, pagpapahalaga, atbp.).

2. Kapag hindi natin nakukuha ang gusto natin, may mga kemikal na inilalabas ang ating utak at katawan; naa-*activate* ang bahagi ng utak na para sa laban/takbo (*fight/flight*), ang amygdala.

3. Mga Sintomas: Ang mga kemikal ay nagdudulot ng mga pisikal na sintomas, tulad ng mas mabilis na tibok ng puso, pakiramdam na "*whoosh*" o biglang bugso, paninikip ng dibdib, pakiramdam na mainit o malamig, mas mabilis na pagsasalita, paninigas ng panga at noo.

4. Kapag una mong naramdaman ang mga sintomas na iyon, pumapasok ka na sa irasyonal na teritoryo at dapat mong ituring ang iyong sarili bilang potensyal na banta sa iba.

5. Umalis sa silid: Sabihin, "Sweetie, kailangan ko munang pumunta sa banyo. Babalik ako sa loob ng 5 minuto." (Kung nasa kotse, sabihin, "Sweetie, kailangan ko ng 5 minutong katahimikan; pagkatapos ay maaari na tayong mag-usap.")

6. Habang wala, subukang huminga nang mas malalim at mas mabagal at, pinakamahalaga, mag-isip ng isang maunawaing pag-iisip (*empathetic thought*) dahil makakatulong din itong magpa-relax sa iyo. Halimbawa, "Maaaring may nangyari sa asawa ko ngayon na hindi ko alam na naging dahilan ng pagkahuli niya."

7. Gumawa ng pahayag na "Gustong-gusto ko sana kung" o "Kailangan ko" o "Hindi ako masigasig tungkol diyan. Paano kung makipag-negosasyon tayo?"

Kung hindi mo masabi ang iyong tapat na pahayag nang harapan, magsulat ng maikling note kasama ang iyong Regalo ng Pagsasabi ng Katotohanan (o i-download at gamitin ang *Gift of Honesty mobile app* mula sa FourGiftsofLove.org, Google Play, o Apple App Store).

Mga Katanungan para sa Pag-iisip

1. Sumasang-ayon ka ba na ang pang-aabuso ay madalas nagsisimula sa Makasariling Kahingian, lumalala patungo sa Walang-galang na Paghatol, at nagtatapos sa Pagsiklab ng Galit?

2. Ang mga isyu na nakapalibot sa kontrol at pang-aabuso ay magkakaugnay. Nakikita mo ba kung paano ang pang-aabuso ay isang pagsisikap na kontrolin? Paano mo mapoprotektahan ang iyong relasyon laban sa pang-aabuso?

14

ANO ANG PROTEKSYON? BAHAGI 2

Sa huling binasa mo, nalaman mo ang tungkol sa tatlong *Love Busters*: Makasariling Kahingian (*Selfish Demands*), Walang-Galang na Paghatol (*Disrespectful Judgments*), at *Pagsiklab ng Galit* (*Angry Outbursts*). Ngayon ay tatapusin natin ang listahan ng *Love Busters* sa pamamagitan ng pagtalakay sa Hindi Pagiging Tapat (*Dishonesty*), Mga Nakakainis na Gawi (*Annoying Habits*), at Independiyenteng Kilos (*Independent Behavior*).

HINDI PAGIGING TAPAT (DISHONESTY)

Ang hindi pagiging tapat ay ang hindi paghahayag sa iyong *partner* ng tamang impormasyon tungkol sa iyong mga iniisip, nararamdaman, mga ugali, gusto at ayaw (mga emosyonal na reaksyon), personal na kasaysayan, mga pang-araw-araw na gawain, at mga plano para sa hinaharap. Ang hindi pagiging tapat ay ang pag-iwan din sa iyong *partner* ng impresyon na alam mong mali.

Ang Hindi Pagiging Tapat ang pinakakakaiba sa anim na *Love Busters*. Walang may gusto ng hindi pagiging tapat, ngunit minsan, ang pagsasabi ng katotohanan ay tila mas nakakasira. Paano kung ang katotohanan ay mas masakit kaysa sa hindi pagiging tapat? Dapat ka pa bang magsabi ng katotohanan kahit na masakit ang katotohanan?

Kapag unang nalaman ng isang asawang babae na nagtaksil/nangaliwa ang kanyang asawa, ang sakit ay madalas na napakatindi na nais niyang sana'y nanatili na lang siyang walang alam. Kapag natuklasan ng isang asawang lalaki ang pangangalunya ng kanyang asawa, para itong kutsilyo sa kanyang puso. Marahil mas mabuti pang hindi nalaman, iniisip niya.

Sa katunayan, maraming tagapayo sa pag-aasawa ang nagpapayo sa mga kliyente na iwasang sabihin sa asawa ang tungkol sa nakaraang pagtataksil, dahil iniisip nilang masyadong masakit ito para kayanin ng tao. Bukod pa rito, kung tapos na ito, bakit pa bubuhayin ang maruming nakaraan?

Ang ganitong uri ng payo ang nag-uudyok sa ilan sa mga pinakamabubuting intensyon na asawang lalaki at babae na magsinungaling sa isa't isa, o hindi bababa sa magbigay ng maling impresyon. Nararamdaman nila na ang hindi pagiging tapat ay makakatulong sa kanila na protektahan ang damdamin ng kanilang partner. Ngunit nalaman ko na kapag natuklasan ang hindi pagiging tapat, ang itinagong kilos ay karaniwang nagdudulot ng mas kaunting sakit kaysa sa mismong Hindi Pagiging Tapat, kahit na ang itinagong kilos ay pagtataksil.

Ito ang dahilan kung bakit kakaiba ang Hindi Pagiging Tapat bilang *Love Buster*. Malinaw na nakakasakit sa isang relasyon ang hindi pagiging tapat sa katagalan, ngunit ang katotohanan ay maaari ring makasakit, lalo na sa maikling panahon.

Iyon ang dahilan kung bakit maraming mag-asawa ang nagpapatuloy sa hindi pagiging tapat. Nararamdaman nilang hindi nila kakayanin ang biglaang pagharap sa katotohanan—hindi bababa sa ngayon. Bilang resulta, ang pag-aasawa ay dahan-dahang namamatay.

Ngunit may mahalagang pagkakaiba sa pagitan ng sakit mula sa isang walang-pag-iisip na gawa, tulad ng pagtataksil, at ang sakit ng masabihan tungkol sa isang walang-pag-iisip na gawa. Hindi ang katotohanan ang lumilikha ng sakit—ito ay ang walang-pag-iisip na gawa ang gumagawa ng pinsala at ang hindi pagiging tapat na karaniwang kasama ng walang-pag-iisip na gawa. Maaaring ipagpaliban ng hindi pagiging tapat ang ilan sa sakit na iyon, ngunit kapag sa wakas ay nahayag ang katotohanan, ang mga buwan o taon ng pagtatago nito ay lalong nagpapalala sa lahat.

Sinisira ng hindi pagiging tapat ang pagkakasundo (*compatibility*). Para bumuo ng pagkakasundo, kailangan mong ilatag ang iyong mga baraha sa mesa; kailangan mong magsabi ng katotohanan tungkol sa iyong mga iniisip, nararamdaman, mga ugali, gusto, ayaw, personal na kasaysayan, pang-araw-araw na gawain, at mga plano para sa hinaharap. Kapag ang maling impormasyon ay bahagi ng pinaghalong ito, maliit ang pag-asa mong makagawa ng matagumpay na pag-aangkop sa isa't isa. Ang hindi pagiging tapat ay hindi lamang nagpapahirap sa paghahanap ng mga solusyon sa mga problema, ngunit madalas din itong nag-iiwan sa mga mag-asawa na walang kamalayan sa mga problema mismo.

May isa pang napakahalagang dahilan para magsabi ng katotohanan. Ang pagsasabi ng katotohanan ay gumagawa sa ating kilos na mas maalalahanin. Kung alam natin na lahat ng ating ginagawa at sinasabi ay ipapalabas sa telebisyon at susuriin ng lahat ng ating mga kaibigan, mas maliit ang posibilidad na gumawa tayo ng mga walang-pag-iisip na gawa. Hindi magnanakaw at gagawa ng marahas na gawa ang mga kriminal kung alam nilang mahuhuli sila sa bawat pagkakataong ginawa nila ito. Ang pagsasabi ng katotohanan ay isang *video recording* ng ating mga buhay. Kung tayo ay matapat tungkol sa lahat ng ating ginagawa, mas malamang na maging maalalahanin tayo dahil alam nating ang mga gawang iyon ay mahahayag—sa pamamagitan natin mismo.

Sa isang mapagmahal na relasyong bukas at nagsasabi ng katotohanan, ang mga walang-pag-iisip na gawa ay nahahayag, naitatama, at napapatawad. Ang masamang kilos ay napipigilan agad sa simula pa lamang (*nipped in the bud*) bago ito maging mga ugali. Ang masasamang ugali, kapag lumitaw na, ay nagiging mga target para i-eliminate.

Ngunit may isa pang dahilan para iwasan ang hindi pagiging tapat sa pag-aasawa: nakakasakit ito sa iyong partner at sisirain nito ang iyong pag-ibig sa isa't isa kung hahayaan mong makapasok ito sa iyong relasyon. Sa dahilang iyon pa lamang, hindi ito dapat pahintulutan. Ito ay isang *Love Buster.*

Alternatibong Kilos

Makakaisip ka ba ng isang tiyak, alternatibong kilos para palitan ang sumusunod na kilos ng hindi pagiging tapat?

Hindi Pagiging Tapat: 1) Pagtatago ng nararamdaman; o 2) pagsasabi ng "ok" sa isang bagay na hindi mo talaga gusto.

Alternatibong Kilos: 1) Gamitin ang pariralang, *Nababagabag ako kapag ikaw ay (tiyak na kilos). Gustong-gusto ko sana kung sa susunod ay gagawin mo ang* (tiyak, positibong kilos); 2) magbigay ng *rating* sa isang 1-5 na iskala (5 ang pinakamahusay) tungkol sa isang desisyon, pagkatapos ay gumamit ng *Gustong-gusto ko sana kung* para mag-alok ng isa pang pagpipilian: *Ang ideyang iyan ay parang isang___ (ipasok ang numero ng rating) sa akin. Gustong-gusto ko sana kung maaari nating (tiyak, positibong kilos)*; o 3) Gamitin ang pariralang, *Hindi ako masigasig sa ideyang iyan. Paano kung makipag-negosasyon tayo para sa ibang opsyon?* Ito rin ang tatlong kasanayan na tutulong sa iyo na maging mas emosyonal na tapat (matututunan mo ito sa Chapter 21).

MGA NAKAKAINIS NA GAWI (ANNOYING HABITS)

Ang mga nakakainis na gawi ay mga paulit-ulit na kilos na hindi sinasadyang nagdudulot ng kalungkutan sa iyong *partner*.

Kailan ang huling beses na may ginawa ang iyong *partner* na ikinainis mo? Noong nakaraang linggo? Kahapon? Isang oras na ang nakalipas? Baka ang iyong partner ay humuhuni ng nakakainis na himig sa mismong sandaling ito.

Isa sa mga pinakanakakainis na bagay tungkol sa mga nakakainis na gawi ay hindi naman tila ganoon kahalaga ang mga ito—ngunit nakakabaliw pa rin ang mga ito para sa iyo! Hindi ito pang-aabuso o kahit kawalang-galang, kundi simpleng pagkainis lamang. Dapat mong kayang balewalain ito, ngunit hindi mo magawa. Para itong tuloy-tuloy na tulo ng sirang gripo. Ang mga nakakainis na gawi ay unti-unting uubos sa iyong Love Bank hanggang sa mabangkarote ito.

Kapag tayo ay naiinis, ang iba ay tila walang pakundangan, lalo na kapag naipaliwanag na natin na nakakabagabag ang kanilang kilos at ipinagpapatuloy pa rin nila ito. Hindi lamang ito ang kilos mismo, kundi ang nasa likod nito—ang ideya na wala silang sapat na pakialam para tumigil sa pagkainis sa iyo.

Ngunit kapag ang ating kilos ang nakakainis sa iba, mayroon tayong ganap na ibang pananaw. Maliit na bagay lamang ito; bakit gagawing malaking isyu? Bakit hindi na lang mag-adjust ang ibang tao?

Ang problema ay ang kakulangan ng empatiya (*empathy*). Hindi natin nararamdaman ang nararamdaman ng iba. Bilang isang tagapayo, sinusubukan kong tulungan ang mga mag-asawa na maging mas maunawain, na subukang makita sa pamamagitan ng mga mata ng isa't isa. Kung malalaman lamang nila kung ano ang pakiramdam na maranasan ang kanilang sariling nakakainis na kilos, mas magsisikap silang baguhin ang mga ugaling iyon.

Ang mga nakakainis na gawi ay inuulit nang hindi gaanong pinag-iisipan. Kasama rito ang mga personal na kilos, tulad ng paraan ng iyong pagkain, ang paraan ng iyong paglilinis sa iyong sarili (o hindi!), at ang paraan ng iyong pagsasalita.

Bawat nakakainis na ugali ay maglalagay ng hadlang sa pagitan mo at ng iyong partner, lumilikha at nagpapanatili ng hindi pagkakasundo. Kung nais mo ng pagkakasundo sa iyong pag-aasawa, at nais mong iwasan ang pag-aaksaya ng mga love unit, dapat kang lumikha ng isang malinaw na plano para alisin ang mga ito sa abot ng iyong makakaya.

Ang iyong plano ay dapat magsimula sa isang listahan para matukoy ang mga nakakainis na gawing nagdudulot ng pinakamalaking pinsala. Mula sa listahang iyon, dapat mong piliin ang tatlong pinaka-nakakainis. Ang pinakamahusay na paraan para alisin ang mga ugaling iyon ay ang lumikha ng mga bagong hindi nakakainis na ugali para palitan ang mga ito. At tandaan, bumubuo ka ng isang bagong ugali sa pamamagitan ng pag-uulit nito hanggang sa magawa mo ito nang natural. Kung ang iyong mga gawi sa pagkain ay nakakainis sa iyong partner, dapat mong sanayin ang bago, katanggap-tanggap na kilos sa pagkain tuwing kumakain ka, magkasama man kayo o hindi. Sa kalaunan, ang iyong mga bagong gawi sa pagkain na nakalulugod sa iyong partner ay magiging napaka-natural na hindi mo na ito iisipin. At sa halip na mag-withdraw ng mga love unit kapag kumakain kayo nang magkasama, magde-deposito kayo ng mga ito.

May mga taong nararamdaman na ang kanilang mga ugali ay bahagi ng kanilang pagkakakilanlan. Ngunit hindi kailangan ng maraming pag-iisip para makita ang mali sa paniniwalang iyon. Ang totoo, ang ating mga ugali ay nagbabago sa buong buhay natin, habang ang ating pagkakakilanlan ay nananatiling pareho. Nagkakaroon tayo ng maraming bagong kasanayan para maging matagumpay sa pagkamit ng mahahalagang layunin nang hindi binabago ang ating pagkakakilanlan kahit katiting. Kaya ang mga ugali na nagpapabawas sa ating pagiging nakakainis ay hindi lamang nagpapanatili ng balanse sa *Love Bank*, ngunit ginagawa rin tayong mas tinatanggap sa iba't ibang sitwasyon.

Dahil nagpatakbo ako ng isang *dating service* noon, alam ko ang mga magaspang na asal na mayroon ang maraming tao pagpasok sa pag-aasawa. Ngunit sa loob ng isang taon ng pag-aasawa, nasaksihan ko ang mga lalaki at babae na mukhang at kumikilos nang mas maayos, higit sa lahat dahil positibo silang tumugon sa mga mungkahi ng isa't isa para sa pagpapabuti. At marami sa mga mungkahing iyon ay kinasasangkutan ng mga ugali na nakakainis bago ang pag-aasawa.

Kung mapansin mo na ang listahan ng mga nakakainis na gawi na binabanggit ng mga babae ay mas mahaba kaysa sa mga binabanggit ng mga lalaki, huwag kang magtaka. Napansin ko na, sa pangkalahatan, ang mga babae ay mas madaling makapansin ng maraming nakakainis na ugali. Naniniwala ako na ito ay pangunahing dahil sa kapansin-pansing pagkakaiba sa utak ng mga lalaki at babae. Mayroong mas maraming koneksiyon sa pagitan ng mga neuron at mga neural na bahagi sa utak ng babae kaysa sa utak ng lalaki. Sa madaling salita, ang mga babae ay ginawa para maging mas may kamalayan sa kanilang kapaligiran—kaya naman mas madali nilang mapansin ang mga bagay na maaaring makainis.

Ang isang lalaki na hindi nauunawaan ang mahalagang pagkakaibang ito ay madalas na gumagamit ng depensa ng "pagiging patas" kapag itinuturo ng kanyang asawa ang kanyang mga nakakainis na gawi. Iniisip niyang hindi patas para sa kanyang asawa na mainis sa kanyang kilos, gayong hindi siya naiinis sa kilos nito. Iniisip niyang kung hindi siya naaapektuhan, hindi rin dapat ito nakakaapekto sa kanyang asawa. Nararamdaman niyang dapat tanggapin ng kanyang asawa ang kanyang kilos tulad ng pagtanggap niya sa kanya. Ngunit nananatili ang katotohanan: Ang mga nakakainis na gawi ay patuloy na "ninanakaw" ang balanse sa *Love Bank*. Kung nais ng isang lalaki na mahalin siya ng kanyang asawa, kapag nakita nitong nakakainis ang kanyang kilos, dapat niyang seryosohin ang mga reklamo nito at baguhin ang kanyang mga ugali.

Isang babala: Ang paggawa ng listahan ng mga nakakainis na gawi ay maaaring maging isang napaka-mapanganib na gawain dahil maaaring pareho ninyong bigyang-kahulugan ang listahan ng isa't isa bilang isang senyales na hindi kayo bagay sa isa't isa. Bukod pa rito, natutunan mo nang ang pagiging kritikal ay maaaring maging lubhang masakit, at ang listahan mismo ay maaaring tila isang tunay na *Love Buster*. Ngunit kung titingnan mo ang pagbabago sa iyong mga ugali bilang isang magkatuwang na pagsisikap na pangalagaan ang isa't isa, at tiyaking hindi ka nagpapakita ng kawalang-galang kapag ipinapahayag ito sa isa't isa (sabihin, "Nakakabagabag ito sa akin, sana ay magawa mo ito ___," sa halip na "Mukha kang tanga tuwing ginagawa mo ito—itigil mo na!"), maaari mong unti-unting alisin ang mga nakakainis na gawing ito hanggang sa maging mas magkasundo pa kayo kaysa ngayon.

Alternatibong Kilos

Makakaisip ka ba ng isang tiyak, alternatibong kilos para palitan ang sumusunod na nakakainis na ugali?

Nakakainis na Ugali: Pag-iwan ng maruruming damit sa sahig pagkatapos gamitin.

Alternatibong Kilos: Isabit ang mga damit o ilagay sa lalagyan ng maruruming damit.

Mga Katanungan para sa Pag-iisip

1. Hindi laging madaling ipaliwanag ang mga nakakainis na gawi ng iyong *partner* at marinig ang tungkol sa sarili mong nakakainis na gawi. Maaari mong maramdaman na dapat ninyong tanggapin ang isa't isa “kung ano kayo” (*as is*) nang hindi sinusubukang baguhin ang anuman. Ngunit bakit mahalaga na maging tapat

tungkol dito at handang baguhin ang mga "maliliit na bagay" na ito?

2. Ano ang nangyayari sa *Love Bank* mo at ng iyong *partner* sa tuwing gumagawa ka ng isang nakakainis na gawi?

INDEPENDIYENTENG KILOS (INDEPENDENT BEHAVIOR)

Ang independiyenteng kilos ay mga kilos na binalak at isinagawa nang hindi gaanong isinasaalang-alang ang nararamdaman ng iyong *partner*, na para bang hindi siya umiiral.

Naisip mo na ba na magplano ng mga kilos nang hindi isinasaalang-alang ang nararamdaman ng iyong *partner*? Maaaring alam mo pa nga na hindi siya papayag, ngunit itinuloy mo pa rin ito. Kung nagawa mo na iyon, inanyayahan mo na ang ikaanim na *Love Buster* na ito sa iyong relasyon—ang *independiyenteng kilos*.

Tuwing nagpaplano kang gumawa ng isang bagay na mabuti para sa iyo ngunit masama para sa iyong *partner*, ito ay independiyenteng kilos. At dahil magwi-withdraw ito ng *love units* tuwing gagawin mo ito, ito ay isang *Love Buster*. Kung nais ninyong manatiling nagmamahalan, hindi ka maaaring gumawa ng mga desisyon nang mag-isa. Umiiral ang iyong *partner*, at mararamdaman niya ang mga epekto ng halos lahat ng iyong ginagawa—kayo ay magkaugnay (*interdependent*). Kung isasagawa mo ang independiyenteng kilos, lilikha kang hindi magkasundong pamumuhay na kalauna'y sisira sa iyong pag-ibig. Ngunit kung isasagawa mo ang magkaugnay na pagkilos sa pamamagitan ng paggawa ng mga desisyong katanggap-tanggap sa inyong dalawa, bubuo ka ng pagkakasundo at mapapanatili ang iyong pag-ibig.

Naririnig ko ang mga mag-asawa na nagsasabi ng mga bagay tulad ng, "Kung mahal ako ni Sam, hahayaan niyang matulog ang mga pusa namin kasama namin sa gabi." O "Kung hindi masyadong makasarili si Ellen, hihikayatin niya akong sumama sa mga kaibigan ko tuwing Huwebes para mag-bowling." Para bang iniisip nila na isang *partner* lang ang nangangailangan ng pag-aalaga. Ngunit paano si Sam? Hindi ba mahalaga ang kanyang nararamdaman? At paano si Ellen? May pakialam ba ang kanyang asawa sa nararamdaman niya habang nasa labas ito para mag-bowling?

Kung nagmamalasakitan ang mag-asawa, hindi gugustuhin ng sinuman sa kanila na magdusa ang isa. Kaya kapag gumagawa ng mga plano, pinag-uusapan nila ang mga alternatibo sa isa't isa hanggang sa makahanap sila ng isa na magpapasaya sa kanilang dalawa.

Dahil ang independiyenteng kilos ay napakahirap tukuyin at pagtagumpayan, at napakahalagang iwasan, dalawang kabanata ang ganap na ilalaan sa mapanirang ugaling iyon at kung paano ito maiiwasan. Ang dahilan kung bakit ako nagbibigay ng espesyal na pansin sa independiyenteng kilos ay dahil lumilikha ito ng gayong hindi pagkakasundo sa pag-aasawa na kakaunti lamang ang mga mag-asawang nakakaligtas dito, kaya hindi mo dapat kailanman hayaang magkaroon ito ng puwang sa iyong pag-aasawa.

Pagkatapos magpakasal, halos bawat desisyon na gagawin mo ay makakaapekto sa inyong pagkakasundo. Mga pagpipilian sa karera, mga desisyon sa pananalapi, ang paraan ng pagpapalaki sa iyong mga anak, ang mga kaibigang pinipili mo, ang iyong mga aktibidad sa paglilibang, at marami pang ibang isyu sa pamumuhay ang pagpapasyahan isa-isa. At ang mga desisyong iyon ay gagawin alinman nang hiwalay sa interes ng isa't isa o habang isinasaalang-alang ang interes ng isa't isa. Kung gagawin mo ang iyong mga desisyon nang nagsasarili, ang pamumuhay na iyong bubuuin ay magdudulot sa inyong dalawa ng labis na hindi pagkakasundo at kalungkutan. Sisirain nito ang iyong pag-ibig sa isa't isa. Ngunit kung ang iyong mga desisyon ay gagawin nang magkaugnay, na may pakinabang sa inyong dalawa, ang pamumuhay na iyong nililikha ay magpapasaya sa inyong dalawa. Makakatulong itong mapanatili ang iyong pag-ibig.

Alternatibong Kilos

Makakaisip ka ba ng isang tiyak, alternatibong kilos para palitan ang sumusunod na independiyenteng kilos?

Independiyenteng Kilos: Pagsasabi ng "oo" para sa iyong pamilya na dumalo sa isang party para sa isang kamag-anak nang hindi tinatanong ang iyong asawa tungkol sa kanyang nararamdaman o iskedyul ng pamilya.

Alternatibong Kilos: Sabihin sa tao, "Babalikan kita sa loob ng 5 minuto" (o sapat na *oras* para makontak ang iyong asawa, at iwasang sabihin na kailangan mong mag-check sa iyong asawa dahil palalabasin itong "kontrabida" ang iyong asawa kung ang sagot ay "hindi"). Pagkatapos ay i-text o tawagan ang iyong asawa na nagtatanong, "Ano ang mararamdaman mo tungkol sa pagpunta sa party na ito kasama ang pamilya sa petsa/oras na ito?" O "Gustong-gusto ko sana kung makakadalo tayo sa family party. Ano ang mararamdaman mo tungkol dito?" Kung ang iyong asawa ay hindi masigasig sa paggawa ng aktibidad at gusto mong gawin ito, hilingin na makipag-negotiate kayo nang magkasama para makahanap ng plano na pareho ninyong masigasig na sasang-ayunan (tutulungan ka ng Kabanata 17 sa prosesong ito ng negosasyon).

Hakbang sa Pagkilos: Oras para sa Pagtatasa sa Sarili. Sa isang pirasong papel, isulat ang mga Love Buster na sa tingin mo ay ginagawa mo sa iyong partner na maaaring magdulot sa kanya ng kalungkutan (Walang-Galang na Paghatol, Makasariling Kahingian, Pagsiklab ng Galit, Independiyenteng Kilos, Mga Nakakainis na Gawi, Hindi Pagiging Tapat). Mula sa iyong natukoy, iranggo ang mga ito ayon sa kung paano mo iniisip na nasasaktan nila ang iyong partner. Pagkatapos ay tukuyin sa maiikling salita ang mga alternatibong ugali mula sa mga kabanata na gusto mong subukan na magpapaunlad ng iyong mga kasanayan sa proteksyon. Simula ngayon, magkaroon ng zero-tolerance policy para sa sarili mong Love Busters.

PAGPAPANATILING WALA ANG *LOVE BUSTERS* SA IYONG PAG-AASAWA

Bakit tayo natutuksong gawin ang anim na pagkakamaling ito ng Makasariling Kahingian, Walang-Galang na Paghatol, Pagsiklab ng Galit, Hindi Pagiging Tapat, Mga Nakakainis na Gawi, at Independiyenteng Kilos? Wala dapat sa mga ito ang magkaroon ng katuturan sa mag-asawang nais magmahalan. Kung nangako silang aalagaan ang isa't isa, bakit nila gugustuhing saktan ang isa't isa?

Hindi naman talaga ito mahirap intindihin. Bagama't lahat ng mga ugaling ito ay maaaring magpasama ng loob ng ating *partner*, sa isang kadahilanan o iba pa, madalas ay nagpapasaya ito sa atin. Ginagawa natin ito dahil gusto nating gawin ito. Ang *Love Busters* ay nagbibigay sa atin ng kaginhawaan o kasiyahan, at nahihirapan tayong pigilan ito, kahit na alam nating ginagawa natin ito sa kapinsalaan ng ating *partner*.

Ang *Love Busters* ay umiiral sa lahat ng *pag-aasawa* sa isang panahon o iba pa—walang sinuman sa atin ang maalalahanin 100 porsiyento ng *oras*. Ngunit maaari mong bawasan ang mga ito sa iyong pag-aasawa sa pamamagitan ng pag-iingat. Sa sandaling makita mong nagsisimula nang manaig ang isang *Love Buster*, gawin ang lahat para mapaglabanan ito.

Ang ikalawang regalo ng pag-ibig, ang proteksyon, ay magpapanatiling ligtas sa iyong pagmamahalan. Kapag pinoprotektahan mo ang isa't isa mula sa *Love Busters*, lalago ka sa pagkakasundo. Kung mabibigo kang magprotekta, sa pamamagitan ng pagpayag na manaig at lumago ang *Love Busters*, magkakahiwalay kayo at lahat ng pag-aalaga sa mundo ay hindi maililigtas ang iyong pag-aasawa.

Kung ikaw at ang iyong asawa ay nahihirapang kontrolin ang *Love Busters*, inirerekomenda kong basahin mo ang aklat ni Dr. Harley, *Love Busters: Overcoming Habits That Destroy Romantic Love* (Revell, 1992, 2008, 2016), o humingi ng propesyonal na tulong para matiyak ang *zero-tolerance* para sa iyong sariling *Love Busters*.

Mga Katanungan para sa Pag-iisip

1. Alam mo ba na "kinasusuklaman" din ng Diyos ang *Love Busters* na ito? Sinasabi sa Kawikaan 6:16-19, "Ang PANGINOON ay namumuhi sa anim na bagay, oo, pito ang sa kanya'y kasuklamsuklam: [17] Mga palalong mata, sinungaling na dila, at

mga kamay na nagbububo ng dugong walang sala, [18]pusong kumakatha ng masasamang plano, mga paang sa kasamaan ay nagmamadali sa pagtakbo; [19]bulaang saksi na nagsasalita ng hindi pagiging tapat, at ang naghahasik sa magkakapatid ng kaguluhan." Kinasusuklaman ng Diyos ang mga ugaling ito dahil mahal Niya ang mga tao at ang *Love Busters* ay nakakasakit sa mga mahal Niya.

2. Marahil ay pamilyar ka sa isa sa mga pinakasikat na talata tungkol sa pag-ibig sa Bibliya. Nagsisimula ito sa "Ang pag-ibig ay matiisin at magandang-loob" (1 Corinto 13:4-6). Ngunit napagmasdan mo na ba kung paano binibigyang-kahulugan ng talatang iyon ang pag-ibig? Sinasabi nito, "ang pag-ibig ay hindi maiinggitin, o mapagmalaki o hambog; [5]hindi magaspang ang kilos. Hindi nito ipinipilit ang sariling kagustuhan, hindi mayayamutin, hindi nagtatala ng mga pagkakamali. [6]Hindi ito natutuwa sa masamang gawa, kundi natutuwa sa katotohanan." Sa walong katangiang iniuugnay sa pag-ibig, ilan ang positibo (nangangahulugang "paggawa") na kilos? Tatlo: matiyaga, mabait, nagagalak sa katotohanan. Ilan ang negatibo (nangangahulugang "hindi paggawa") na kilos? LIMA! At nakikita mo ba ang *Love Busters* sa kahulugang ito? Isa sa mga pinakasikat na kahulugan ng pag-ibig ay nagsasabi sa atin na mag-ingat mula sa ating sariling *Love Busters* at mag-alaga sa iba. **Pag-ibig = pag-aalaga + proteksyon!** Tinatawag ko itong mapag-arugang pag-ibig (*Caring Love*).

15

TUKUYIN AT PAGTAGUMPAYAN ANG MGA *LOVE BUSTER*

Ipinagdiwang nina Jon at Kathy ang kanilang ika-10 anibersaryo, pero malaking bahagi ng panahong iyon ay magkahiwalay silang nanirahan. Tumanggap si Jon ng trabaho sa sales pagkatapos nilang ikasal, na nangangailangan na malayo siya kay Kathy mula Lunes hanggang Huwebes bawat linggo. Pareho silang sumang-ayon na ito ay pansamantalang sakripisyo para sa kanilang kaligayahan sa hinaharap. Ngunit ang kanilang "pansamantalang" desisyon ay lumikha ng isang pinansyal na pamumuhay na hindi na nila madaling mabago.

At may iba pang hindi inaasahang resulta: nagkaroon sina Kathy at Jon ng mga ugali na humantong sa mga independiyenteng pamumuhay. Sa bawat independiyenteng desisyon, lalo pang dumami ang mga walang-pag-iisip na ugali at plano. Pinalala pa ito nang magsimula silang mag-away tungkol sa kawalang-pag-iisip ng isa't isa. Regular na nababawasan ang *love units*, at hindi sila masaya.

Alam nina Jon at Kathy na may kailangang magbago o malalagay sa panganib ang kinabukasan ng kanilang pamilya. Kaya nagkasundo silang gumawa ng mga pagbabago sa pamumuhay na magpapanumbalik ng kanilang pag-ibig. Nagsimula ito sa isang plano na protektahan ang isa't isa mula sa sarili nilang mga walang-pag-iisip na ugali.

Hindi ba't maganda kung hindi mo kailanman sasaktan ang isa't isa? O kung kapag nasaktan ng isa sa inyo ang isa nang hindi sinasadya, agad kayong hihingi ng paumanhin at gagawa ng mga hakbang para maiwasan itong maulit?

Ang proteksyon sa pag-aasawa ay talagang mas mahalaga kaysa sa pag-aaruga na tinalakay natin sa unang bahagi ng aklat na ito. Kapag hinayaan mong pumasok ang Love Busters sa iyong relasyon, ang pagnanais ng iyong partner na tugunan ang iyong mga pangangailangan ay magsisimulang maglaho. Kapag ang isang tao ay nasasaktan dahil sa Love Busters, karaniwan na ayaw na rin niyang tumugon sa mga pangangailangan ng kanyang asawa, o kahit sa sarili niyang mga pangangailangan. Kaya hindi lamang binabawasan ng *Love Busters* ang *love units* na naide-deposito kapag natutugunan ang mga pangangailangang emosyonal, pinipigilan din nito ang pagdeposito ng mas marami pang *love units*.

Maaaring naranasan mo na kung gaano kahirap tugunan ang mga pangangailangang emosyonal ng isa't isa kapag ang isa sa inyo ay nasaktan ng isa. Kaya napakahalaga na alisin mo ang *Love Busters* para mapanatiling mataas ang balanse ng iyong *Love Bank*.

Karaniwang hindi pumapasok ang *Love Busters* sa isang relasyon na parang isang malawakang pagsalakay. Madalas, nagsisimula sila sa tila hindi nakapipinsalang kilos o ugali. Ngunit mula sa ganoong simula, lumalaki sila at nagiging pangit at mapanirang mga ugali na maaaring sumira sa iyong pag-aasawa. Kung napayagan mo nang magkaroon ng puwang ang *Love Busters*, marahil ay hindi pa sila ganap na nabubuo. Pero kung hindi mo sila aalisin ngayon, maaari nilang sirain ang anumang pag-asa para sa isang panghabambuhay na pag-ibig.

Iminumungkahi ko na sundin mo ang isang planong may apat na hakbang para matulungan kang tukuyin at alisin ang anumang *Love Busters* na maaaring nakapasok na sa iyong relasyon. Kung makakita ka ng anumang Love Busters, tutulungan ka ng planong ito na maalis ang mga ito nang mabilis para hindi na sila lumaki at magdulot ng malubhang pinsala.

HAKBANG 1: TUKUYIN ANG MGA *LOVE BUSTER*

Bago ka sumabak sa laban, kailangan mong kilalanin ang iyong kaaway. Kung nilalabanan mo ang *Love Busters*, kailangan mong malaman kung ano sila at kung paano sila nagpapakita. Kanina, tinukoy ko ang anim na malawak na uri ng mga *Love Buster* na maaaring gawin tayong lahat na mga halimaw. Alin sa mga ito ang partikular na nagbabanta sa iyong relasyon, at anong tiyak na kilos ang kasangkot?

Madalas ay hindi alam ng isang *partner* ang mga bagay na ginagawa niya na nakakasakit sa isa pa. Maaaring maging pangalawang kalikasan ang *Love Busters*—mga ugaling hindi natin alam na taglay natin. Madalas, hindi man lang natatandaan ng gumagawa nito na ginawa niya ito. Kaya nga ang taong nakakatanggap ng mga *Love Buster* na ito ang kailangang tumukoy sa mga ito, dahil siya ang nakakaramdam ng sakit. Dapat ninyong sabihin sa isa't isa kung ano ang nagpapalungkot sa inyo.

Para magawa ito, suriin ang anim na kategorya ng Love Busters na inilarawan ko kanina. Isipin kung mayroon sa mga ito sa iyong relasyon. Para sa bawat Love Buster na ipinapakita ng iyong partner, isulat: 1) gaano kadalas ito nangyayari; 2) anong anyo nito (gumamit ng karagdagang papel kung kailangan); 3) aling anyo ang pinakamasakit para sa iyo; 4) kailan nagsimula ang gawaing ito; at 5) paano ito nabuo.

HAKBANG 2: TUKUYIN ANG MGA *LOVE BUSTER* NA NAGDUDULOT NG PINAKAMATINDING SAKIT

Sa ilang pag-aasawa, lahat ng anim na uri ng mga *Love Buster* ay sumisira sa relasyon. Ngunit para sa karamihan, dalawa o tatlo lang ang nagdudulot ng karamihan sa mga problema. Kahit na lahat ng anim ay naroroon, o dalawa lang, dapat magsimula ang bawat partner sa pagtuon ng halos lahat ng atensyon sa *Love Buster* na pinakamalala. Kapag nakontrol na iyon, saka harapin ang susunod na pinaka-nakakagulo na *Love Buster*.

Para matulungan ang iyong partner na pumili kung aling mga *Love Buster* ang dapat unang harapin, iranggo ang mga ito ayon sa epekto nito sa iyong relasyon. Pagpasyahan kung aling Love Buster ang nagdudulot sa iyo ng pinakamatinding kalungkutan at iranggo ito bilang numero 1. Ipagpatuloy ang pagraranggo sa mga *Love Buster* sa iyong listahan hanggang mairanggo mo silang lahat.

HAKBANG 3: MAGKASUNDO NA ALISIN ANG MGA *LOVE BUSTER* PARA SA ISA'T ISA

Madali para sa iyo na maunawaan kung bakit dapat magbago ang iyong partner para protektahan ka. Karaniwan namang mas mahirap maintindihan kung bakit ikaw ang dapat magbago para protektahan siya. Gayunman, kung bibigyan ninyo ang isa't isa ng regalo ng proteksyon, mahalagang paniwalaan ninyo ang pahayag ng bawat isa na kailangan talaga ang mga pagbabagong iyon.

Bilang isang konkretong kilos ng proteksyon, iminumungkahi ko na gumawa ka ng pangakong aalisin ang mga *Love Buster* na itinuro ng iyong *partner*. Tulad ng nabanggit ko, para matulungan kang gawing pormal ang iyong mga intensiyon, sa pagtatapos ng aklat na ito ay magkakaroon ka ng pagkakataong lagdaan ang Pangako sa Mag-asawa *(Marital Promise)* na nangangakong pagtatagumpayan ang mga *Love Buster*.

Walang sinuman sa atin ang gustong mapintasan, at kapag nangyari ito, madalas tayong nagiging depensibo. Kaya kung hindi ka mag-iingat, maaari kang tumugon sa mga rebelasyon ng iyong partner nang may kawalang-galang at galit—dalawa sa mismong Love Busters na sinusubukan mong alisin. Kung ganyan ang reaksyon mo, ang Walang-galang na Paghatol at Pagsiklab ng Galit ay mga *Love Buster* na maaaring mangailangan ng iyong espesyal na atensyon.

Kapag binabasa ninyo ang listahan ng isa't isa, mag-ingat na tanggapin ang pagsusuri nang may regalo ng proteksyon sa isip. Tutulungan ka ng inyong mga listahan na matuklasan ang mga bahagi ng kahinaan, at maaaring masaktan ka sa iyong mababasa. Tandaan, ito ay impormasyon na makakatulong sa iyong gumawa ng mas mahusay na trabaho sa pagprotekta sa isa't isa.

HAKBANG 4: PAGTAGUMPAYAN ANG MGA *LOVE BUSTER*

Maaaring hindi ka pa nagkaroon ng sapat na oras para malalim na maitanim sa iyo ang iyong mga masasamang ugali, kaya dapat mong maalis ang mga ito nang mabilis. Maaaring matuklasan mo na ito ay simpleng usapin lamang ng pagdedesisyon na tigilan na ito. Kapag napagdesisyunan mo na, maaaring madiskubre mong hindi mo na muling gagawin ang mga ugaling iyon.

Pero para sa ilang ugali, hindi ito ganoon kasimple. Ang malalim na nakaugat na mga ugali ay nangangailangan ng isang planong susundin at isang taong magpapaalala at sisigurong gagawin mo ito para makumpleto ang plano. Kung matuklasan mong patuloy mo pa ring nasasaktan ang iyong partner kahit gumawa ka na ng makatwirang pagsisikap na pagtagumpayan ang mga Love Buster, maaaring kailangan mo ng propesyonal na tulong para mapagtagumpayan ang mga ito. Ang mga grupo ng suporta sa pag-aasawa na itinataguyod ng mga simbahan at mga organisasyong pangkomunidad ay nagbibigay-daan sa mga mag-asawa na pagtagumpayan ang mga Love Buster sa pamamagitan ng pananagutan sa ibang kasama sa grupo. Susubaybayan ka ng grupo at pananagutin ka sa iyong mga pangako.

O maaari kang humingi ng tulong sa isang propesyonal na tagapayo sa pag-aasawa para tulungan kang maging mapanagutan. Sila ay sinanay para turuan ka kung paano baguhin ang iyong kilos, subaybayan ang iyong pag-unlad, at ipaalala sa iyo ang iyong pangako. Ngunit kung hindi mabilis na maganap ang pagbabago, humanap ng ibang tagapayo sa pag-aasawa para tulungan ka. Kumilos nang mabilis para pagtagumpayan ang mga Love Buster, dahil labis silang nakakapinsala. Kung nais mong mabuhay ang iyong relasyon, dapat mong pigilan ang mga ito sa pinagmulan pa lamang.

Para matiyak na hindi sasalakayin ng mga Love Buster ang iyong pag-aasawa, hinihikayat kitang muling balikan ang usapang ito bawat taon, kasama ang mga pangangailangang emosyonal. Makakatulong itong ipaalala sa iyo na patuloy mong tuparin ang iyong pangako na magbigay ng proteksyon. Bilang paalala, kung nais mong magbasa pa tungkol sa paksang ito, subukan ang aking mga aklat na *Love Busters: Overcoming Habits That Destroy Romantic Love* (Harley, 1992, 2016) at ang kasama nitong workbook, *Five Steps to Romantic Love* (Harley, 1993, 2002).

Mga Katanungan para sa Pag-iisip

1. Kung may tinukoy na mga nakakainis na gawi ang iyong *partner*, pinanghinaan ka ba ng loob? Tandaan, may kakayahan kang baguhin ang iyong mga ugali. Maaaring hindi ito komportable sa simula (tulad ng pagtiklop ng iyong mga braso sa kabaligtarang paraan), ngunit sa pagsasanay, ang mga bagong ugaling ito ay maaaring maging kasing-natural ng mga dating ugali. At maiiwasan mo ang awtomatikong pagbawas ng mahahalagang *love units*.

2. Naaalala mo bang pasalamatan ang iyong *partner* sa pagbibigay ng tapat na *feedback* tungkol sa iyong mga kilos na *Love Buster*? Minsan mahirap itong pakinggan, ngunit tiyak na kailangan mo ng katotohanan mula sa iyong *partner*—lalo na kung nais mong

tuparin ang iyong pangako at magtagumpay sa pagbibigay ng iyong mga Regalo ng Pag-ibig.

16

ANG POLISIYA NG PINAGKAISANG KASUNDUAN, BAHAGI 1

Ang *Love Busters* ay laging hahadlang sa iyong kaligayahan sa pag-aasawa. Kung hahayaan mong lumaganap ang mga ugaling ito, maaari kang maging lubhang hindi nasisiyahan sa iyong pag-aasawa, hanggang sa puntong baka hindi na ito magtagal. Makasariling kahingian, walang-galang na paghatol, pagsiklab ng galit, hindi pagiging tapat, nakakainis na mga ugali, at independiyenteng kilos—lahat ng ito ay mapanganib na mga ugali na nagbabanta sa bawat pag-aasawa.

Ang iyong regalo ng proteksyon ay tutulong para maprotektahan ka laban sa *Love Busters*. Sa pamamagitan ng inyong kasunduang huwag maging sanhi ng kalungkutan ng isa't isa, magiging mas madali para sa iyo na tukuyin ang mga mapanirang ugali sa tuwing nagpapakita ang mga ito ng kanilang pangit na anyo. Iyon ay dahil alam mo na ngayon na sa tuwing nagiging mapilit, walang galang, magagalitin, nakakainis, hindi nagsasabi ng katotohanan, o kumikilos nang independiyente, sinasaktan mo ang iyong partner—isang bagay na ipinangako mong iiwasan.

Para tuluyang maalis ang *Love Busters*, sumulat ako ng isang polisiya para matulungan kayong protektahan ang isa't isa sa pag-aasawa. Tutulungan ka ng polisiyang ito na iwasan ang lahat ng anim na Love Buster, ngunit lalo itong epektibo sa pag-alis ng independiyenteng kilos, ang pangunahing sanhi ng hindi pagkakasundo sa pag-aasawa. Sa pamamagitan ng pagsunod dito, lilikha ka ng isang pamumuhay na magpoprotekta sa inyong dalawa mula sa makasarili at mapanirang mga tendensiya ng isa't isa. Tinatawag ko itong Ang Polisiya ng Pinagkaisang Kasunduan: Huwag kailanman gumawa ng anuman nang walang buong-pusong pagsang-ayon sa pagitan mo at ng iyong asawa. Kung gagawin ninyong magkasama ang lahat ng inyong desisyon at iiwasan ang panghuling pagpili hangga't hindi ito para sa kapwa ninyong interes, bubuo kayo ng isang samahan na tatagal habambuhay.

Ang Polisiya ng Pinagkaisang Kasunduan: Huwag kailanman gumawa ng anuman nang walang buong-pusong pagsang-ayon sa pagitan mo at ng iyong asawa.

Ang dahilan kung bakit napakahusay kang pinoprotektahan ng Polisiya ng Pinagkaisang Kasunduan ay dahil pinipilit ka nitong: (1) gumawa lamang ng mga desisyong kapwa ninyo napagkasunduan; at (2) isaalang-alang muna ang damdamin ng isa't isa bago ka kumilos o magdesisyon.

Ibig sabihin, kapag natutukso kang maglabas ng mga kautusan o utos, magpakita ng kawalang-galang, magalit, magsinungaling, o magpatuloy sa nakakainis na mga ugali, pinapaalalahanan ka nitong iwasan ang paggawa ng alinman sa mga iyon. Ngunit ang kasunduang ito ay lalo pang kapaki-pakinabang sa pagtulong sa iyong iwasan ang independiyenteng kilos, dahil binibigyan nito ang iyong asawa ng pagkakataong i-veto ang mga padalus-dalos na plano.

Maaaring sinusunod mo na ang polisiyang ito kahit hindi mo pa alam kung ano ang tawag dito. Kung gayon, iyon ang dahilan kung bakit panatag ang loob ninyong dalawa sa isa't isa. Ngunit may mga pagkakataon na pareho pa rin kayong matutukso na gumawa ng mga desisyong hindi katanggap-tanggap sa isa't isa, at kapag natukso ka, ang Polisiya ng Pinagkaisang Kasunduan ay dapat naroon para pigilan ka sa paggawa ng isang mapaminsalang pagkakamaling makinabang ang isa sa kapinsalaan ng isa pa.

PAGLIKHA NG ISANG MAGKASUNDONG PAMUMUHAY

Ang pagbuo ng iyong buhay nang magkasama ay tulad ng pagbuo ng isang bahay. Ang bawat ladrilyo ay isang pagpili na ginagawa mo tungkol sa paraan ng iyong pamumuhay bilang mag-asawa. Kung susundin mo ang

Polisiya ng Pinagkaisang Kasunduan at gagawa kang mga pagpiling kapwa katanggap-tanggap, ang iyong bahay ay magiging matibay at maganda. Ngunit kung ang ilang mga ladrilyo ay katanggap-tanggap lamang sa isa sa inyo, ang mga mahihinang ladrilyong iyon ay gagawin nitong hindi komportableng tirahan ang buong bahay.

Ang pagkakasundo (*compatibility*) ay nangangahulugang namumuhay kayong dalawa nang may harmoniya. Ibig sabihin, ninanamnam ninyo ang uri ng pamumuhay na magkasama ninyong nilikha, dahil iyon ang parehong gusto at kailangan ninyo. Ang bawat ladrilyo na bumubuo sa inyong tahanan ay pinili para maging komportable kayong dalawa.

> Ang pagkakasundo (compatibility) ay nangangahulugan na namumuhay kayong dalawa nang may harmoniya. Ibig sabihin, ninanamnam ninyo ang uri ng pamumuhay na magkasama ninyong nilikha, dahil iyon ang parehong gusto at kailangan ninyo. Ang bawat ladrilyo na bumubuo sa inyong tahanan ay pinili upang maging komportable kayong dalawa.

Ang hindi pagkakasundo, sa kabilang banda, ay nalilikha kapag hindi sinusunod ang Polisiya ng Pinagkaisang Kasunduan—kapag ang isa sa mag-asawa ay pumipili ng mga ladrilyong ang iniisip lamang ay sarili niyang interes. Ang bawat makasariling kilos na ginagawa sa kapinsalaan ng isa ay hindi lamang nagwi-withdraw ng mga love unit, kundi sinisira rin ang mismong pundasyon ng pag-aasawa—kaligtasan at tiwala. Ang hindi pagkakasundo, samakatuwid, ay bunga lamang ng unti-unting pag-iipon ng mga gawi at kilos na walang pagpapahalaga sa damdamin ng isa't isa. Kung mas marami nito ang naiipon sa isang pag-aasawa, mas lalo silang nagiging hindi magkasundo.

Karamihan sa mga pag-aasawa ay nagsisimula nang may napakakaunting independiyenteng kilos, dahil karaniwang iniiwasan ito sa matagumpay na panliligaw. Ang mga magkasintahang nagpaplanong magpakasal ay gumagawa ng espesyal na pagsisikap na kumilos nang maalalahanin, dahil kung hindi, hindi sila makakarating sa *altar*.

Ngunit pagkatapos ng kasal, karaniwang nagsisimulang lumitaw ang independiyenteng kilos. Sa ngalan ng personal na kalayaan, pansariling interes, at pagpapalawak ng mga abot-tanaw, ang mag-asawa ay nagkakaroon ng mga ugali at gawain na hindi isinasaalang-alang ang damdamin ng isa't isa. At hindi magtatagal, hindi na sila magkasundo.

Ang pagtataksil ay isang matindi ngunit karaniwang halimbawa ng nangyayari kapag ang mag-asawa ay nagiging hindi magkasundo. Nagtataksil (*unfaithful*) ang mga mag-asawa sa isa't isa dahil ang pagkakaroon ng *affair* ay pansamantalang nakakatugon sa kanilang mga pangangailangang emosyonal at nagbibigay sa kanila ng kasiyahan. Hindi sila napipigilan ng katotohanang ito ang pinakamasakit na bagay para sa kanilang asawa, higit sa anupaman. Ang isang affair ay agad na lumilikha ng hindi pagkakasundo dahil hangga't pinahihintulutan ito, walang paraan para ang mag-asawa ay mamuhay nang magkasama nang may harmoniya. Isa itong ladrilyo na nagbabanta sa pagguho ng buong bahay.

Maaaring hindi ka komportable sa halimbawang ito dahil ipinapalagay mong ang isang *affair* ay hindi kailanman mangyayari sa iyong pag-aasawa. Ngunit ang aking sariling pananaliksik at ang pananaliksik ng iba ay nagpapahiwatig na nangyayari ito sa mahigit 60 porsiyento ng mga pag-aasawa. Ito ang pinakakaraniwang reklamo na naririnig ko mula sa mga mag-asawang aking pinapayuhan. Pag-isipan mo ito: kung maiiwasan mo ang isang affair sa buong panahon ng iyong pag-aasawa, mapapabilang ka sa minorya!

Parehong ang mga asawang nagtaksil at ang mga asawang pinagtaksilan na aking pinayuhan ay hindi kailanman naisip na mangyayari ito sa kanila. Ang mga asawang nagtaksil ay naniwalang mayroon silang sapat na lakas ng karakter para labanan ang tukso, at ang mga pinagtaksilang asawa naman ay inakalang ang isang mabuting pag-aasawa ay nangangailangan ng bulag na pagtitiwala sa isa't isa. Hindi nila alam na kung hindi sila gagawa ng mga espesyal na pag-iingat, maaari silang mabiktima ng pagtataksil. At hindi nila alam na ang Polisiya ng Pinagkaisang Kasunduan ang gulugod ng mga pag-iingat na iyon.

Ang pagtataksil ay karaniwang hindi dumarating bilang iisang pagkabigong sundin ang Polisiya ng Pinagkaisang Kasunduan. Sa halip, bunga ito ng napakaraming desisyong ginawa ng mag-asawa na hindi isinasaalang-alang ang damdamin ng isa't isa. Sa katunayan, ang mga mag-asawang nakararanas ng pagtataksil ay kadalasang nakasanayan na ang hindi pagpansin sa damdamin ng *partner*. Sa kanilang pagsasama, gumagawa sila ng mga independiyenteng desisyon na humahantong sa magkahiwalay na pamumuhay—mga tinatawag kong lihim na pangalawang buhay. Sa mga lihim na pangalawang buhay na ito umuusbong ang mga romantikong relasyon sa labas ng pag-aasawa.

Ang punto ay dapat itigil ng mga mag-asawa ang mga kilos na nakakabuti sa isa ngunit nakakasama naman sa isa pa. Sa katagalan, ang mga pakinabang ng pagkakaroon ng isang kapwa katanggap-tanggap na pamumuhay ay higit na malaki kaysa sa pagkawala ng isang independiyenteng pamumuhay. Ngunit ang padalus-dalos o hindi pinag-isipang kilos ay hindi madaling iwasan. Karamihan sa mga tao ay nakakaramdam ng sama ng loob kapag kailangan nilang isuko ang isang bagay na kanilang kinagigiliwan, kahit na ang pakikilahok dito ay nagpapalungkot sa taong mahal nila.

SAMA NG LOOB AT INDEPENDIYENTENG KILOS

Ano ang nararamdaman mo tungkol sa pag-iwas sa independiyenteng kilos? Kung ang iyong partner ay hindi masigasig o hindi buong-pusong sumasang-ayon sa iyong mga plano para sa katapusan ng linggo, at isusuko mo ang mga iyon para isaalang-alang ang kanyang damdamin, makakaramdam ka ba ng sama ng loob? Sa puntong ito ng iyong relasyon, maaaring hindi ito maging problema dahil makikita mo ang iyong plano sa tunay nitong anyo—isang walang-pag-iisip na kilos. Maaaring wala sa inyo ang makaramdam ng sama ng loob tungkol sa pagbabago ng mga planong lumalabas na walang-pag-iisip. Ngunit tinitiyak ko sa iyo na darating ang punto sa iyong pag-aasawa kung kailan sasamahan ng sama ng loob ang iyong pagsisikap na sundin ang Polisiya ng Pinagkaisang Kasunduan. Para paghandaan ang problemang ito, pag-uusapan natin ito ngayon.

Mayroong dalawang uri ng sama ng loob: (1) sama ng loob dahil sa walang-pag-iisip na kilos o aktibidad (pagkilos) ng isang partner; at (2) sama ng loob dahil hindi magawa ang isang walang-pag-iisip na kilos o aktibidad (hindi pagkilos).

Sa madaling salita, ang unang uri ng sama ng loob ay nagaganap kapag nagpasya ang iyong partner na gawin ang isang bagay na lubhang nakakaabala o nakakasakit sa iyo, habang ang pangalawa ay nagaganap kapag umiwas ka sa isang bagay na gusto mong gawin dahil ito naman ang nakababagabag sa iyong partner.

Ang sama ng loob na dulot ng walang-pag-iisip na kilos o aktibidad ng isang partner ay mas malaking problema sa pag-aasawa kaysa sa sama ng loob na dulot ng hindi paggawa ng isang bagay. Iyon ay dahil ang walang-pag-iisip na kilos ay palaging humahantong sa mga withdrawal sa *Love Bank*—wala itong alternatibong hindi nakapipinsala. Ngunit kung ang iyong partner ay hindi masigasig o hindi buong-pusong sumasang-ayon sa isang desisyong gusto mong ipatupad, maaaring kailanganin mong isuko ang opsyong iyon, ngunit may hindi mabilang na iba pang mga pagpipiliang maaaring magpasaya sa inyong dalawa. Kaunting malikhaing pag-iisip at biglang nawawala ang iyong sama ng loob kapag nakahanap ka ng alternatibong pagpipiliang nagbibigay-kasiyahan sa inyong dalawa.

Mayroong dalawang uri ng sama ng loob: (1) sama ng loob dahil sa walang-pag-iisip na kilos o aktibidad (pagkilos) ng isang partner; at (2) sama ng loob dahil hindi magawa ang isang walang-pag-iisip na kilos o aktibidad (hindi pagkilos).

Ang unang uri ng sama ng loob ay mas malala kaysa sa pangalawa—iyon ang dahilan kung bakit ang Polisiya ng Pinagkaisang Kasunduan ay may "default key" (tuntunin sa kaligtasan kapag walang kasunduan): Huwag kailanman gumawa ng anumang bagay na nagdudulot ng kalungkutan sa iyong partner, kahit na magdulot ito sa iyo ng sama ng loob na nagmumula sa hindi pagkilos. Ngunit ito ay isang panandaliang solusyon lamang para maiwasan ang pagiging sanhi ng kalungkutan ng iyong partner—hindi pa nito tunay na nalulutas ang problema. Pinipilit pa rin ng Polisiya ng Pinagkaisang Kasunduan ang mga mag-asawa na mag-negotiate hanggang sa wakas ay maabot ang isang desisyong kapwa nila masigasig na tinatanggap.

Default Key (o ang tuntunin sa kaligtasan kung walang kasunduan) ng Polisiya ng Pinagkaisang Kasunduan: Huwag kailanman gumawa ng anumang bagay na nagdudulot ng kalungkutan sa iyong partner kahit na magdulot ito sa iyo ng sama ng loob na nagmumula sa hindi pagkilos.

Para ilarawan, tingnan natin ang buhay nina Kathy at Jon. Nagkaroon ng pagkakataon si Kathy na dumalo sa isang office party, ngunit alam niyang hindi gugustuhin ni Jon na pumunta siya nang hindi siya kasama. Dahil hindi iniimbitahan ang mga asawa at gusto pa rin niyang pumunta, nagpasya si Kathy na dumalo sa party nang mag-isa. Ipinaalam na lamang niya kay Jon ang kanyang plano sa pamamagitan ng pag-iwan ng mensahe.

Naranasan ni Jon ang unang uri ng sama ng loob. Pinili ni Kathy na gawin ang isang bagay na nagpasaya sa kanya ngunit nagpalungkot sa kanyang asawa. Katwiran niya, ito ay isang bagay na kailangan niyang gawin para sa kanyang trabaho. Bukod pa rito, ayon sa kanya, ang pag-aasawa ay hindi pagkaalipin at walang karapatan si Jon na kontrolin ang kanyang kilos sa pamamagitan ng pagsasabi sa kanya kung saan siya maaaring pumunta at kung saan hindi.

Ang ikinasama ng loob ni Jon ay gumawa si Kathy ng isang bagay na nakasakit sa kanya, at hindi man lang niya pinansin kung ano ang nararamdaman niya tungkol dito. Nang sa wakas ay umuwi siya nang alas-4:00 ng umaga, gising pa rin si Jon at gulong-gulo ang kanyang damdamin. Iginiit ni Kathy na nagalit si Jon dahil pinili niyang magalit, hindi dahil may ginawa siyang mali. Walang masabi si Jon para kumbinsihin si Kathy na ang kanyang walang-pagpapahalagang kilos ang tunay na nagpagalit sa kanya. Napagpasyahan ni Jon na wala talagang pakialam si Kathy sa nararamdaman niya, at lalo pa siyang nagdamdam.

Nahirapan si Jon na makabawi mula sa paglabas ni Kathy dahil ang kanyang kawalang-pag-iisip ay tumama sa pinakapuso ng kanilang relasyon. Ang desisyong iyon ay nagpatunay kay Jon na hindi mahalaga kay Kathy ang kanyang damdamin.

Ngunit paano naman ang damdamin ni Kathy? Kung talagang nagmamalasakit si Jon kay Kathy, hindi ba niya isasakripisyo ang sarili niyang damdamin (ibig sabihin, handang magdusa) para lang makapagsaya siya?

Dito pumapasok ang isang mapanganib na nakaugalian: ang pagsasakripisyo para sa isa't isa. Ipagpalagay na tinanong ni Kathy si Jon kung ano ang mararamdaman niya tungkol sa pagpunta niya sa party nang mag-isa, at nadama ni Jon na hindi siya komportable sa ideyang pupunta si Kathy nang mag-isa. Ngunit sa halip na ipahayag ang kanyang pag-aalinlangan, sasabihin na lang niya, "Gusto kong pumunta ka para makapag-enjoy ka." Hindi ba't ang ganoong sakripisyo, ang pagdurusa para sa kanyang kapakinabangan, ay maituturing na tanda ng pag-ibig?

Hindi ba iyon ang iniisip nating dapat gawin ng mga nagmamalasakit na asawa para sa isa't isa—isasakripisyo ang sariling interes para mas lalo pang ma-enjoy ng kanilang asawa ang buhay? Hindi, kung tunay silang nagmamalasakit sa isa't isa.

Kung tunay na nagmamalasakit sina Kathy at Jon sa isa't isa, hindi dapat gustuhin sinuman sa kanila na magdusa ang isa pa. Ang desisyon ni Kathy na pumunta sa party, alam niyang malulungkot si Jon, ay isang walang-pag-iisip na desisyon. Kahit pa handang magdusa si Jon para lamang ma-enjoy ni Kathy ang gabi, ang tunay na pagmamalasakit ni Kathy sa kanya ay hindi dapat pumayag na siya ay magdusa. Kung pareho silang nagmamalasakit sa isa't isa, ang tanging desisyong magpapakita ng tunay na pag-aalaga ay yaong magpapasaya sa kanilang dalawa.

Isipin natin ang ibang senaryo para sa mag-asawang ito. Ipagpalagay na tinanong ni Kathy si Jon kung ano ang mararamdaman niya kung pupunta siya sa office party, at sinabi sa kanya ni Jon na hindi siya masigasig sa ideya. Kung magpasya si Kathy na huwag na lang pumunta, madali siyang makadama ng pangalawang uri ng sama ng loob; maaari siyang magdamdam dahil kailangan niyang isuko ang isang masayang oras dahil lamang sa hindi pagsang-ayon ni Jon. Maaari pa niyang isipin, *Wala siyang sapat na pakialam sa akin para gustuhin niyang magsaya ako.*

Ngunit hindi niya mararanasan ang pangalawang uri ng sama ng loob kung makakahanap sila ng isang alternatibong pareho nilang masigasig na matatanggap. At iyon mismo ang natututunang gawin ng mga mag-asawang sumusunod sa Polisiya ng Pinagkaisang Kasunduan—humanap ng mga alternatibong kapwa katanggap-tanggap. Sa pamamagitan ng magalang na negosasyon, agad na hahanapin nina Kathy at Jon ang solusyon sa problema na magbibigay-kasiyahan sa kanilang dalawa. At kapag natagpuan ang solusyong iyon, mawawala ang anumang sama ng loob.

Mga Katanungan para sa Pag-iisip

1. Kung ikaw at ang iyong partner ay nakatukoy ng mga Love Buster sa inyong relasyon, maaaring matukso kang isipin na hindi kayo bagay sa isa't isa. Ano ang mangyayari kung magsasanay ka ng

mga bagong gawi para palitan ang mga masasamang gawi na iyon, magiging mas magkasundo ba kayo?

2. Kung babantayan ninyo ang isa't isa laban sa inyong mga Love Buster sa buong buhay ninyong magkasama, patuloy ba kayong lalago sa pagkakasundo? Bakit?

3. Bakit mahalaga (*essential*) ang Polisiya ng Pinagkaisang Kasunduan sa pagbuo ng isang magkasundong pamumuhay? (Pahiwatig: Ano ang napipilitan ninyong gawing dalawa dahil dito?)

17

ANG POLISIYA NG PINAGKAISANG KASUNDUAN, BAHAGI 2

Tuwing mayroon kayong salungatan ng interes at hindi kayo magkasundo sa isang desisyon, may proseso akong inirerekomenda. Makakatulong ito sa inyo na masanay sa paggawa ng mga desisyong kapwa katanggap-tanggap, ayon sa Polisiya ng Pinagkaisang Kasunduan.

PAANO MAG-NEGOTIATE GAMIT ANG POLISIYA NG PINAGKAISANG KASUNDUAN

Kung mas madalas ninyong isagawa ang prosesong ito, mas mabilis kayong makakarating sa buong-pusong pagsang-ayon tungkol sa halos anumang isyu.

1. Magtakda ng mga batayang tuntunin para gawing kaaya-aya at panatag ang negosasyon. Bago kayo magsimulang mag-*negotiate*, magkasundo kayo na susundin ang mga tuntuning ito: (1) maging kaaya-aya at masigla sa buong talakayan ninyo tungkol sa isyu; (2) unahin ang kapanatagan—iwasan ang kahingian, kawalang-galang, at galit, kahit mabigo ang negosasyon; at (3) kapag nauwi sa hindi pagkakasundo, huminto muna at balikan ang isyu sa ibang oras. Sa negosasyon ninyo, dapat ninyong igalang ang pagkakaiba ng damdamin at pananaw ng bawat isa; kung hindi, mahihirapan kayong panatilihing kaaya-aya at panatag ang usapan.

Mungkahi: Kung hindi ka makapunta sa talakayan nang may ngiti, pumili ng ibang oras kung kailan mas maganda ang iyong kalooban. Kung hindi ka makangiti, hindi mo kontrolado ang iyong emosyon. Mahalagang gawing kaaya-aya ang negosasyon—kung hindi, wala kayong maaabot.

2. Tukuyin ang problema ayon sa pananaw mo at ng iyong partner, bago kayo magpatuloy sa paghahanap ng solusyon. Dapat ilarawan ng bawat isa kung ano ang gusto niya at bakit, at pagkatapos ay ipaulit ang narinig hanggang sa makuntento ang bawat isa na naiintindihan siya. Para ilarawan, gagamitin ko muli ang halimbawa nina Kathy at Jon.

   Hindi iniimbitahan ang mga asawa sa office party sa trabaho ni Kathy. Maraming kumpanya ang naniniwalang ang ganitong patakaran ay nakakatulong sa morale, pero madalas itong magdulot ng kabaligtaran: lumilikha ito ng malulubhang problema para sa pamilya at sa negosyo. Sa halip na isama ang pamilya sa kultura ng trabaho, nagpapadala ito ng mensaheng ang patakaran ay nakikipagkumpitensya sa pamilya para sa oras at atensyon ng asawa. Pinipilit ng ganitong policy ang isang asawang lalaki o babae na pumili sa pagitan ng negosyo at ng pamilya.

   Kung nakagawian na ni Kathy ang makipag-negosasyon gamit ang Polisiya ng Pinagkaisang Kasunduan, sinabi na sana niya ito agad kay Jon at pagkatapos ay itatanong ang mahalagang tanong: "Ano ang mararamdaman mo tungkol dito?"

   Tumugon sana si Jon sa pamamagitan ng pagpapahayag ng kanyang alalahanin nang may paggalang, halimbawa: "Hindi ako masyadong masigla sa pagpunta mo nang mag-isa sa party," o "Mga 2 sa 5 ito para sa akin. Maaari ba nating pag-usapan ito?" Pagkatapos ay maaari niyang ipaliwanag ang kanyang pagsasabi ng katotohanan tungkol sa nararamdaman niya—halimbawa, ang takot na maging mas madaling matablan si Kathy kapag may lalaking tumutugon sa mahahalaga niyang pangangailangang emosyonal. Maaari rin niyang ipaliwanag na hindi niya gusto na maiwan sa bahay nang mag-isa habang siya ay nasa labas at nagsasaya. Ngunit magiging walang-galang na paghatol iyon kung ipapahiwatig niyang "nakakagulat" o "mali" na naisip pa ni Kathy na pumunta.

   Muli, kung sinabi ni Kathy kay Jon na ang kanyang mga dahilan ay hangal, iyon din sana ay isang walang-galang na paghatol. Malamang na humantong sana ito sa isang away. Kaya, para igalang ang mga dahilan ng kanyang nararamdaman, dapat niyang subukang isama ang mga ito sa pangwakas na resolusyon ng konflikto.

Mungkahi: Subukang panatilihing maikli ang paliwanag (mga 3–4 na pangungusap bawat isa) para manatili kayong nakatuon sa "ano ang gusto ko" at "bakit", at maiwasan ang walang-galang na paghatol at mga kahingian. Pagkatapos maipahayag ang bawat pananaw, ipaulit sa nakikinig na asawa kung ano mismo ang kanyang narinig. Sa pamamagitan ng pagpapanatiling maikli at direkta sa punto ang mga pananaw, mas tumpak na maipapahayag ng bawat asawa ang narinig.

3. Mag-isip muna ng maraming posibleng solusyon bago humusga. Gumugol ng ilang oras sa pag-iisip ng mga posibleng solusyon, at bigyan ito ng kaunting panahon para mas malinaw na lumabas ang mga ideya. Mayroong libu-libong posibilidad na susuriin ng iyong utak, itatapon ang mga may depekto at pananatilihin ang mga maaaring gumana. Magdala ng papel o cellphone para maisulat ang mga ideyang pumapasok sa isip, at iwasang pintasan agad ang opsyong hindi mo gusto—susuriin ninyo iyon sa susunod na hakbang.

   Sa pamamagitan ng pakikipag-negotiate sa isa't isa bago gumawa ng desisyon tungkol sa *office party*, sinubukan sana nina Jon at Kathy na humanap ng paraan para makamit ang layunin ni Kathy na isinasaalang-alang ang mga pagtutol ni Jon. Kung pupunta si Kathy sa party nang wala si Jon, magtatampo si Jon. Kung mananatili siya sa bahay kasama si Jon, mabibigo si Kathy. Ano ang maaari nilang gawin na magpapasaya sa kanilang dalawa? Lahat ng posibleng solusyon ay kailangang tugunan ang mga opinyon at damdamin nina Jon at Kathy. Sa pamamagitan ng pagtugon sa isyu sa sandaling nalaman ito ni Kathy, nagkaroon sila ng oras na hayaang magtrabaho ang kanilang mga utak sa problema.

Mungkahi: Kumuha ng isang pirasong papel at isulat ang mga posibleng solusyon sa problema na maaari ninyong parehong masigasig na sangayunan. Subukang maging malikhain sa pag-iisip. At tandaan: Huwag suriin ang anumang opsyon sa oras na ito.

4. Piliin ang solusyong kapwa ninyo gusto at pinakamahusay na tumutugon sa kondisyon ng Polisiya ng Pinagkaisang Kasunduan—kapwa at buong-pusong pagsang-ayon. Mula sa iyong listahan ng mga posibleng solusyon, ang ilan ay magbibigay-kasiyahan lamang sa isa sa inyo ngunit hindi sa inyong dalawa. Gayunpaman, nakakalat sa loob ng listahan ang mga solusyon na pareho ninyong kaakit-akit. Sa mga solusyong iyon na kapwa kasiya-siya, piliin ang isa na pinakagusto ninyong dalawa. Ngunit kung hindi ka makahanap ng isa na pareho mong masigasig na sinasang-ayunan, bumalik sa hakbang 3 at magpatuloy sa pag-brainstorm.

   Isang posibleng solusyon na maaaring magustuhan nina Kathy at Jon ay magsisimula sa pagtatanong ni Kathy sa kanyang mga katrabaho kung nag-aalala sila tungkol sa walang *plus-one* na polisiya. Kung may iba pa na nag-iisip na dapat imbitahan ang mga asawa, maaari silang lahat na makipagkita sa manager para subukang baguhin ang polisiya. Sa partikular na kasong ito na nasaksihan ko, iyon ang iminungkahi ni Jon kay Kathy, at nagustuhan niya ang ideya. Nang makipagkita siya sa kanyang mga katrabaho, nagulat siyang malaman na karamihan sa kanila ay gustong dumalo ang kanilang mga asawa sa party. Sa isang pulong kasama ang office manager, nagawang kumbinsihin nina Kathy at ng iba pa sa opisina ang manager na ang mga polisiyang family-friendly ay mabuti para sa negosyo. Hindi lamang dumalo sina Jon at Kathy sa office party nang magkasama sa taong iyon, kundi nangangahulugan din ang pagbabago sa polisiya ng opisina na dadalo sila sa lahat ng office party nang magkasama mula sa araw na iyon.

Mungkahi: Sa kaliwang bahagi ng papel na ginamit ninyo sa brainstorm, ilagay ang iyong mga inisyal sa itaas na may patayong linya pababa kung saan maaari kayong parehong maglagay ng boto para sa bawat opsyon gamit ang 1–5 rating scale, kung saan ang 5 ay napakasigasig at 1 ay hindi talaga masigasig. Ang mga boto na may kapwa 4 at/o 5 ay magkakaroon ng pinakamalaking potensyal para sa tagumpay. Ngunit kung mayroong 3 at 4 na rating, pumunta sa taong nag-rate ng pagpipilian ng 3 at magtanong, "Paano mo babaguhin ang opsyon na ito para maging 4 ito para sa iyo?" Isulat ang opsyon o mag-isip ng ilang mga baryasyon, at parehong bumoto muli. Magpatuloy sa pag-negotiate hanggang sa pareho kayong magkaroon ng hindi bababa sa 4 para sa isang opsyon.

Iyan ang magagawa ng Polisiya ng Pinagkaisang Kasunduan para sa iyong pamumuhay. Hindi lamang nito binabago ang isang nangyari; nagtatakda ito ng pamarisan para sa mga pangyayari sa hinaharap. Sa bawat pagkakataon na makahanap ka ng solusyon na tumutugon sa mga kondisyon ng Polisiya ng Pinagkaisang Kasunduan, nagdaragdag ka ng isa pang matibay na ladrilyo sa iyong bahay.

Sa una, ang prosesong ito na may apat na hakbang ay maaaring mukhang pormal, alanganin, at matagal. Ang paglilista ng mga posibleng solusyon ay parang maaaring tumagal ng ilang linggo para malutas ang mga simpleng problema. Ngunit kapag nasanay ka na rito, ang iyong pinabuting kasanayan ay mapapabilis. Sa kalaunan, gagawin mo ang mga hakbang na iyon nang napakabilis at walang kahirap-hirap na magagawa mo ito halos kahit saan at anumang oras.

Tandaan, sa bawat pagkakataon na pinipilit mo ang iyong partner sa isang paraan ng pamumuhay na hindi kaaya-aya, unti-unti mong sinisira ang kanyang pag-ibig para sa iyo. Hindi lamang ito isang walang-pag-iisip na paraan para makamit ang iyong mga layunin, kundi hindi rin nito magagawa ang trabaho. Sa malao't madali, tatakasan ka ng iyong partner at ang iyong hindi kaaya-ayang paraan ng pamumuhay. Makakabuo ka ng isang mas kaaya-ayang pamumuhay para sa iyong sarili sa pamamagitan ng pagsasaalang-alang sa damdamin ng iyong partner. Hindi lamang ito ang maalalahaning bagay na dapat gawin, kundi bubuo rin ito ng iyong pag-ibig sa isa't isa.

Ang Polisiya ng Pinagkaisang Kasunduan ay tutulong sa inyong mga desisyon na makatagal sa pagsubok ng panahon. Ang mga desisyong iyon ay magbibigay ng matibay na pundasyon para sa buhay ninyong magkasama. Dahil dito, walang sinuman sa inyo ang magiging alipin o amo, at hindi ninyo mararamdaman na nag-iisa o iniwan kayo sa inyong pagsisikap na makamit ang inyong mahahalagang layunin. Pareho kayong magiging handang katuwang ng isa't isa sa pagbuo ng isang buhay ng pag-ibig at pag-aaruga.

PAGLIKHA NG ISANG MAGKASUNDONG PAMUMUHAY GAMIT ANG REGALO NG PROTEKSYON

Ang inyong pamumuhay ay ang pinagsama-samang lahat ng inyong mga ugali at gawain na bumubuo sa buhay na inyong ginagalawan. Bago ang kasal, bawat isa sa inyo ay may sariling indibidwal na pamumuhay na nagpasaya sa inyo: pinili ninyo ang inyong trabaho, inyong sasakyan, inyong tirahan, at maging ang isa't isa, dahil iyon ang nais ng bawat isa sa inyo nang paisa-isa.

Ngunit ang inyong pamumuhay ay nagbabago sa sandaling ikasal kayo. Araw-araw ay gumagawa kayo ng mga desisyong bubuo ng isang bagong pamumuhay—ang inyong pamumuhay bilang mag-asawa. Sa bawat desisyon, magsisimulang mabuo ang mga bagong ugali at nakasanayang gawain. Ang mga ito ang bubuo ng balangkas para sa isang istrukturang kukumpletuhin pa sa loob ng maraming taon. Kung hindi kayo mag-iingat, maaari kayong lumikha ng isang pamumuhay na maaaring gumana para sa isa sa inyo ngunit lubhang makapagpapasama ng loob sa isa pa.

Ngayon ang panahon para mapagtanto na ang inyong pamumuhay bilang mag-asawa ay dapat likhain nang may pagsasaalang-alang sa isa't isa. Ang inyong pamumuhay ay dapat maingat na piliin para mapasaya kayong pareho. Iyon ang dahilan kung bakit dapat gabayan ng regalo ng proteksyon ang paglikha nito. Sa espesyal na regalong ito, poprotektahan ninyong dalawa ang isa't isa mula sa inyong pagkamakasarili sa tuwing gagawa kayo ng desisyon.

> Ang pamumuhay na pipiliin ninyo ay dapat maingat na piliin upang mapasaya kayong pareho.

ANG PAGREREKLAMO BA AY LUMALABAG SA REGALO NG PROTEKSYON

Ang pamumuhay na nililikha mo at ng iyong asawa sa pag-aasawa ay mangangailangan ng maraming pagsasaayos. Ang isang plano na pareho mong inakala noon na magiging mahusay ay maaaring lumabas na hindi pala ganoon kahusay, kahit para sa isa sa iyo. Kapag nangyari iyon, karaniwang nagsisimula ang pagrereklamo.

Kung ang reklamo ay ginawa sa magalang na paraan, maaari itong maging lubhang kailangang *feedback* na ang iyong pamumuhay ay nangangailangan ng karagdagang pagsasaayos. Maaari kang makarinig ng reklamo tungkol sa isang *Emotional Need* na hindi natutugunan o tungkol sa isang *Love Buster* na nakapasok sa iyong buhay. Anuman ang reklamo, ito ay nagpapakita ng pangangailangan para sa isang pagbabago na tutugon sa asawang nagrereklamo.

Ngunit ang pagrereklamo ay maaaring maging isang tunay na hadlang kung ito ay sinamahan ng mga pamimilit, kawalang-galang, o galit. Kung nais mong mabilis na makabawas ng *love units*, subukang magreklamo gamit ang tatlong *Love Busters* na iyon. Ang pagrereklamo mismo ay hindi Love Buster, pero kapag may kasamang pamimilit, kawalang-galang, o galit, nawawala ang mensahe ng iyong kahilingan para sa pagbabago. Kung ang reklamo mo ay nasa anyo lang ng magalang na kahilingan para sa pagbabago, kahit na maaaring hindi komportable ang iyong partner sa pag-alam na may kailangan pang ayusin, hindi ito *Love Buster*; ito ay pagsasabi ng katotohanan.

Ang isang reklamo ay dapat humantong sa isang plano ng pagkilos na lulutas sa problema. Kung hindi pa kayang gumawa ng plano sa mismong oras ng reklamo, mag-iskedyul ng oras para pag-isipan ito at magkasundo sa solusyon. Tandaan: karamihan sa reklamo ay tungkol sa mga gawi, at ang pagbabago ng gawi ay nangangailangan ng pag-uulit at pagsasanay. Ang iyong plano ay dapat maglaman ng paglalarawan ng bagong ugali o aktibidad na nais mo at isang paraan para magbigay ng pagsasanay hanggang sa maging bahagi ito ng iyong pamumuhay nang walang kahirap-hirap.

Kung ikaw at ang iyong partner ay papasok sa inyong pag-aasawa nang may kahandaang harapin ang mga reklamo sa lalong madaling panahon, nang may paggalang at sa kaaya-ayang paraan, hindi ka kailanman madadaig ng mga ito. Kapag hinayaan mo lamang na maipon ang mga reklamo sa loob ng maraming taon ng kapabayaan, doon mo lamang mararamdaman na nadadaig ka na.

Ipinakita ko sa iyo kung paano mag-negotiate gamit ang Polisiya ng Pinagkaisang Kasunduan. Kung matututunan mong hawakan ang lahat ng iyong mga reklamo gamit ang prosesong ito, matutuklasan mo na inaalis mo ang iyong mga problema halos kasabay ng pagdating ng mga ito. At gagawin mo ito nang may proteksyon, nang hindi sinasaktan ang isa't isa.

Kung nais mo ng mas tiyak na tulong sa pag-aaral kung paano lumikha ng isang magkasundong pamumuhay, inirerekomenda ko na basahin mo ang *He Wins, She Wins: Learning the Art of Marital Negotiation* (Revell, 2013) at *Fall in Love, Stay in Love* (Revell, 2001). Bukod pa rito, maaaring nais mong i-download at gamitin ang Let's Negotiate mobile app mula sa FourGiftsofLove.org, Google Play, o Apple App Store.

Pag-usapan Natin Ito

Paalala: Mangyaring panatilihin mong **MAIKLI** ang usapan at **MANATILI KA SA PAKSA** ng mga tanong. At ang pinakamahalaga, gamitin mo ang oras na ito para sanayin ang iyong mga regalo ng pag-aaruga at proteksyon, na may espesyal na pag-iingat na iwasan ang mga komentong walang paggalang. Tandaan, ang iyong mga layunin ay maging source ng kaligayahan at iwasang maging source ng kalungkutan sa iyong relasyon.

1. Ikaw ba o ang iyong partner ay gumamit na kailanman ng mga gabay sa negosasyon na ito, o ng katulad nito, noon, o bago pa man sa inyo ang konseptong ito? Nakikita mo ba kung paano makatutulong ang paggamit ng mga gabay na ito para matiyak na magiging maalalahanin kayo sa isa't isa?

2. Mayroon ba kayong mga kasalukuyang problema na nangangailangan ng negosasyon ninyong mag-asawa? Maraming mag-asawa ang may mga konflikto sa kanilang pag-aasawa na kinasasangkutan ng pananalapi o pagba-budget, pinalawak na pamilya, relihiyon, karera, at disiplina sa mga bata. Ang mga konflikto sa mga kategoryang ito ay karaniwang nangangailangan ng mas maraming oras para malutas kaysa sa isang konflikto tungkol sa kung ano ang isusuot sa isang Bible study. Kaya mag-iskedyul kayo ng sapat na oras para pag-isipan ang mga posibleng solusyon at mangalap ng impormasyon. Lahat ng konflikto ay maaaring malutas sa pamamagitan ng paggamit ng Polisiya ng Pinagkaisang Kasunduan bilang gabay sa inyong negosasyon. At kapag nalutas ang mga ito sa ganitong paraan, napoprotektahan ang Love Bank ng bawat isa at nalilikha ang isang magkasundong

pamumuhay. Handa ka na bang magsimula ng isang notebook para sa negosasyon at tumahak sa landas tungo sa isang buhay ng pagkakasundo?

3. Ano ang apat na gabay para sa matagumpay na negosasyon? Kung mayroon kang notebook para sa negosasyon, isulat ang buod ng apat na gabay na ito sa likod ng pabalat o sa unang pahina.

4. Repaso: Ang Mga Tip sa Negosasyon:
   - Maglaan ng isang spiral notebook para sa mga paksa ng negosasyon, at ilagay ang bawat isyu ng konflikto sa sarili nitong pahina. (Ang rekomendasyon ko ay bumili ng notebook na may mga tuta, puso, o smiley face... isang bagay na mag-uugnay sa negosasyon sa isang ngiti.)
   - Sa loob ng pabalat, ilista ang apat na gabay para sa negosasyon, na maaaring paikliin, kasama ang anumang "mungkahi" na nais mong tandaan (hal., Kaya ko bang ngumiti; pag-uulit sa pananaw ng isa bago ilahad ang sarili; walang komento—mabuti man o masama—pagkatapos ng bawat opsyon sa pag-brainstorm).
   - Mag-iskedyul ng napagkasunduang dami ng oras, gaya ng 30 minuto, bawat linggo para dumaan sa proseso ng negosasyon, isang isyu sa bawat pagkakataon. Kadalasan, itinatago ng mag-asawa ang mga problemang lugar sa ilalim ng "rug," ngunit naroon pa rin ang mga problema. Ang alternatibong paraan na ito ay isang plano at pangako para matugunan ang mga konflikto sa paglipas ng panahon.
   - Kung naubusan ka na ng mga ideya sa pag-brainstorm at wala pa ring napipiling solusyon na kapwa ninyo masigasig na tinatanggap, humanap ng isang pinagkakatiwalaang kaibigan o lider ng komunidad (hal., pastor), at humingi ng tulong sa pag-brainstorm ng mga ideya.
   - Isang babala: Hindi ko inirerekomenda ang paggugol ng higit sa 45 minuto bawat pagpupulong. Kakailanganin mo ang iyong pinakamahusay na kakayahan sa pag-iisip at

kontrol sa emosyon sa panahong ito; ang paglampas sa 30-45 minuto ay magpapahina sa mga kakayahang iyon at sa iyong kontrol.

Sumusuportang Pananaliksik: Isang anim na taong longitudinal na pag-aaral na sumusubaybay sa 130 bagong kasal na mag-asawa ni John Gottman at mga kasamahan ay natukoy ang ilang mga salik na humantong sa pangmatagalang katatagan ng kasal. Kapansin-pansin, ang isang karaniwang pamamaraan na ginagamit sa marital therapy para mapabuti ang kasanayan sa komunikasyon, ang modelo ng aktibong pakikinig, ay "hindi nakapaghuhula ng magkakaibang resulta ng kasal" (Gottman, 1998, p. 17).

Gayunpaman, ang mga salik na nakapaghuhula ng diborsiyo ayon sa mahigpit na longitudinal na pag-aaral ay: 1) ang pagtanggi ng asawang lalaki na tanggapin ang impluwensiya ng kanyang asawang babae sa paggawa ng mga desisyon; 2) ang kawalan ng kakayahan ng asawang lalaki na magpakalma sa mga sitwasyong negatibo na mababa ang intensity; at 3) ang marahas na pagsisimula ng asawang babae ng salungatan at tugon na negatibo (negativity reciprocity) sa mga sitwasyong negatibo na mababa ang intensity.

Ang isang mag-asawa ay mas masaya at mas matatag kung: 1) tinanggap ng asawang lalaki ang impluwensiya ng asawang babae sa paggawa ng desisyon; 2) nagawa ng asawang lalaki na magpakalma sa isang negatibong sitwasyon sa pamamagitan ng pagiging mahinahon at nakakapanatag; at 3) ang asawang babae ay may mahinahong "pagsisimula" ng mga sitwasyong may salungatan.

Nagtatapos si Gottman sa isang pangunahing obserbasyon: "Ang aming datos ay nagmumungkahi na tanging ang mga bagong kasal na lalaki na tumatanggap ng impluwensiya mula sa kanilang mga asawa ay nagtatapos sa masaya at matatag na mga kasal."

Pagkatapos basahin ang materyal sa aklat na ito, ang pag-aaral ni Gottman ay tila partikular na sumusuporta sa mga layunin ng Patakaran ng Pinagkaisang Kasunduan at pag-iwas sa mga Love Buster sa kasal. Sumasang-ayon ka ba?

18

BAKIT NAPAKAHALAGA SA PAG-AASAWA ANG PAGKAKAIBA NG LALAKI AT BABAE?

Ang pag-aasawa ay ugnayan ng dalawang lubos na magkaibang tao—isang lalaki at isang babae—na nagpupuno sa isa't isa sa pambihirang paraan. Kapag tinatrato nila ang isa't isa bilang magkapantay, pareho silang lubos na nakikinabang sa kanilang mga pagkakaiba. Sa pamamagitan ng paggalang sa kanilang lubos na magkaibang mga pananaw, at sa pagbuo ng kanilang buhay gamit ang karunungang nagmumula sa mga pananaw na iyon, sila ay lumalago nang magkasama—mas marunong at mas malakas kaysa sa anumang makakamit ng alinman sa kanila nang mag-isa. Ngunit kapag binabalewala ng bawat asawa ang pananaw ng isa pa, at gumagawa ng mga pagpiling nakikinabang lamang sa kanya sa paraang hiwalay at malaya sa asawa, nawawala nila ang kapakinabangang iyon—na humahantong sa kalungkutan sa pag-aasawa.

Ang posisyong pinanindigan ko sa nakalipas na 40 taon—na ang isang lalaki at isang babae ay lubos na magkaiba sa isa't isa—ay naging napakakontrobersyal. Nang una kong isulat ang *His Needs, Her Needs* noong 1986, marami ang nag-isip na ako'y napag-iwanan na ng panahon. Ngunit ang aking kaalaman sa pag-aaral sa utak (neurophysiology) ang maagang nakumbinsi sa akin na ito ay totoo. Nang itinuro ko ang kursong physiological psychology, nabigyan ko ang bawat estudyante ng isang utak ng tao para suriin, at may parehong mga utak ng lalaki at babae na ipinamamahagi sa buong klase. Nais kong mapansin ng bawat estudyante ang malalaking pagkakaiba sa pagitan ng mga ito. Hindi lamang sila magkaiba sa hitsura; magkaiba rin sila sa paraan ng paggana. Nais kong lubos na maunawaan ng bawat estudyante kung bakit magkaiba mag-isip ang mga lalaki at babae—ito ay dahil magkaiba ang kanilang mga utak.

Ang mga babae ay may mas maraming koneksiyon sa pagitan ng kaliwa at kanang *hemisphere*. Ang nag-uugnay na banda ng mga hibla na tinatawag na *corpus callosum* ay mas makapal sa mga babae kaysa sa mga lalaki. Mayroon din silang mas maraming koneksiyon sa pagitan ng mga neuron, at mas marami rin silang *neuron*—mga 12 bilyon pa. Gayunman, mas maliit ang kanilang utak. Maaari pa akong magpatuloy nang walang katapusan sa paglalarawan ng mga pagkakaiba—kung paano magkaiba ang pag-unlad ng kanilang mga utak, kung paano sila magkaibang tumatanda, kung paano magkaiba ang pag-trigger ng kanilang mga emosyonal na pagpapahayag, kung paano nasasalamin sa mga pagkakaibang iyon ang kanilang mga kakayahan, at, siyempre, kung paano ang mga pagkakaibang ito ay responsable sa paglikha ng magkakaibang mga pangangailangang emosyonal. May mas malaki pang pagkakaiba sa pagitan ng utak ng karaniwang lalaki at babae kaysa sa pagitan ng mga utak ng mga kinatawan ng lahat ng pangkat ng lahi sa mundo. Sa lahi at etnisidad, tayo ay halos magkakapareho. Sa kasarian, tayo ay lubos na magkaiba.

Magkasama silang nag-aalok ng isang mas kumpletong pananaw sa buhay kaysa sa maaaring makamit ng alinman sa kanila nang mag-isa.

Ngunit habang ipinapakita ko ang mga pagkakaiba sa pagitan ng mga utak ng mga lalaki at babae sa aking mga estudyante, palagi kong idinidiin ang kanilang pantay na halaga. Nagpupuno sila sa isa't isa. Ang mga kalakasan at kahinaan ng pag-iisip ng lalaki ay nagbabalanse sa mga kalakasan at kahinaan ng pag-iisip ng babae. Magkasama silang nag-aalok ng isang mas kumpletong pananaw sa buhay kaysa sa maaaring makamit ng alinman sa kanila nang mag-isa. Ang kailangan lamang para maipakita ang mga espesyal na kalamangan na iyon sa totoong buhay ay para sa bawat asawang lalaki at asawang babae na magkaroon ng malalim na paggalang sa mga pagkakaiba sa paraan ng kanilang pagtingin sa mundo, at mag-isip nang magkasama para makahanap ng mga solusyong kapwa kaakit-akit sa mga problemang kanilang kinakaharap.

Gayunpaman, sa buong kasaysayan ng tao, ang kanilang mga pisikal at mental na pagkakaiba ay humantong sa malawakang diskriminasyon ng mga lalaki laban sa mga babae. Hindi na dapat tayo magtaka sa malagim na resultang iyon, dahil sa tuwing may pagkakaiba sa atin, may tendensiya tayong magdiskrimina. At dahil walang mas malaking pagkakaiba kaysa sa pagitan ng isang lalaki at isang babae, dapat na nating asahan ang diskriminasyon sa kasarian. Wala pang 100 taon mula nang magkaroon ng karapatang bumoto ang mga babae sa Amerika, dahil hinusgahan silang mas mababa sa intelektwal. Sa halip na makita ang mga babae bilang isang mahalagang pandagdag sa kanilang buhay, ang mga lalaki ay may tendensiyang tingnan sila bilang personal na pag-aari na dapat maglingkod sa kanila sa buong buhay, na para bang mga alipin. Tiningnan ng mga lalaki ang kanilang sarili bilang nakahihigit sa lahat ng paraan, at naramdaman nilang ang paghuhusga ng mga babae ay hindi sapat para gumawa ng mga panghuling desisyon, kahit pagdating sa pagboto.

Sa kabutihang-palad, nasaksihan na natin ang higit na katarungan para sa mga babae. Ang edukasyon, ang pinakahuling tagapantay, ay nagpatunay na ang mga babae ay kasing talino at kasing malikhain ng mga lalaki. Sa katunayan, sila na ngayon ang mayorya sa karamihan ng mga kolehiyo at unibersidad. Bawat lalaking estudyante sa kolehiyo ay maaaring magpatotoo sa katotohanang ang mga babae ay hindi sa anumang paraan mas mababa sa intelektwal.

Ang paggalang sa isa't isa sa pag-aasawa ay nangangahulugan na ang mga damdamin at interes ng bawat isa sa mag-asawa ay mahalaga.

Ngunit habang ang isang lalaki at isang babae ay may pantay na halaga, hindi sila pareho. Ang isang babae ay isang mahalagang komplemento sa isang lalaki, at ang isang lalaki ay isang mahalagang komplemento sa isang babae. Sa kabuuan ng aking karera, nakita ko kung paanong ang pagkakaibang iyon ay nakabubuti sa mga mag-asawa sa pag-aasawa. Nasaksihan ko kung gaano nila kailangan ang isa't isa para maging buo. At ang karunungang dala ng bawat isa sa isang relasyon sa pag-aasawa ay nagtataas sa bawat isa sa kanila sa isang mas mataas na antas ng intelektwal at moral kaysa sa maaari nilang makamit nang mag-isa. Ngunit para mangyari iyon, kailangan muna nilang igalang at pahalagahan ang isa't isa higit sa lahat.

Ginagamit ko ang analohiya ng isang mag-asawa na nakatayong magkatalikuran, na bawat isa ay naglalarawan ng nakikita nila. Bawat isa ay makakakita lamang ng kalahati ng abot-tanaw, ngunit magkasama nilang nakikita ang buong abot-tanaw. Magiging isang malaking pagkakamali para kaninuman sa kanila na angkinin na ang sarili lamang nilang pananaw sa mundo ang tama, at na ang isa pa ay dapat magpaakay lamang sa pananaw na iyon. Kapag iginagalang nila ang mga pagkakaiba sa kanilang mga pananaw at natututo sila mula sa mga ito, saka lamang sila nagkakaroon ng kumpletong kaalaman tungkol sa mundo.

Ang pangunahing dahilan ko sa paghihikayat sa mga mag-asawa na pahalagahan ang mga opinyon, pananaw, at interes ng isa't isa ay dahil ang kanilang mga pagkakaiba ay makakatulong sa kanila na lumikha ng isang mas dakilang buhay kaysa sa kayang malikha ng sinuman sa kanila nang mag-isa. Ang paggalang sa isa't isa sa pag-aasawa ay nangangahulugan na ang mga damdamin at interes ng bawat isa sa mag-asawa ay mahalaga. Ang interes ng isang asawa ay hindi dapat mangibabaw sa interes ng isa pa. Ito ang marital democracy. Sa kumpanyang tinatawag na pag-aasawa, ang mag-asawa ay kapwa CEO.

Ngunit hindi ito nangangahulugan na mawawala sa bawat asawa ang karapatang gumawa ng mga desisyon para sa sariling kapakinabangan. Ang ibig sabihin lamang nito, ang kanilang mga pagpili ay dapat ding maging kapaki-pakinabang sa kabilang asawa.

Ilalarawan ko ang puntong iyon gamit ang aking pangunahing tuntunin sa pag-aasawa, ang Polisiya ng Pinagkaisang Kasunduan: Huwag kailanman gumawa ng anuman nang walang buong-pusong pagsang-ayon sa pagitan mo at ng iyong asawa.

Nakatuon ang tuntuning ito sa paggalang at pagsasaalang-alang sa isa't isa sa pag-aasawa. Ang mga pagkakaiba sa pisikal na lakas, kakayahang kumita, at maging sa talino ay hindi nagbabago sa equation. Ang kapangyarihan ay ibinibigay sa parehong asawa nang pantay. Ngunit kung ang default na kondisyon ay "walang ginagawa," magiging kapahamakan iyon kung iyon ang palaging pamantayan. Para magtagumpay ang isang pag-aasawa, kailangang mahanap ang kasunduan, at doon pumapasok ang personal na pagpili sa equation. Ipinapalagay na parehong asawa ay kayang ipahayag ang kanilang mga pananaw sa isa't isa, at makipag-negotiate ng isang resulta na gumagana para sa kapakinabangan ng pareho. Malaya silang gawin ang anumang gumagana para sa kanilang dalawa—sapagkat ang hindi paggawa ng anuman ay sa huli'y sumisira sa buhay nilang pareho.

Kapag nagpasya kang sundin ang Polisiya ng Pinagkaisang Kasunduan, binibigyan ninyong dalawa ang isa't isa ng pantay na kapangyarihan sa inyong pag-aasawa. Wala sa inyo ang maaaring pumilit sa isa pa na gawin ang anuman, o tiisin ang anumang basta na lamang ipinasiya ng sinuman sa inyo. Ang iyong mga pagpili ay dapat gumana para sa inyong dalawa, kung hindi, hindi ninyo ito gagawin. Sa buong-pusong pagsang-ayon bilang layunin sa bawat konflikto, matututunan mong pahalagahan ang mga pagkakaiba sa pananaw na dala ninyo sa bawat isyu. Susubukan ninyong maunawaan nang mas mabuti ang malalaking pagkakaiba sa paraan ninyo mag-isip at magrason. Doon mo lamang makikita kung ano talaga ang pinakamahusay na gumagana para sa inyong dalawa, sa halip na subukang ipilit ang sarili mong paraan ng pag-iisip sa isa't isa.

Ang paglutas ng problema sa pag-aasawa ay nangangailangan ng paggalang sa isa't isa, *empathy*, at pag-unawa.

Iyon ang dahilan kung bakit ang paglutas ng problema sa pag-aasawa ay nangangailangan ng paggalang sa isa't isa, *empathy*, at pag-unawa. Ang pagsubok na pilitin ang pagsunod, ang pagpapakita ng kawalang-galang sa alternatibong pananaw ng iyong asawa, o ang pagpapasya nang mag-isa—paggawa ng isang independiyenteng pagpili—ay humahantong sa pagkabigo sa pag-aasawa. Ngunit higit pa riyan ang epekto nito. Pinipigilan ka nitong makilala ang isang lubos na naiibang uri ng tao, isang taong hindi katulad mo—isang taong maaaring gawing mas kumpleto ang iyong pag-unawa sa mundo kung ituturing mo siyang kapantay, at ipapakita mo ang iyong malalim na paggalang sa kung ano ang maiaalok niya sa iyo sa karunungan at suporta.

Mga Katanungan para sa Pag-iisip

1. Ang *empathy* ay kakayahang maramdaman ang nararamdaman ng ibang tao. Kung pareho kayong may *empathy* para sa isa't isa, bakit magiging madali ang pagbibigay ng regalo ng proteksyon? Bakit mahirap ibigay ang regalong ito kapag wala kayong *empathy* sa isa't isa? Ano ang maaari mong gawin para mapabuti ang iyong kakayahang mag-*empathize*?

2. Mag-isip ng ilang mga *empathetic* na kaisipan; mga kaisipang tumutulong sa iyo na mas maunawaan ang iyong partner. (hal., "Kapag siya ay nagagalit, marahil may nangyari na hindi ko pa alam; Marahil nakikita niya ang problemang ito mula sa isang pananaw na hindi ko pa nauunawaan.")

3. Kung ang mag-asawa ay *empathetic*, para silang magkadugtong, nararamdaman kung ano ang nararamdaman ng isa't isa. Bagama't hindi ka direktang nakakonekta sa iyong partner, ano ang susunod na pinakamagandang bagay na maaari mong gawin para maunawaan kung paano kayong dalawa nag-iisip at nararamdaman? (Pahiwatig: "Ano sa tingin/palagay mo tungkol sa _____?")

19

PAGIGING ISA

Aray! Sobrang sakit niyan! sigaw ni Sue matapos matapakan ni Mark ang paa niyang walang sapin (*barefoot*) gamit ang kanyang work boots. Agad na iniangat ni Mark ang kanyang paa at napasigaw din, *Aray, ang sakit din pala niyan! Pasensya na. Mas mag-iingat na ako mula ngayon.*

May katuturan ba ang senaryong ito? Nagtataka ka ba kung saang planeta sila galing? Ang paa ni Mark ay ligtas sa loob ng kanyang bota. Bakit niya mararamdaman ang sakit ni Sue kapag natapakan niya ang paa nitong walang sapin?

Ang reaksiyon niya ay hindi tugma sa realidad natin dahil hindi natin aktwal na nararamdaman ang nararamdaman ng iba—kailangan nating isipin ang sakit ng iba kapag may nagagawa tayong isang bagay na walang pag-iisip. Ngunit kung talagang nararamdaman natin ang sakit nila, tiyak na magiging mas maalalahanin tayo—para protektahan ang ating sarili!

Dahil hindi mo direktang nararanasan ang nararamdaman ng iba, bilang mag-asawa, kailangan mo ng isang tuntunin para makabawi sa iyong limitadong kakayahan sa *empathy*. Ang Polisiya ng Pinagkaisang Kasunduan ang tuntuning iyon dahil ginagarantiyahan nito ang kapwa ninyong proteksyon. Ang commitment sa patakarang ito ay tutulong sa iyo at sa iyong asawa na maiwasan ang pagkakasakitan sa isa't isa sa inyong pag-aasawa—gumagawa kayo ng mga desisyon para protektahan ang isa't isa mula sa inyong "*work boots*," na para bang kayong mag-asawa ay iisa.

PAMUMUHAY BILANG ISA KASAMA ANG IYONG ASAWA

Ang isang mahalagang katangian ng regalo ng proteksyon ay ang pakiramdam ng pagkakaugnay—ang iyong damdamin ay nagiging aking damdamin; ang iyong interes ay aking interes.

Sa Marcos 10:7-8 mababasa natin, "'Dahil dito'y iiwan ng lalaki ang kanyang ama at ina, at makikipisan sa kanyang asawa; 8 at ang dalawa ay magiging isang laman!' Kaya't hindi na sila dalawa, kundi isang laman." At sa 1 Corinto 7:4 mababasa natin, "Sapagkat ang babae ay walang karapatan sa kanyang katawan, kundi ang asawa, at gayundin ang lalaki ay walang karapatan sa kanyang sariling katawan, kundi ang asawa." Sinasabi sa atin ng salita ng Diyos na dapat isipin ng mag-asawa ang kanilang sarili bilang magkakaugnay—lahat ng iyong ginagawa ay hindi lamang makaaapekto sa iyong sarili, kundi pati na rin sa iyong asawa. Pamilyar ba ito?

Kapag nagpakasal tayo, iniuugnay natin ang ating sarili sa ating asawa—dalawa ay nagiging isa.

Sa pag-aasawa, hindi tayo independiyente o lubos na dependiyente—tayo ay *interdependent*! At ang ating mga desisyon at kilos ay kailangang sumalamin sa mahalagang katotohanang ito. Sa Efeso 5:28-29a mababasa natin, "Gayundin naman, nararapat ibigin ng mg a asawang lalaki ang kanya-kanyang sariling asawa gaya ng kanilang sariling mga katawan. Ang umiibig sa kanyang sariling asawa ay umiibig sa kanyang sarili. [29] Sapagkat walang sinumang napoot sa kanyang sariling katawan, kundi inaalagaan at iniingatan ito." Kapag nagpakasal tayo, iniuugnay natin ang ating sarili sa ating asawa—dalawa ay nagiging isa.

PAMUMUHAY BILANG ISA KASAMA ANG DIYOS, SA PAMAMAGITAN NI CRISTO

Katulad nito, kapag tayo ay naging mga Kristiyano, iniuugnay natin ang ating sarili kay Cristo. Hindi na tayo para sa ating sarili lamang, kundi magkakaugnay sa Diyos—namumuhay bilang isa, sa pamamagitan ni Cristo. At ipinapaalala sa atin ng 1 Corinto 6:17, 19, ito sa pagsasabing, "Ngunit siya na nakikisama sa Panginoon ay nagiging iisang espiritu na kasama Niya. ... [19] O hindi ba ninyo nalalaman na ang inyong katawan ay templo ng Espiritu Santo na nasa inyo, na tinanggap ninyo mula sa Diyos, at kayo ay hindi sa inyong sarili?"

Malinaw sa Kasulatan na inuutusan tayo ng Diyos na iwasan ang ating walang-pag-iisip na kilos sa isa't isa dahil Siya ay naaapektuhan ng ating mga kilos (Efeso 4:30-32). Kaya kung nagmamalasakit tayo sa pagbibigay-lugod sa Diyos at nais nating iwasan ang pagdudulot sa Kanya ng pighati, magmamalasakit tayo sa damdamin ng iba.

Sa kasamaang-palad, kapag tayo ay naging Kristiyano o kapag tayo ay nagpakasal, hindi tayo dumaraan sa isang "oneness" machine—ang ating mga damdamin ay hindi awtomatikong nagkakaugnay at hindi rin tayo biglaang nagiging maalalahanin. At kahit sinasabi sa atin ng ating rasyonal na pag-iisip na iwasan ang kawalang-pag-iisip, ang ating mga instinct at nakagawian ay maaari pa ring mag-udyok sa ating gumawa ng mga walang-pag-iisip na desisyon kung minsan.

Iyon ang dahilan kung bakit kailangan nating sundin ang Polisiya ng Pinagkaisang Kasunduan sa pag-aasawa bilang isang paraan para makatulong na makabawi sa ating mga walang-pag-iisip na instinct at ugali. Ngunit nais kong dalhin ang polisiyang ito nang isang hakbang pa—isaalang-alang ang isang bersiyon na nagpapaalala sa atin na tayo rin ay iisa sa Diyos.

BUONG-PUSONG PAGSANG-AYON SA PAGITAN NG DIYOS, NG IYONG ASAWA, AT NG IYONG SARILI

Marahil narinig mo na ang metaporang naglalarawan sa isang m atibay na pag-aasawa bilang isang lubid na may tatlong hibla, kung saan ang Diyos ang ikatlong hibla na nagpapalakas sa relasyon ng mag-asawa. Ngunit mahalagang kilalanin na ang "hibla" ng Diyos ay hindi tulad ng dalawa pa—ito ang pinakamalakas. Kapag isinasama mo ang pag-ayon sa kalooban ng Diyos sa iyong mga pang-araw-araw na desisyon, ang iyong mga pagpili ay nagiging pinakamatalino at pinakamainam para sa lahat.

Bilang paalala sa katotohanang ito, maraming Kristiyano ang nagsusuot ng pulseras na may nakasulat na "WWJD" (*What Would Jesus Do?*). Ito ay nagsisilbing *memory trigger* para hanapin ang karunungan at gabay ng Diyos sa kanilang mga desisyon sa bawat sandali, maliit man o malaki.

Ang Polisiya ng Pinagkaisang Kasunduan ay isang paalala na isama ang karunungan ng iyong asawa sa bawat desisyong iyong gagawin. Ngunit bakit ito lilimitahan lamang sa iyong asawa? Bakit hindi mo rin isasama ang karunungan ng Diyos sa bawat desisyon sa pamamagitan ng pagtatanong, "Sasang-ayon ba nang buong puso ang Diyos at ang aking asawa sa gagawin kong pagpili?"

> Ang bersiyon ng isang Kristiyano ng **Polisiya ng Pinagkaisang Kasunduan**: Huwag kailanman gagawa ng anuman nang walang buong-pusong pagsang-ayon sa pagitan ng Diyos, ng iyong asawa, at ng iyong sarili.

Kaya iminumungkahi ko ang isang binagong bersiyon ng tuntuning ito na tahasang isinasaalang-alang ang interes at kalooban ng Diyos para sa iyong buhay: Huwag kailanman gagawa ng anuman nang walang buong-pusong pagsang-ayon sa pagitan ng Diyos, ng iyong asawa, at ng iyong sarili.

Kapag sinusunod mo ang bersiyong Kristiyano ng Polisiya ng Pinagkaisang Kasunduan, ibinibigay mo sa iyong asawa at sa Diyos ang iyong regalo ng proteksyon.

Kung nais ninyong mas maging "*in-tune*" sa isa't isa at sa Diyos, inirerekomenda ko ang aming couple's devotional book, *Draw Close* (Harley/Harley, Revell, 2011).

Mga Katanungan para sa Pag-iisip

1. Bakit mahirap alalahanin na ang Diyos at ang iyong asawa ay apektado ng iyong mga kilos? Anong katanungan ang maaari mong itanong sa Diyos o sa iyong asawa na makakatulong sa iyo para sundin ang Polisiya ng Pinagkaisang Kasunduan (*Policy of Joint Agreement*)?

2. Sinasabi sa Santiago 2:18b, "Ipakita mo sa akin ang iyong pananampalatayang walang mga gawa, at ipapakita ko sa pamamagitan ng aking mga gawa ang aking pananampalataya." Walang sinuman ang perpektong nagpapakita ng pananampalataya sa pamamagitan ng kanilang mga kilos, ngunit ang ating pananampalataya ay nag-uudyok sa atin na lumikha ng

mga plano para mapabuti. Kung nakagawian mong lumikha ng isang pamumuhay ng sakit at pagdurusa para sa iyong asawa, ano ang sinasabi ng iyong mga gawa tungkol sa iyong pananampalataya? Bilang mga Kristiyano, ang ating panloob na motibasyon na protektahan ang ating asawa (at ang iba) ay nagmumula sa ating pananampalataya at pagnanais na ipahayag ang ating pananampalataya.

3. Kaya, ano ang iyong panloob na motibasyon para sa pagprotekta sa iyong asawa? Ano ang iyong motibasyon na ipatupad ang isang tiyak na plano para alisin ang bawat *Love Buster* (pagkakaroon ng no-tolerance policy para sa iyong sariling *Love Busters*)? Mungkahi: Isulat ang iyong motibasyon sa isang sticky note bilang paalala kung bakit ka lumilikha ng maalalahaning mga ugali ng proteksyon at suriin ito araw-araw.

BAHAGI TATLO

Ang Regalo ng Pagsasabi ng Katotohanan

IPINAPANGAKO KONG MAGING BUKAS AT LUBOS NA MAGSASABI NG KATOTOHANAN SA IYO.

20

ANG REGALO NG PAGSASABI NG KATOTOHANAN SA DIYOS

Namamangha ako kapag naiisip ko na nais ako ng Diyos bilang Kanyang anak—isang tao mula sa bilyun-bilyon sa mundong ito at sa libu-libong taon. "Masdan ninyo kung anong uri ng pag-ibig ang ipinagkaloob sa atin ng Ama, para tayo'y matawag na mga anak ng Diyos; at tayo'y gayon nga." (1 Juan 3:1) Ngunit mas nakakamangha pa ang katotohanan na nais Niya ng isang malalim at kumpletong relasyon—isang bukas at tapat na relasyon at nagsasabi ng katotohanan. Nais Niyang walang nakatago, walang pribado, at walang lihim.

REGALO NG PAGSASABI NG KATOTOHANAN MULA SA DIYOS

Ibinibigay sa atin ng Diyos ang Kanyang regalo ng pagsasabi ng katotohanan sa pamamagitan ng Kanyang nakasulat na salita at Kanyang Espiritu—na nagtutulungan para matulungan tayong mas lubos at mas malalim na makilala Siya.

Ang Biblia ang pinakapambihirang aklat na naisulat kailanman. Walang ibang aklat na nagbibigay ng ganoong kakumpletong impormasyon tungkol sa Diyos. Hindi nakapagtataka na mas maraming Bibliya ang naimprenta at mas maraming salin ng Bibliya kaysa sa anumang ibang aklat sa kasaysayan. Nagsalita ang Diyos sa pamamagitan ng mahigit apatnapung magkakaibang manunulat mula sa iba't ibang antas ng buhay at iba't ibang panahon sa kasaysayan para maglahad ng isang magkakaugnay at panloob na konsistenteng paghahayag kung sino Siya at kung ano ang nais Niya mula sa atin.

Ngunit mas kapansin-pansin na sa pamamagitan ng kaloob ng Banal na Espiritu ay nagkakaroon tayo ng mas malalim na pag-unawa sa Diyos. Sa 1 Corinto 2:9-12, 16, mababasa natin na ipinahayag sa atin ng Espiritu ng

Diyos ang "pag-iisip ni Cristo." At bagama't hindi kayang maunawaan ng ating limitadong isipan ang lahat tungkol sa Kanya, sa pamamagitan ng Kanyang Espiritu maaari tayong magkaroon ng mas mahusay na pag-unawa kung paano Siya nag-iisip at kung sino Siya.

ANG ATING REGALO NG PAGSASABI NG KATOTOHANAN SA DIYOS

Sa pamamagitan ng Bibliya at ng Banal na Espiritu, ibinigay sa atin ng Diyos ang Kanyang regalo ng pagsasabi ng katotohanan. Ngunit naisip mo na ba kung ano ang kinakailangan para magsabi ng katotohanan sa Diyos? Maaaring nagtataka ka kung bakit kailangan nating magsabi ng katotohanan sa Kanya—sapagkat kung tutuusin, alam na Niya ang lahat. Kinumpirma ito ni Jesus nang sinabi Niya sa Kanyang mga disipulo "... sapagkat alam na ng inyong Ama ang mga bagay na inyong kinakailangan, bago pa kayo humingi sa kanya" (Mateo 6:8). Ngunit pagkatapos ay nagpatuloy si Jesus na bigyan sila ng isang gabay (*template*) para sa panalangin (vv. 9-13). At si Jesus mismo ay gumugol ng maraming oras sa pakikipag-usap sa Diyos. Sa 1 Tesalonica 5:17, 18b mababasa natin, "Manalangin kayong walang patid; ... sapagkat ito ang kalooban ng Diyos kay Cristo Jesus para sa inyo."

Nais ng Diyos na magsabi tayo ng katotohanan tungkol sa ating pag-unawa sa Kanya at sa ating sarili. "Ngunit, sino ako ayon sa sinasabi ninyo?" tanong ni Jesus sa Kanyang mga alagad (Marcos 8:29). "Ikaw ang Cristo," ang pinahiran ng Diyos, ang tapat na sagot ni Pedro. Sa kasamaang palad, ang ating mga tugon ay hindi palaging tapat. Ipinapaalala sa atin ng Roma 1 na ang buong sangkatauhan ay may tendensiyang ipagpalit ang katotohanan tungkol sa Diyos sa kasinungalingan. Habang ipinapahayag sa atin ng Kanyang Banal na Espiritu ang tumpak na impormasyon tungkol sa kung sino talaga ang Diyos, kapag natutukso tayong magkasala, may tendensiya tayong takpan ang katotohanan ng isang hindi pagiging tapat na nagsasabing, "Ang Diyos ay hindi kung sino Siya at hindi Siya ang nararapat sa ating pagsunod, karangalan, at paggalang." O, inaangkin natin na nagbago na ang isip ng Diyos tungkol sa kasalanan na nagsasabing, "Ngayon tinatanggap na ng Diyos ang makasalanang kilos."

Bakit tayo nagiging sinungaling? Dahil ayaw nating harapin kung sino tayo. At sino tayo? Mga makasalanan tayo na hindi karapat-dapat sa pakikisama at biyayang iniaalok Niya sa atin. Ang pagsasabi ng katotohanan ay nangangahulugan na lumalapit tayo sa Kanya nang may kababaang-loob, nagiging totoo tungkol sa kung sino tayo at kung sino ang Diyos.

Nais ng Diyos ng isang mapagmahal na relasyon na may dalawang panig: Inilalaan natin ang oras para tanggapin ang Kanyang regalo ng pagsasabi ng katotohanan—pag-aaral tungkol sa Kanya sa pamamagitan ng Bibliya at pagpapahintulot sa Kanyang Espiritu na ipahayag ang Katotohanan ng Diyos; at inilalaan natin ang oras para ibigay sa Kanya ang regalong ito—sinasabi sa Kanya ang bawat iniisip at bawat plano dahil nagnanais tayo ng isang bukas at tapat na relasyon sa Kanya.

Hakbang sa Pagkilos: Maglaan ng ilang minuto ngayon din para ipaalam sa Diyos na nais mo ng isang relasyong bukas at nagsasabi ng katotohanan sa Kanya. Kung hindi ka sanay na tapat na nakikipag-usap sa Diyos tungkol sa kung sino Siya at kung sino ka, narito ang isang balangkas para matulungan kang magsimula: a) Magbigay ng papuri sa Diyos, b) Ipahayag ang makasalanang kilos na nagawa mo sa araw na iyon at mangako sa isang plano para sa pagbabago, c) Magpasalamat, at d) Sabihin sa Kanya ang iyong mga alalahanin at hilingin ang iyong ninanais.

Mga Katanungan para sa Pag-iisip

1. Sa anong mga paraan ka tapat sa Diyos?

2. Bilang isang tagapayo sa pag-aasawa na dalubhasa sa pagtataksil, napansin ko na maraming Kristiyano ang sumusubok na iwasan ang Diyos kapag sila ay nasasangkot sa isang affair. Tulad nina Adan at Eba, sinusubukan nilang itago ang kanilang pagsuway mula sa Kanya sa pamamagitan ng pag-iwas sa simbahan, *Bible study*, at panalangin. Bakit napakahirap ibigay sa Diyos ang regalo ng pagsasabi ng katotohanan kapag hindi mo Siya binibigyan ng regalo ng proteksyon?

21

ANO ANG PAGSASABI NG KATOTOHANAN?

Ang paksa ng pagsasabi ng katotohanan sa pag-aasawa ay naipakilala na sa iyo dati kasama ang unang regalo, Pag-aaruga—ang pagiging pangunahing *source* ng kaligayahan sa pamamagitan ng pagtugon sa pinakamahalagang mga pangangailangang emosyonal ng isa't isa. Kung ikaw o ang iyong partner ay pinili ang pagsasabi ng katotohanan at pagiging bukas bilang isang pangangailangang emosyonal na dapat matugunan sa iyong pag-aasawa, magiging tapat ka bilang isa sa mga paraan ng pag-aaruga mo sa isa't isa.

Pagkatapos, ang pagsasabi ng katotohanan ay tinalakay muli nang malaman mo ang tungkol sa pangalawang pangako, proteksyon—ang iyong pangako na iwasan ang pagiging sanhi ng kalungkutan ng isa't isa sa pamamagitan ng pag-iwas sa *Love Busters.* Isa sa anim na *Love Busters* na nagdudulot ng kalungkutan sa pag-aasawa ay ang hindi pagiging tapat. Kung poprotektahan mo ang isa't isa mula sa iyong mapanira at makasariling mga hilig, magiging tapat ka sa isa't isa.

Dahil natalakay na natin ang paksang ito ng pagsasabi ng katotohanan nang dalawang beses, maaaring nagtataka ka kung bakit ko ito binabanggit muli. Hindi ba parang sobra na ang gawin itong pangatlong regalo? Hindi naman.

Itinaas ko ang pagsasabi ng katotohanan sa antas ng isang tiyak na regalo dahil mayroon itong natatanging layunin sa pag-aasawa. Ang pagsasabi ng katotohanan ay higit pa sa isang pangangailangang emosyonal na dapat matugunan para mapanatili ang pag-ibig at higit pa sa isang paraan para maiwasan ang kalungkutan. Ang pagsasabi ng katotohanan ay lubos na mahalaga kung ikaw at ang iyong asawa ay magkakaroon ng pag-unawa sa isa't isa. Kung walang pagsasabi ng katotohanan, hindi mo kailanman magagawa ang mga pagsasaayos na mahalaga sa paglikha ng pagkakasundo sa iyong pag-aasawa. Kung walang pagsasabi ng katotohanan, ang iyong pinakamahuhusay na pagsisikap na lutasin ang mga konflikto ay masasayang dahil hindi mo lubos na makikilala ang isa't isa para makahanap ng mga solusyon na kapwa katanggap-tanggap.

TINUTULUNGAN KA NG PAGSASABI NG KATOTOHANAN NA TUMUTOK SA TAMANG TARGET

Karamihan sa mga mag-asawa ay ginagawa ang kanilang makakaya para mapasaya ang isa't isa—hindi bababa sa simula ng kanilang pag-aasawa. Ngunit ang kanilang mga pagsisikap, gaano man katapat, ay madalas na mali ang direksyon. Tumatama sila sa maling target.

Isipin ang isang lalaki na bumibili ng bulaklak para sa kanyang asawa gabi-gabi pauwi mula sa trabaho. Napaka-maalalahaning gawi iyon—maliban na lang kung ang kanyang asawa ay allergic sa mga ito. Dahil pinahahalagahan ng asawang babae ang kilos, hindi niya kailanman binabanggit ang kanyang mga allergy at sumisinghot na lamang nang tahimik. Kalaunan, nagsisimula siyang katakutan ang pag-uwi ng kanyang asawa dala ang mga kakila-kilabot na bulaklak na iyon. Samantala, naiinip na ang lalaki sa kanilang pag-aasawa dahil palaging masama ang pakiramdam ng kanyang asawa at nawawalan na ng enerhiyang gumawa ng anuman—dahil sa kanyang mga allergy. Ngunit siyempre, hindi ito sasabihin ng babae sa kanyang asawa.

Ang kanilang pag-aasawa ay may problema hindi dahil sa kakulangan ng pagsisikap kundi dahil sa kakulangan nila sa kaalaman—kakulangan na dulot ng hindi pagsasabi ng katotohanan. Iniisip ng asawang lalaki na pinapasaya niya ang kanyang asawa sa pagdadala ng mga bulaklak pauwi, ngunit hindi niya namamalayan na ito ang sanhi ng kanilang parehong paghihirap. Ipagpalagay natin, sa kanyang pagsisikap na ipakita ang higit pang pag-ibig para sa kanya, nagdadala ang lalaki ng mas marami pang bulaklak pauwi. Sa huli, bumabagsak ang asawang babae sa sofa, humihingal, napapaligiran ng mga bulaklak, habang nagtataka naman ang lalaki kung bakit tila hindi niya pinahahalagahan ang kanyang kabaitan.

Ito ay isang katawa-tawang kuwento, ngunit inilalarawan nito ang paraan kung paano nagkakamali ang maraming mag-asawa sa kanilang mga pagtatangkang pasayahin ang isa't isa. Ang kanilang kakulangan ng pagsasabi ng katotohanan ay pumipigil sa kanila na itama ang kanilang mga tunay na problema. Madalas na mali ang impormasyon na ibinibigay ng mga mag-asawa sa isa't isa tungkol sa kanilang mga damdamin, gawain, at plano. Ito ay hindi lamang humahantong sa mga withdrawal sa *Love Bank* kapag natuklasan ang panlilinlang, kundi ginagawa rin nitong imposible na malutas ang mga konflikto sa pag-aasawa. Habang dumarami ang mga konflikto, natutukso ang hindi nagsasabi ng katotohanan na mag-asawa na gumawa ng konklusyon na sila ay simpleng hindi magkasundo. Nabibigo silang maunawaan na ang kanilang hindi pagiging tapat ang salarin. Lalago sila sa pagkakasundo kung magiging tapat lamang sila sa isa't isa.

Maaaring sumang-ayon ka sa akin na dapat magsabi ng katotohanan ang mag-asawa, ngunit maaaring nagtataka ka kung hanggang saan dapat umabot ang pagsasabi ng katotohanan. Maaari mong maramdaman na may mga eksepsiyon kung saan ang pagsasabi ng katotohanan ay lilikha ng mas maraming gulo kaysa sa halaga nito. Kaya para matulungan kang maunawaan na ang regalong ito ay para sa kabuuang pagsasabi ng katotohanan, hindi bahagyang pagsasabi ng katotohanan, sumulat ako ng isang polisiya o patakaran para gabayan ka. Tinatawag ko itong Polisiya ng Radikal na Pagsasabi ng Katotohanan. Ibinigay ko ito sa pangalang iyon dahil ang kabuuang pagsasabi ng katotohanan ay itinuturing na radikal sa isang kultura kung saan tila naghahari ang hindi pagiging tapat.

Ang Polisiya ng Radikal na Pagsasabi ng Katotohanan: Ihayag sa iyong partner ang pinakamaraming impormasyon tungkol sa iyong sarili sa abot ng nalalaman mo; ang iyong mga iniisip, damdamin, ugali, gusto at ayaw, personal na kasaysayan, pang-araw-araw na gawain, at mga plano para sa hinaharap.

Para gawing mas madaling maunawaan ang polisiyang ito, hinati ko ito sa limang bahagi:

1. Pagsasabi ng Katotohanang Nararamdaman: Ihayag ang iyong mga emosyonal na reaksyon—parehong positibo at negatibo—sa mga pangyayari ng iyong buhay, lalo na sa kilos ng iyong partner.

2. Pagsasabi ng Katotohanang Tungkol sa Nakaraan: Ihayag ang impormasyon tungkol sa iyong personal na kasaysayan, lalo na ang mga pangyayaring nagpapakita ng iyong mga *personal* na kahinaan o kabiguan.

3. Pagsasabi ng Katotohanang Pangkasalukuyan: Ihayag ang impormasyon tungkol sa mga pangyayari ng iyong araw. Bigyan ang iyong partner ng isang kalendaryo ng iyong mga aktibidad, na may espesyal na diin sa mga maaaring makaapekto sa kanya.

4. Pagsasabi ng Katotohanang Panghinaharap: Ihayag ang iyong mga iniisip at plano tungkol sa mga aktibidad at layunin sa hinaharap.

5. Pagsasabi ng Katotohanang Kumpleto: Huwag iwanan ang iyong partner na may maling impresyon tungkol sa iyong mga iniisip, damdamin, gawi, gusto, ayaw, personal na kasaysayan, pang-araw-araw na gawain, o mga plano para sa hinaharap. Huwag sadyang magtago ng personal na impormasyon mula sa iyong partner.

Sa ilang antas, ang tuntuning ito ay tila pangkaraniwan. Sino ba ang makikipagtalo na hindi magandang ideya ang pagiging totoo? Ngunit sa aking mga taon ng karanasan bilang isang tagapayo sa pag-aasawa, nalaman ko na maraming kliyente ang itinuturing na magandang ideya ang hindi pagiging tapat sa ilalim ng ilang mga kondisyon.

Sa mga nangangatwiran na ang hindi pagiging tapat ay maaaring mapangatwiranan paminsan-minsan, dapat kong sabihin na ang Polisiya ng Radikal na Pagsasabi ng Katotohanan ay walang puwang para sa mga eksepsiyon. At dahil napakaraming nagtataguyod ng hindi pagiging tapat sa pag-aasawa, kailangan kong bumuo ng kaso para sa aking posisyon. Tingnan nating mabuti ang bawat isa sa limang bahagi ng polisiyang ito.

PAGSASABI NG KATOTOHANANG NARARAMDAMAN

Ang ilang tao ay nahihirapang ipahayag ang kanilang mga emosyonal na reaksyon, lalo na ang mga negatibo. Maaari silang matakot na huhusgahan sila ng iba para sa kanilang mga damdamin o maaari nilang sabihin sa kanilang sarili na hindi sila dapat makaramdam ng ganoon. Maaari nilang pagdudahan ang kanilang kakayahang ipahayag ang mga negatibong damdamin nang walang mga kahingian, kawalang-galang, o galit. O maaari nilang isipin na dapat silang maging walang kondisyong tumatanggap at hindi dapat kailanman magreklamo.

Pagsasabi ng Katotohanang Nararamdaman: Ihayag ang iyong mga emosyonal na reaksyon—parehong positibo at negatibo—sa mga pangyayari ng iyong buhay, lalo na sa kilos ng iyong partner.

Ngunit ang mga negatibong damdamin ay nagsisilbi sa isang mahalagang layunin sa isang pag-aasawa: Sila ay isang senyales na mayroong mali. Kung matagumpay mong maiiwasan ang makasariling kahingian, walang-galang na paghatol, at pagsiklab ng galit, ang iyong pagpapahayag ng mga negatibong damdamin ay makakatulong sa iyo at sa iyong partner na gawing mas kaaya-aya ang iyong pag-aasawa.

Ang pagsasabi ng katotohanan ang unang hakbang sa paggawa ng angkop na mga pagsasaayos sa isa't isa. At ang isang mabuting pag-aasawa ay nangangailangan ng patuloy na mga pagsasaayos. Pareho kayong lalago at magbabago sa buong buhay at kung nais mong lumago nang magkasama, dapat kang mag-adjust sa mga pagbabago ng isa't isa. Ngunit paano mo malalaman kung paano mag-adjust kung hindi ka tumatanggap ng tumpak na impormasyon? Iyon ay paglipad nang bulag, tulad ng isang piloto sa gabi na walang instrument panel.

Siyempre, ang simpleng komunikasyon ng mga negatibong reaksyon ay hindi tinitiyak ang isang pagsasaayos. Maliban kung ikaw at ang iyong partner ay gagawa ng susunod na hakbang, paglutas sa problema gamit ang Polisiya ng Pinagkaisang Kasunduan bilang iyong gabay, mananatili kang hindi masaya. Ngunit kung walang tapat na pagpapahayag ng mga damdamin, hindi man lamang naipapakilala ang problema at garantisado ang kabiguan.

Ilang mga tagapayo ang naghikayat sa mga mag-asawa na iwasan ang pagrereklamo. Totoo, ang pagpapahayag ng mga negatibong damdamin ay maaaring gawing napaka-hindi kaaya-aya ang madamdaming pag-uusap kung ang isang pagsisikap na gumawa ng pagsasaayos ay hindi agad sumusunod. Ngunit kapag tumigil ang pagrereklamo, nagtatapos ang pag-asa ng isang pagsasaayos. Kaya ang pagrereklamo ay hindi ang problema—ang problema ay ang pagkabigo ng partner na tugunan ang reklamo.

Bakit patuloy na nagrereklamo ang isang asawa tungkol sa parehong problema nang paulit-ulit? Ito ay dahil walang pagsisikap na ginawa para malutas ang problema. Kapag natagpuan ang isang solusyon, nagtatapos ang pagrereklamo.

Ang iyong komunikasyon ng mga negatibong reaksyon ay dapat maging isang dalawang-daan na kalye. Ang mga tapat na damdamin ay dapat ipahayag at tanggapin. Ang mga reklamo ay dapat pakinggan at igalang. Kung nakukuha mo ang data, dapat mo itong basahin at pagkatapos ay tumugon dito sa paraang nagpapakita ng iyong pagmamalasakit sa iyong partner.

Ano ang dapat gawin para malutas ang isyu? Kung negatibo ang reaksyon mo sa isang bagay na ginagawa ng iyong partner, ito ay isang problema para sa inyong dalawa na lutasin nang magkasama.

Mahalaga rin ang pagtitiyaga. Ang iyong commitment sa pagsasabi ng katotohanan ay hindi nagtatapos kapag naiulat mo na ang isang negatibong damdamin nang isang beses. Kung magpatuloy ang damdaming iyon, dapat mong patuloy na ipahayag ito nang tapat hanggang sa malutas ang problema. Sa madaling salita, para maganap ang pagsasabi ng katotohanan sa iyong relasyon, dapat mong payagan ang isa't isa na ipahayag ang mga negatibong damdamin kapag nangyayari ang mga ito, kahit na naipahayag na ang mga ito sa nakaraan. Kung madalas kang makaramdam ng kalungkutan, ipahayag ito nang madalas. Kung nasaktan ka ng iyong partner, banggitin ito tuwing nangyayari ito. Patuloy na ipadala ang iyong mensahe hanggang sa magsimula kang maghanap ng solusyon sa problema.

Walang mali sa paulit-ulit na pagpapahayag ng iyong mga negatibong emosyonal na reaksyon kung ang konflikto na lumilikha nito ay hindi pa natutugunan sa iyong kasiyahan.

Ngunit may pagkakaiba sa pagitan ng pagpapahayag ng iyong mga negatibong emosyonal na reaksyon hanggang sa matugunan ang problema at pangungulit: Ang pagkakaiba ay *Love Busters*. Ang pangungulit ay kinasasangkutan ng mga kahingian, kawalang-galang, at galit sa iyong mga tapat na reaksyon. Kung gumawa ka ng mga kahingian, ipahayag ang iyong kawalang-galang, o magalit kapag ginagawa ng iyong partner ang isang bagay na nakakabagabag sa iyo, hindi mo lamang mabibigong malutas ang problema, kundi sisirain mo rin ang pag-ibig ng iyong partner para sa iyo. Sa kabilang banda, kapag ipinapahayag mo ang mga negatibong emosyonal na reaksyon nang walang *Love Busters*, sinasabi mo lamang sa iyong partner na mayroong problema na nangangailangan ng solusyon.

Bagama't idiniin ko ang kahirapan at kahalagahan ng pagpapahayag ng mga negatibong reaksyon, hindi ko nais kaligtaan ang pagpapahayag ng mga positibong damdamin. Habang ang mga positibong damdamin ay karaniwang mas madaling iparating kaysa sa mga negatibo, maraming mag-asawa ang hindi rin natutunang ipahayag ang mga damdaming ito. Sa pagkabigong gawin ito, nawawalan sila ng mahalagang pagkakataon na gumawa ng mga deposito sa *Love Bank*. Kapag ginagawa ng iyong partner ang isang bagay na nagpapasaya sa iyo, at ipinaparating mo ang damdaming iyon nang malinaw at masigasig, pinapasaya mo ang iyong partner, alam na pinahahalagahan ang kanyang pag-aaruga. At ang iyong pagpapahayag ng pagpapahalaga ay ginagawang mas malamang ang gawaing iyon ng pag-aaruga sa hinaharap.

PAGSASABI NG KATOTOHANANG TUNGKOL SA NAKARAAN

Dapat bang itago ang iyong mga nakaraang pagkakamali? May nagsasabing "oo": Isara ang pinto, itago ang susi, at hayaan na lamang. Ipahayag lamang ang iyong mga nakaraang pagkakamali batay sa kung ano lamang ang kailangang malaman.

Ngunit kung nais mong maunawaan ang isa't isa at gumawa ng angkop na mga pagsasaayos, kailangang malaman ng iyong partner ang lahat. Anumang nakakahiyang karanasan o malubhang pagkakamali ang nasa iyong nakaraan, dapat kang maging tapat sa kanya.

Ang iyong *personal* na kasaysayan ay naglalaman ng mahalagang impormasyon tungkol sa iyo—ang iyong mga kalakasan at kahinaan. Kung nais mong lumago sa pagkakasundo, dapat maunawaan ng taong iyong pakakasalan ang iyong mabubuti at masasamang katangian. Kailan ka maaasahan? Kailan mo kailangan ng tulong?

Halimbawa, kung ang isang lalaki ay nagkaroon ng mga problema sa pagkontrol ng kanyang galit sa nakaraan, malamang na magkakaroon siya ng parehong pakikibaka sa hinaharap. Kung ang isang babae ay naging chemically dependent sa nakaraan, madali siyang matukso sa pag-abuso sa droga o alak sa hinaharap. Kung pag-uusapan mo nang bukas ang iyong mga nakaraang pagkakamali, mauunawaan ng iyong partner ang iyong mga kahinaan, at magkasama mong maiiwasan ang mga sitwasyon na may tendensiyang lumikha ng mga problema para sa iyo sa hinaharap.

Pagsasabi ng Katotohanang Tungkol sa Nakaraan: Ihayag ang impormasyon tungkol sa iyong personal na kasaysayan, lalo na ang mga pangyayari na nagpapakita ng iyong mga kahinaan o pagkakamali.

Walang bahagi ng iyong buhay ang dapat itago sa iyong partner. Lahat ng tanong na itatanong ninyo sa isa't isa ay dapat sagutin nang buo at kumpleto. Bigyan ng espesyal na pansin ang mga panahon ng hindi magandang pag-adjust sa iyong nakaraan. Tiyakin na pareho ninyong nauunawaan ang nangyari sa mga nakaraang pangyayaring iyon. Sa ganoong paraan, makakalikha kayo ng isang pamumuhay nang magkasama na hindi tumutukso sa iyong mga kahinaan.

Hindi mo lamang dapat ipaliwanag ang iyong nakaraan sa iyong partner, kundi dapat mo ring hikayatin ang iyong partner na mangalap ng impormasyon mula sa mga nakakakilala sa iyo bago ka nagkita. Makipag-usap sa ilang mahahalagang tao mula sa nakaraan ng isa't isa. Ang paggawa nito ay madalas na nakakapagpamulat ng mata.

Ang Pagsasabi ng Katotohanang Tungkol sa Nakaraan ay nangangailangan ng pagbubunyag ng anuman sa iyong mga nakaraang sekswal na relasyon. Dapat mong ihayag ang impormasyong iyon dahil ito ay kabilang sa pinakamahalaga at personal na katotohanan na dapat malaman tungkol sa iyo.

Maaaring sabihin ng isang asawang lalaki, "Ngunit kung sasabihin ko sa asawa ko ang lahat ng bagay na nagawa ko, hindi na niya ako kailanman pagkakatiwalaan muli." At maaaring sabihin ng isang asawang babae, "Kung malalaman ng asawa ko ang tungkol sa aking nakaraan, madudurog siya. Sisirain nito ang buong imahe niya sa akin." Narinig ko na ang mga protestang ito mula sa iba't ibang kliyente, lahat ay nahihiya sa mga bagay na kanilang nagawa. Bakit huhukayin pa ang lahat ng iyon? Hayaang manatiling nakabaon ang mga lumang pagkakamali sa kasaysayan! Bakit hindi na lang pabayaan ang maliliit na demonyong iyon? Sinasagot ko na hindi sila "maliliit na demonyo" kundi isang napakahalagang bahagi ng personal na kuwento ng bawat kliyente.

Naniniwala ang ilang tao na pinakamabuting hindi ihayag ang mga kasalanan ng nakaraan. Bakit ipaparanas sa iyong partner ang paghihirap ng isang paghahayag na maaaring sumira sa iyong relasyon magpakailanman?

Mayroong dalawang sagot sa tanong na iyon. Ang unang sagot ay may karapatan ang iyong partner na malaman ang katotohanan tungkol sa iyo, anuman ang mga kahihinatnan. Kahit na ang mga katotohanan ng iyong nakaraan ay magiging sanhi para muling isaalang-alang ng iyong partner ang relasyon, nararapat niyang malaman ang mga ito.

Ang pangalawang sagot ay nasisira ang mga relasyon hindi dahil sa pagsasabi ng katotohanan kundi dahil sa hindi pagiging tapat. Mas malamang na isaalang-alang ng iyong partner na tapusin ang iyong relasyon matapos matuklasan na naging hindi ka tapat tungkol sa iyong nakaraan, kaysa kung naging tapat ka mula sa simula. Higit pa rito, ang pagsasabi ng katotohanan tungkol sa nakaraan ay tutulong sa iyong lumikha ng mga pag-iingat para maiwasan ang pag-uulit ng mga nakaraang kahinaan, habang ang hindi pagiging tapat ay halos ginagarantiyahan ang kanilang pagpasok sa iyong relasyon.

Maaaring natatakot ka sa ideya ng paghahayag ng iyong nakaraan, at madaling maunawaan iyon. Kapag inihayag mo ang katotohanan sa unang pagkakataon, maaaring magkaroon ng negatibong reaksyon at ilang nanginginig na panahon sa iyong relasyon. Ngunit hayaan mong tiyakin ko sa iyo na malamang na maging mas matatag ang iyong relasyon sa katagalan. Sinisira ng hindi pagiging tapat ang intimacy, pagkakasundo, at ang pakiramdam ng pag-ibig. Itinataguyod naman ang mga ito ng pagsasabi ng katotohanan. Hindi pa ako nakasaksi ng isang pag-aasawa na nasira dahil sa pagsasabi ng katotohanan.

Bagama't walang mga eksepsiyon sa Polisiya ng Radikal na Pagsasabi ng Katotohanan, may ilang mga pag-aasawa na labis na naimpeksiyon ng *Love Buster* ng pagsiklab ng galit na hindi ligtas na magsabi ng katotohanan hangga't hindi naaalis ang banta ng pang-aabuso; ang pagsasabi ng katotohanan ay maaaring maglagay sa panganib ng matinding pambubugbog o kahit kamatayan. Sa mga pag-aasawang ito, iminumungkahi ko na pansamantalang maghiwalay ang mag-asawa hangga't hindi matitiyak ang kaligtasan. Walang mag-asawa ang dapat mamuhay nang magkasama hangga't nagpapatuloy ang isang asawa sa pang-aabuso sa isa pa. At kung ang pagsasabi ng katotohanan ay nagti-trigger ng pisikal o emosyonal na pang-aabuso, ang pansamantalang paghihiwalay ay karaniwang ang tanging makatwirang tugon.

PAGSASABI NG KATOTOHANANG PANGKASALUKUYAN

Kapag ang magkasintahan ay nakatakdang ikasal (*engaged*), madalas nilang ibinabahagi ang kanilang pang-araw-araw na iskedyul sa isa't isa nang hindi masyadong pinag-iisipan. Ngunit pagkatapos nilang ikasal, marami ang natutuksong pabayaan ang mahalagang aspetong ito ng pagsasabi ng katotohanan.

Sa mabubuting pag-aasawa, ang mga mag-asawa ay nagiging labis na magkakaugnay at umaasa sa isa't isa (*interdependent*) na ang pagbabahagi ng pang-araw-araw na iskedyul ay mahalaga sa kanilang koordinasyon ng mga aktibidad. Gayunpaman, sa mahihinang pag-aasawa, ang mga mag-asawa ay nag-aatubiling ihayag ang kanilang mga iskedyul dahil madalas silang lihim na nakikisali sa mga aktibidad na makakasakit sa isa't isa kung malalaman. Itinatago ng mga mag-asawang ito ang mga detalye ng kanilang araw, at inaaliw ang kanilang sarili sa pagsasabing, "Ang hindi alam ng asawa kong lalaki ay hindi makakasakit sa kanya," o, "Mas magiging masaya ang asawa kong babae kung hindi niya alam ang lahat."

Kahit na ang mga aktibidad ay inosente, napakahalaga para sa iyong partner na malaman kung ano ang ginagawa mo sa iyong oras. At dahil halos lahat ng iyong ginagawa ay makakaapekto sa isa't isa, dapat mong pag-usapan ang iyong mga iskedyul bago itakda ang mga ito. Ang iyong iskedyul ba ay gumagawa ng mga deposito o withdrawal sa *Love Bank*?

Pagsasabi ng Katotohanang Pangkasalukuyan: Ihayag ang impormasyon tungkol sa mga pangyayari ng iyong araw. Bigyan ang iyong partner ng isang kalendaryo ng iyong mga aktibidad, na may espesyal na diin sa mga maaaring makaapekto sa kanya.

May emergency man o gusto lamang ng iyong partner na kumustahin ka sa araw, maging madaling mahanap. Inirerekomenda ko na bawat isa sa inyo ay magdala ng cell phone tuwing magkahiwalay kayo para maging accessible ka sa isa't isa.

Kung susundin mo ang Polisiya ng Pinagkaisang Kasunduan at ang Polisiya ng Radikal na Pagsasabi ng Katotohanan, hindi mo maiiwasang lumikha ng isang buhay ng pagkakasundo sa pag-aasawa. Ang dalawang polisiya ay nagtutulungan para maiwasan ang pag-unlad ng mapaminsalang mga gawi at hikayatin ang isang pamumuhay na gumagana nang maayos para sa inyong dalawa. Tinutulungan ka ng Polisiya ng Pinagkaisang Kasunduan na matuklasan at mapaunlad ang mga gawi at aktibidad na kapwa kaaya-aya, at pinipigilan ka ng Polisiya ng Radikal na Pagsasabi ng Katotohanan na lumikha ng isang lihim na pangalawang buhay kung saan namumukadkad ang mga hindi magkasundong ugali at aktibidad.

PAGSASABI NG KATOTOHANANG PANGHINAHARAP

Matapos kong gawing malaking isyu ang paghahayag ng mga nakaraang pagkakamali, maiisip mo kung ano ang nararamdaman ko tungkol sa paghahayag ng mga plano sa hinaharap na maaaring maglagay sa iyo sa problema. Ang mga plano sa hinaharap ay mas madaling pag-usapan kaysa sa mga nakaraang pagkakamali o kabiguan, ngunit maraming mag-asawa ang naglilihim ng kanilang mga plano sa isa't isa.

Bakit? Naniniwala ang ilang tao na ang pagpapahayag ng mga plano sa hinaharap ay nagbibigay lamang sa asawa ng pagkakataon na hadlangan ang mga ito. At nararamdaman ng ibang mga asawa na kailangan nilang itago ang isang plano hanggang sa mapatunayan nila ang halaga nito. Nakatuon ang kanilang paningin sa isang tiyak na layunin at ayaw nilang may humadlang sa kanilang daan.

Ngunit kahit na kalahati pa lamang ang pagkakabuo ng iyong plano, bakit hindi ipaalam sa iyong partner kung ano ang iyong iniisip? Bakit hindi bigyan ang iyong partner ng pagkakataon na mag-isip kasama mo? Kapag nabigo kang sabihin sa iyong partner ang tungkol sa iyong mga plano, hindi ka nagsasabi ng katotohanan. Maaaring sinusubukan mong iwasan ang gulo sa kasalukuyan, ngunit sa kalaunan darating ang hinaharap, na maghahayag ng mga plano na iyong inililihim. Sa puntong iyon, masasaktan ang iyong partner na hindi mo pinag-usapan ang mga planong iyon sa kanya nang mas maaga. Bakit hindi mo isinaalang-alang ang kanyang damdamin noong ginagawa mo ang mga planong iyon?

Pagsasabi ng Katotohanang Panghinaharap: Ihayag ang iyong mga iniisip at plano tungkol sa mga aktibidad at layunin sa hinaharap.

"Kung hihintayin kong sumang-ayon ang aking asawa sa aking mga plano," maaaring sabihin ng isang asawang lalaki, "hindi tayo kailanman makakaabot ng anuman. Napakakonserbatibo niya; hindi niya kailanman gustong kumuha ng anumang panganib, at kaya napapalampas natin ang bawat pagkakataon na dumarating." Ngunit wala bang halaga ang kanyang damdamin? Hindi ba pinipilit ng asawang lalaking ito ang kanyang asawa na tiisin ang isang pamumuhay na hindi akma sa kanya? Kung nagmamalasakit siya sa kanyang damdamin, gugustuhin niya ang kanyang input sa mga desisyon—gugustuhin niya ang kanyang buong-pusong pagsang-ayon bago isagawa ang kanyang plano!

"Oh, ngunit ang mga plano na ginagawa ko ay pinakamabuti para sa aming dalawa," maaaring sabihin ng isang asawang babae. "Maaaring hindi niya nauunawaan ang aking desisyon ngayon ngunit kapag nakita niya kung paano mangyayari ang mga bagay, pasasalamatan niya ako sa pagpapatuloy nito." Iyon ay mapanganib na pangangatwiran. Kung pasasalamatan ka niya mamaya, malaki ang tsansa na sasang-ayon siya rito ngayon. At kung hindi ito mangyari tulad ng pinlano, hindi lamang ikaw ang sisisihin sa kabiguan nito, kundi magagalit din ang iyong asawa sa iyong hindi pagiging tapat. Sa kabilang banda, ang isang plano na masigasig na sinang-ayunan ay maaaring mabigo nang hindi nauubos ang iyong mga account sa *Love Bank*. Dahil pareho kayong sumang-ayon, pareho kayong tumatanggap ng responsibilidad para sa kabiguan. At kung hindi kayo magkasundo, malamang na may magandang dahilan para iwasan mo ang planong iyon.

Walang magandang dahilan para itago ang mga plano para sa hinaharap sa isa't isa. Ang iyong pamumuhay ay dapat likhain nang nasa isip ang isa't isa. Wala sa inyo ang dapat gumawa ng mga independiyenteng desisyon, dahil lahat ng iyong pinaplano ay makakaapekto sa inyong dalawa. Kahit na magtagumpay ang iyong mga plano, masama pa rin ang loob ng iyong asawa dahil hindi siya kasama sa pagpaplano.

PAGSASABI NG KATOTOHANANG KUMPLETO

Noong nagde-date sina Myrna at Ronald, hindi sila lubos na nagsasabi ng katotohanan sa isa't isa. Sa katunayan, naniniwala si Myrna na ang kaunting misteryo ay nagpapaganda sa relasyon. Naniniwala si Ronald na ang ilang bahagi ng kanyang buhay ay nararapat na maging pribado.

Sa kalaunan, sila ay nagpakasal. Ngunit ang kanilang pilosopiya tungkol sa pagsasabi ng katotohanan ay hindi nagbago. Patuloy nilang itinago ang mga bahagi ng kanilang buhay sa isa't isa, nagbibigay ng maling impresyon tungkol sa paggastos, iskedyul, at paggamit ng computer. Ngunit ang pinakamahalaga, nagbibigay sila ng maling impresyon tungkol sa kanilang kaligayahan sa pag-aasawa. Ang kanilang kakulangan ng pagsasabi ng katotohanang kumpleto ay kalaunang lumaki na naging isang halimaw. May kailangang magbago.

Nagtatanong ako ng mga mapanuring tanong sa panahon ng premarital counseling. At pinakamalalim akong nagtatanong sa mga bahagi kung saan may tendensiya ang mga tao na mag-iwan ng maling impresyon. Dahil karamihan sa mga problema sa pag-aasawa ay nagmumula sa malubhang maling akala, sinusubukan kong bunutin ang maliliit na damong ito na sa kalaunan ay sumasakal sa halaman.

Ang maling impresyon ay kasing mapanlinlang ng tuwirang hindi pagiging tapat. Ang layunin ng pagsasabi ng katotohanan ay ang pagkakaroon ng mga katotohanan sa harap mo. Kung wala ang mga ito, mabibigo kang lutasin ang pinakasimpleng mga problema sa pag-aasawa. Magsinungaling ka man sa iyong asawa o magbigay ng maling impresyon, iniiwan mo siyang walang alam sa mga katotohanan.

Pagsasabi ng Katotohanang Kumpleto: Huwag iwanan ang iyong partner na may maling impresyon tungkol sa iyong mga iniisip, damdamin, ugali, gusto at ayaw, nakaraan, pang-araw-araw na gawain, o mga plano para sa hinaharap. Huwag sadyang itago ang anumang *personal* na impormasyon mula sa iyong *partner*.

Sa pag-aasawa, isa sa pinakamalaking maling impresyon na nakikita ko ay ang pag-aakalang parehong asawa ay gumagawa ng napakahusay (*extraordinary*) na trabaho sa pagtugon sa mga pangangailangan ng isa't isa. Ang anyong ito ng panlilinlang ay madalas na partikular na nakatutukso sa simula ng isang relasyon. Ito ang mga bahagi kung saan ikaw o ang iyong asawa (o kayong dalawa) ay hindi nasisiyahan, ngunit ayaw mong lumabas na hindi nagpapasalamat. Ayaw mong ipagsapalaran na mawala ang iyong relasyon sa pamamagitan ng pagpapahayag ng iyong kawalang-kasiyahan.

Nauunawaan ang pag-aalalang iyon. Ngunit maaari mong mabawasan ang panganib na iyon sa pamamagitan ng pagpapahayag ng iyong mga alalahanin sa mga paraang hindi nagbabanta o hindi mapanghusga. Maaari kang magpakita ng pagpapahalaga sa pagsisikap na ginawa para matugunan ang iyong mga pangangailangan at pagkatapos ay magbigay ng gabay para gawing mas epektibo ang pagsisikap na iyon.

Tanging ang tunay na pagpapahayag ng iyong mga damdamin ang makakatulong sa iyong makahanap ng mga solusyon sa mga problemang kinakaharap mo. Pinipilayan mo ang iyong relasyon sa tuwing hindi mo inihahayag ang kumpletong katotohanan. Ang pagsasabi ng katotohanan ay nagbibigay ng tanging mapa na humahantong sa tagumpay sa pag-aasawa.

Muli, kung ikaw at ang iyong asawa ay nahihirapang kontrolin ang *Love Busters* kapag inihahayag ang pagsasabi ng katotohanan, inirerekomenda ko na basahin mo ang aklat ni Dr. Harley, *Love Busters* (Revell, 1992, 2016), o kung kinakailangan, humingi agad ng propesyonal na tulong para matiyak ang *zero tolerance* para sa iyong sariling *Love Busters*. Gayundin, para matulungan ka sa pagsasabi ng katotohanan, maaaring nais mong i-download at gamitin ang Gift of Honesty mobile app, at E2: Explore and Engage mobile app mula sa FourGiftsofLove.org, Google Play, at Apple App Store (Tinutulungan kang Gift of Honesty app na lumikha at magpadala ng text gamit ang pariralang "Gustong-gusto ko sana kung," "Gustong-gusto ko kapag," at 1-5 *rating scale*; nag-aalok ang E2 ng mga pambukas ng usapan na pinagsasama ang orihinal na mga imahe ng larawan sa mga tanong na nakakapag-isip para simulan ang regalo ng pagsasabi ng katotohanan).

Tandaan, hindi kailanman kaaway ang pagsasabi ng katotohanan; kaibigan itong nagdadala ng liwanag sa mga problema na madalas nangangailangan ng isang malikhaing solusyon. Kung sinusundan ang pagsasabi ng katotohanan ng ligtas at kaaya-ayang negosasyon, nagiging kinakailangang unang hakbang ito tungo sa pagpapabuti ng iyong pagkakasundo at pag-ibig sa isa't isa.

PAGSUSURI

1. Huwag pahirapan ang iyong partner kapag sinasabi niya sa iyo ang katotohanan. Sa halip na subukang parusahan ang iyong partner kapag may nakakagulat na katotohanan na inihayag, gantimpalaan mo ang pagsasabi ng katotohanan. Para matulungan ang mga mag-asawa na gawin ito, natutunan nilang sabihin, "Salamat sa pagsasabi mo ng totoo sa akin." Kung nararamdaman nilang kailangan nila ng oras para maproseso ang bagong impormasyon para maprotektahan ang kanilang asawa mula sa anumang *Love Buster*, idinaragdag nila, "Maaari ba akong magkaroon ng X minuto para pag-isipan ito, at pagkatapos ay magbabalik tayo para pag-usapan ito?" Kung ang pagsasabi ng katotohanan ay sinusundan ng ligtas at kaaya-ayang negosasyon, ito ay nagiging kinakailangang unang hakbang tungo sa pagpapabuti ng iyong pagkakasundo at pag-ibig sa isa't isa. Mahalagang lumikha ng isang kapaligiran kung saan maaari kang magtulungan para makamit ang mas malaking pag-ibig at pagkakasundo.

2. Ang hindi pagiging tapat ay lumilikha ng kawalan ng tiwala at kawalan ng kapanatagan. Ang hindi pagiging tapat ay may hindi bababa sa tatlong mahalagang negatibong kahihinatnan: 1) nasasaktan ang damdamin kapag natuklasan ang hindi pagiging tapat; 2) ang maling impormasyon ay nagdudulot ng pagsasaayos sa maling *target*; at 3) isang mahalagang *Emotional Need* ay hindi natutugunan (pagsasabi ng katotohanan at pagiging bukas). Ang hindi pagiging tapat ay maikli rin ang pagtingin sa hinaharap—pagkuha ng gusto mo ngayon at pagharap sa mga kahihinatnan mamaya ay tumutulong sa paglikha ng mga ugali na uulitin mo hanggang sa mahuli ka.

3. Ang pagsasabi ng katotohanan ay lumilikha ng pag-unawa at emosyonal na pagbubuklod. Tinutulungan kang pagsasabi ng katotohanan na protektahan ang iyong asawa mula sa mga potensyal na mapaminsalang ugali.

Mga Katanungan para sa Pag-iisip

1. Kailan mo iniisip na makatwiran ang hindi pagiging tapat sa iyong asawa?
2. Ano ang pananaw mo tungkol sa mga "*white lies*"? Nahihirapan ka bang sabihin ang katotohanan kung minsan? Anong mga sitwasyon ang mas mahirap at bakit?
3. Nakikita mo ba kung paano ang maling impresyon ay isang anyo ng panlilinlang na maaaring makapinsala sa isang pag-aasawa?

22

PAG-UNAWA SA PAGSASABI NG KATOTOHANAN

Walang alinlangan na napag-usapan n'yo na ang paksa ng *pagsasabi ng katotohanan* sa isa't isa, at malamang na nagkasundo na kayong panatilihin ang *pagsasabi ng katotohanan* sa buong buhay ninyong magkasama. Iyan ang ginagawa ng karamihan sa mga mag-asawa. Iyan ang ginawa namin ni Joyce noong kami ay bagong kasal. Sa katunayan, napakahalaga nito sa amin na lumikha kami ng paraan para maiwasan ang anumang hindi pagkakaunawaan. Kung ang isa sa amin ay magtanong, "Totoo ba talaga ang sinasabi mo?" nangangahulugan itong walang biruan. Kailangang sabihin ng ibang tao ang katotohanan. Sinusunod pa rin namin ang tuntuning iyon ngayon.

Ngunit gaano man kagusto ng mga mag-asawa ng isang relasyong bukas at nagsasabi ng katotohanan, mayroong apat na mahalagang dahilan kung bakit pumapasok ang hindi pagiging tapat sa mga pag-aasawa: 1) proteksyon; 2) pag-iwas sa gulo; 3) pagpapakitang mas mahusay kaysa sa tunay; at 4) pagpupumilit (*compulsion*). Habang magkakaiba ang mga dahilan para sa bawat uri ng hindi pagiging tapat, pareho ang resulta—nagdurusa ang pag-aasawa.

PAGSISINUNGALING PARA MAGPROTEKTA

Ang pinakakaraniwang uri ng hindi pagiging tapat sa pag-aasawa ay udyok ng proteksyon. Masakit mapintasan, kaya madalas iniiwasan ng mga mag-asawa na ipahayag ang kanilang mga negatibong damdamin sa isa't isa, dahil ayaw nilang saktan ang isa't isa. Sa ibang mga kaso, maaaring protektahan ng mga tao ang kanilang mga asawa mula sa hindi kaaya-ayang impormasyon, marahil isang health scare o isang problemang pinansyal. Tinatawag ko ang mga taong ito na protector liars, at karamihan sa atin ay nabibilang sa kategoryang ito, kahit paminsan-minsan lamang. Halos lahat tayo ay makakaisip ng mga pagkakataon kung kailan itinago natin ang ating tunay na damdamin o ang kumpletong katotohanan para maiwasang mapabagabag ang isang tao.

Mukhang napaka-inosente, hindi ba? Bakit pababagabagin ang iyong partner? Bakit sisirain ang kanyang magandang kalooban?

Kapag hindi ka tapat para "protektahan" ang damdamin ng iyong partner, sa totoo lang ay pinagkakaitan mo siya ng mahalagang impormasyon. Ano ang mararamdaman mo kung tumigil ang iyong *Love Bank* sa pagpapadala sa iyo ng buwanang mga statement sa iyong *checking account* ngunit patuloy na nagbabawas ng mga bayarin nang hindi ka inaabisuhan? Magagalit ka. "Kapag nauubusan na ng laman ang account ng aming mga customer," maaaring sabihin ng bank manager, "sinusubukan naming protektahan sila mula sa hindi kaaya-ayang impormasyong iyon." Nakakabaliw iyon! Iyon mismo ang panahon na kailangan mo ng impormasyon, para makapagdeposito ka at maiwasan ang pagtalbog ng mga tseke.

Ganoon din sa iyo at sa iyong partner. Kailangan mong malaman kapag gumagawa ka ng mga withdrawal sa *Love Bank* para makagawa ka ng mga pagsasaayos para maiwasan ang karagdagang pagkawala. Kung walang impormasyong iyon, mapanganib na aanod ka nang bulag patungo sa pagkalugi sa *Love Bank.*

Kapag nakakaranas ka ng mga negatibong damdamin para sa iyong partner, dapat mong ipaalam sa kanya na nagaganap ang mga withdrawal. Iyon ang unang hakbang tungo sa paggawa ng mga pagsasaayos na kinakailangan para matakpan ang butas sa iyong *Love Bank.*

At kapag dumating sa iyong kaalaman ang hindi kaaya-ayang impormasyon sa pananalapi o kalusugan, bakit mo ito itatago sa iyong partner? Ganoon ba kaliit ang iyong tiwala sa iyong partner na hindi ka naniniwala na kaya niyang hawakan ito? Hindi lamang iyon kawalang-galang, kundi pinipigilan ka rin nitong makinabang mula sa karunungan na maiaalok ng iyong partner.

Wala sa inyo ang nangangailangan ng proteksyon mula sa mga katotohanan. Sila ang mga kaibigan ng matalinong mga solusyon. Kung pareho ninyong ibabahagi ang mga katotohanang alam ninyo sa isa't isa, at igagalang ang paghuhusga ng isa't isa, matutuklasan mo na magiging mas matalino kayong magkasama kaysa sa maaaring makamit mo nang magkahiwalay.

MGA SINUNGALING NA UMIIWAS SA GULO/PROBLEMA

Ang pangalawang pinakakaraniwang uri ng hindi pagiging tapat sa pag-aasawa ay udyok ng pag-iwas sa gulo. Tinatawag ko ang mga taong itong hindi nagsasabi ng totoo bilang mga *avoiding-trouble liar*. Gumagawa sila ng mga bagay na alam nilang ikagagalit ng kanilang asawa—kapag nalaman ito. Kaya itinatanggi nilang ginawa nila ang mga ito. Ang ganitong uri ng hindi pagiging tapat ay maaaring maging mapanira sa isang pag-aasawa dahil tumutulong itong lumikha ng isang lihim na pangalawang buhay na lubos na hindi tugma sa mga damdamin at interes ng kanilang asawa. Halos lahat ng pinakamapanirang ugali sa isang pag-aasawa ay lumalago sa *hothouse* ng mga lihim na pangalawang buhay—pagtataksil, pagkalulong sa droga at alak, pagkalulong sa sex, at pagsusugal, bilang ilang halimbawa.

Dahil nagmamay-ari at nagpatakbo ako ng mga chemical dependency treatment center noon, labis akong humanga sa mga ginagawa ng mga adik para itago ang kanilang pagkalulong. Isang lalaki na aking pinayuhan ang nagtago sa kanyang asawa tungkol sa kanyang pag-abuso sa alak sa pamamagitan ng paglalagay ng gin sa isang lalagyan ng windshield washer, gamit ang asul na food coloring para magmukha itong totoo. Lubos siyang nalinlang hanggang sa araw na tumakbo siya papasok ng bahay na nakahawak sa kanyang lalamunan at hinihingi na dalhin siya agad sa pinakamalapit na emergency room. Hindi niya alam, ginamit ng kanyang tiyuhin ang kanyang bote ng gin bilang windshield washer noong nakaraang araw, at bumalik kinabukasan para palitan ito ng totoong bagay. Nang mahayag ang lihim, kusang-loob siyang pumasok sa paggamot at naging matino mula noon.

Ang unang hakbang ng paggaling mula sa maraming pagkalulong ay ang ilantad ang mga ito sa liwanag ng araw. Karamihan sa mga adik ay mamumuhay nang mas malusog at mas masaya kung alam ng kanilang pamilya at mga kaibigan ang lahat ng kanilang ginagawa. Kung isang tao na may video camera ang susundan sila sa paligid, mas mababa ang tukso nilang makisali sa mapanirang adik na kilos. Ngunit partikular na mahalaga para sa kanilang asawa na malaman kung ano ang kanilang ginagawa. Tinutulungan silang malampasan ang pagkalulong at tumutulong din na pigilan silang mabuo ang mga ugaling iyon sa simula pa lamang.

Ngunit hindi lamang pagkalulong o adik na kilos ang maaaring maiwasan sa pamamagitan ng pagiging totoo; ito ay anumang bagay na lilikha ng hindi pagkakasundo sa pag-aasawa. Tulad ng nakita natin kanina, ang pagkakasundo ay nalilikha sa pamamagitan ng pagsunod sa Polisiya ng Pinagkaisang Kasunduan sa tuwing ginagawa ang mga desisyon. Kung ang mga partner ay gumagawa ng mga desisyon nang nasa isip ang damdamin at interes ng isa't isa, lumilikha sila ng isang pamumuhay na nakikinabang sa kanilang dalawa. Sa kabilang banda, kung gumagawa sila ng mga desisyon nang independiyente sa isa't isa, tiyak ang kanilang pag-anod patungo sa hindi pagkakasundo.

Paano masusunod ang Polisiya ng Pinagkaisang Kasunduan kung ang mga mag-asawa ay hindi nagsasabi ng katotohanan tungkol sa bawat aspeto ng kanilang buhay? "Ang hindi alam ng aking asawa ay hindi makakasakit sa kanya," ay simpleng hindi totoo. Kung lihim kang gumagawa ng kilos na makakasakit sa iyong asawa kapag nalaman, ang kilos na iyon ay maaaring mauwi sa mga gawi na napakahirap nang malampasan. Ang nagsisimula bilang paminsan-minsang libangan ay maaaring kalaunang maging labis na bahagi ng iyong buhay na nangingibabaw ito sa iyo. Sa oras na ito ay mahayag, tila halos imposible nang itigil.

Iyon ang isa sa pinakamahalagang dahilan kung bakit dapat sundin ang Polisiya ng Pinagkaisang Kasunduan at ang Polisiya ng Radikal na Pagsasabi ng Katotohanan sa buong pag-aasawa. Kung tapat ka tungkol sa lahat ng iyong mga aktibidad at iiwasan ang anuman na hindi mo mapagkasunduan, ang mga ugali na pinakamahirap malampasan ay hindi kailanman magkakaroon ng pagkakataon. Isa sa pinakamalaking pakikibakang mag-asawa sa pag-aasawa ay ang pagsubok na lumikha ng pagkakasundo matapos lumikha ng mga independiyenteng pamumuhay. Ngunit maiiwasan mo ang mga pamumuhay na iyon at hindi na kailanman haharapin ang pakikibakang iyon sa simula pa lamang sa pamamagitan ng pagsunod sa dalawang polisiyang ito.

Dapat kang maging transparent sa isa't isa. Ang isang lihim na pangalawang buhay, hiwalay sa pagsusuri ng iyong asawa, ay hindi dapat umiral sa iyong pag-aasawa. Halos lahat ng iyong ginagawa, kahit na ang ginagawa mo nang pribado, ay makakaapekto sa isa't isa, kaya gawin ang lahat nang nasa isip ang isa't isa. At huwag kailanman magsinungaling tungkol sa isang bagay na iyong ginawa kung hindi ito sana naaprubahan ng iyong asawa. Ang pagsisinungaling para pagtakpan ang isang paglabag sa Polisiya ng Pinagkaisang Kasunduan ay nagdudulot ng dobleng dagok mula sa nagsisinungaling na asawa—pagkabigo na magprotekta at pagkabigo na panatilihin ang pagsasabi ng katotohanan.

MGA SINUNGAILING NA GUSTONG MAGMUKHANG MAS MABUTI KAYSA SA TOTOO

Ang mga tinatawag kong mga nagsisinungaling para magmukhang mas mabuti kaysa sa totoo (looking-better-than-you-are liars) ay karaniwang matatagpuan sa mga unang date. Ngunit sapat ang napapakasal para maging pangatlong pinakakaraniwang uri ng asawang hindi nagsasabi ng katotohanan. Tulad din sa kaso ng mga avoiding-trouble liars, nakakalusot ang mga taong ito sa pagsisinungaling nang ilang panahon dahil karaniwan nilang hinihingi ang karapatan sa pagkapribado, at pinagbibigyan sila ng kanilang asawa. Walang lugar ang pagkapribado sa pag-aasawa, at ang mga nagpapahayag ng pagkainis kapag sinusuri sila ng kanilang asawa ay malamang na kandidato para sa lahat ng anyo ng hindi pagiging tapat.

Halimbawa, umuuwi ang isang asawang lalaki mula sa trabaho na nakangiti. Sinasabi niya sa kanyang asawa na kabibigay lamang sa kanya ng isang parangal para sa pagiging pinakamahusay na salesman sa opisina—ang ikaapat na parangal na ibinigay sa kanya ngayong taon. Hindi kailanman humihingi ng ebidensya ang kanyang asawa, tulad ng pagtaas ng sahod, o kahit isang sertipiko na naglalarawan ng parangal. Sa halip, binabati niya siya. Iniisip niya, Ano ang masama sa pagbibigay sa kanya ng impresyon na ako ay isang napakatagumpay na asawa?

Ang masama, siyempre, ay mali niyang ipinakikilala ang kanyang sarili sa kanya, at iyon ay may mapaminsalang mga kahihinatnan sa pag-aasawa.

Karamihan sa mga lalaki ay nais hangaan ng kanilang mga asawa, ngunit ang paghanga na batay sa hindi pagiging tapat ay naglalagay sa kanya sa isang kahanga-hangang pagbagsak. Kapag sa huli ay natuklasan niyang naging mapanlinlang siya, nawawala hindi lamang ang maling paggalang na mayroon siya para sa isang lalaki na inakala niyang napakatagumpay, kundi nawawala rin ang lahat ng paggalang niya para sa kanya. Kung tutuusin, kaawa-awa ang isang lalaki na kailangang magsinungaling para makuha ang paggalang ng kanyang asawa.

Huwag kailanman palakihin ang iyong mga nagawa. Sa halip, magbigay ng tapat na (*honest*), tumpak, at dokumentadong impormasyon para malaman ng iyong asawa nang may katiyakan na nagsasabi ka ng totoo. At kung nais niya ng higit pang patunay, huwag magpahayag ng sama ng loob—masayang ibigay lamang ang ebidensya na hinihingi.

Kung nagsinungaling ka na kailanman sa iyong partner, asahan ang isang tiyak na antas ng pag-aalinlangan hanggang sa maibalik ang tiwala. Mapapabilis mo ang pagpapanumbalik na iyon sa pamamagitan ng pagtrato sa pag-aalinlangang iyon nang may paggalang. Kung sa halip, hihingi ka ng tiwala sa iyong partner at magagalit sa tuwing nais niya ng ebidensya para sa isang pahayag na iyong ginawa, pananatilihin mo ang iyong partner sa isang estado ng kawalan ng tiwala nang walang katiyakan.

KOMPULSIBONG SINUNGALING

Ang ikaapat na uri ng asawang hindi nagsasabi ng katotohanan, at ang hindi gaanong karaniwan, ay ang *compulsive liar*. Nagsisinungaling ang mga taong ito tungkol sa anuman at lahat, mayroon man silang magandang dahilan o wala. Tinatawag ko silang mga ipinanganak na sinungaling. Tila hindi nila makontrol ang kanilang pagsisinungaling, ni hindi nila alam kung bakit nila ito ginagawa. Madalas silang nagsisinungaling tungkol sa mga personal na karanasan at mga nagawa, at kung minsan ay kinukumbinsi pa nila ang kanilang sarili na totoo ang mga hindi pagiging tapat. Kahit na ang ebidensya na salungat ay hindi palaging nagpapabago sa kanilang isip.

Ang mga ipinanganak na sinungaling ay madalas na namumuhay ng dobleng buhay. Minsan, sabay-sabay silang kasal sa higit sa isang tao. Maaari silang magpanggap bilang mga doktor o abogado, at nakakalusot dito, sa kabila ng kanilang kakulangan ng pormal na background. Kapag nahuli sa kanilang krimen, taos-puso nilang itinatanggi ang anumang pagkakasala at maaari pa ngang makapasa sa mga lie detector test. Ang mga ganitong sinungaling ay kaakit-akit sa mga psychologist na tulad ko ngunit, sa malinaw na mga dahilan, imposible bilang mga partner sa pag-aasawa. Dahil mahalaga ang pagsasabi ng katotohanan sa pag-aasawa at ang mga indibidwal na ito ay simpleng hindi makapagsabi ng totoo, ang kanilang mga pag-aasawa ay halos palaging napakaikli.

Paano sila nakakalusot dito? Madalas na nagpapanggap ang mga impostor na ito sa loob ng maraming taon bago sila malantad. Ang sagot sa tanong na iyon ay masyadong maraming tao ang gumagalang sa kanilang pagkapribado. Simpleng nabibigo silang siyasatin ang kanilang background. May karapatan ka ng kumuha ng nagpapatunay na ebidensya para sa impormasyong natatanggap mo mula sa isa't isa. At kung tumutol ang iyong partner sa naturang pagsusuri, iminumungkahi kong maghanap ka pa nang mas masigasig.

ANG PAGSASABI NG KATOTOHANAN BA AY ISANG *LOVE BUSTER*?

Hindi ba ang pagsasabi ng katotohanan, sa ilang mga kaso, ay isang *Love Buster*? May mga pagkakataon ba na maaaring maging sobrang prangka/sobrang tuwiran sa pagsasabi ng katotohanan ang mag-asawa sa isa't isa, kung kailan mas mabuting iwasan ang konflikto sa pamamagitan ng pagpapanatili sa asawa sa dilim?

Iyan ang iniisip ng maraming mag-asawa. Ipinapalagay nila na magdurusa ang kanilang relasyon kung ipapahayag nila ang kanilang tunay na damdamin. Sa ibabaw, tila may katuturan ang argumentong ito. Ang *Love Busters* ay ang mga kilos na nagpapalungkot sa iyong asawa; kaya kung ang iyong pagpapahayag ng pagsasabi ng katotohanan ay nakakabagabag sa iyong asawa, hindi ba ito isang *Love Buster*?

Sa totoo lang, hindi. Kapag tiningnan mong mabuti, malalaman mo na ang *Love Buster* sa ganoong sitwasyon ay hindi ang pagsasabi ng katotohanan mismo, kundi ang kilos na inihahayag ng pagsasabi ng katotohanan. Halimbawa, ang pag-amin sa isang affair ay tiyak na makakapagpagalit sa iyong asawa. Ngunit hindi ang pag-amin ang nakakapagpagalit, ito ay ang affair! Sa karamihan ng mga kaso, ipinagpapaliban lamang ng hindi pagiging tapat ang pagtuklas ng iyong asawa sa katotohanan, at kapag ito ay nahayag, ang katotohanan na nagsinungaling ka ay magdudulot ng mas malaking pinsala sa iyong relasyon. Pagkatapos ang iyong asawa ay magagalit sa katotohanan at sa iyong hindi pagiging tapat. At sa dalawa, ang iyong hindi pagiging tapat ay karaniwang mas makakasakit sa iyong asawa kaysa sa anumang sinusubukan mong itago. Ang hindi pagiging tapat sa pag-aasawa, kapag natuklasan, ay nagdudulot ng hindi kapani-paniwalang sakit.

HUWAG BALUTAN ANG IYONG PAGSASABI NG KATOTOHANAN SA MGA *LOVE BUSTER*

Bagama't ang pagsasabi ng katotohanan ay hindi kailanman isang *Love Buster* mismo, maaari itong magsilbing isang pagkukunwari para sa mga tunay na *Love Busters*. Isaalang-alang ito: Balang araw maaari kang mahirapan sa paggawa ng isang sekswal na pagsasaayos. Sa pagkabigo, maaari mong sa wakas ay masabi, "Dalawang linggo na tayong lumipas, at sapat na ang narinig kong mga dahilan. Oras na!" Walang mali sa isang tapat na apela para sa tulong, ngunit kung ito ay magiging isang kahingian, ito ay isang *Love Buster*. Sa halip na ipahayag ang iyong pangangailangan at hikayatin ang iyong asawa na tugunan ang pangangailangang iyon, ginagawa mong kasuklam-suklam ang iyong sarili. Huwag hingin nang pilit ang kailangan mo mula sa isa't isa; hilingin ito nang may paggalang. Sa ganoong paraan, maririnig ang iyong pangangailangan at tutugunan ito nang paborable.

O, sa halip na gumawa ng mga kahingian, maaari mong sinasabi, "Talagang baluktot ang iyong mga prayoridad. Mukhang mas mahalaga sa iyo ang pera kaysa sa akin. Kung hindi ka magtutuwid sa lalong madaling panahon, matutulog ka kasama ang iyong pera." Muli, maaaring iyon ang iyong tapat na opinyon, ngunit ito rin ay isang walang-galang na paghatol na maglalagay sa iyong asawa sa depensiba. Bilang resulta, hindi niya talaga naririnig kung ano ang iyong sinasabi. Anuman ang makuha sa pagpapahayag ng iyong damdamin ay mabilis na nawawala sa *Love Buster*.

O, isipin na ipinapahayag ang iyong kalungkutan sa pamamagitan ng paghahagis ng isang lampara at pagsigaw, "Wala ka nang oras para sa akin. Hindi ko alam kung bakit pa kita pinakasalan, ikaw na makasariling tanga!" Ang katotohanan na sinusubukan mong iparating—na nais mong gumugol ng mas maraming oras ang iyong asawa kasama mo—ay ganap na nawawala sa iyong pagsiklab ng galit. Hindi ka nakikipag-usap kapag ang iyong asawa ay tumatakbo para magtago.

Madalas hindi madaling ipahayag ang damdamin habang pinipigilan ang makasariling kahingian, walang-galang na paghatol, o pagsiklab ng galit. Gayunpaman, maaaring matutunan ito ng sinuman.

"Kung hindi ka magsisimulang gumugol ng mas maraming oras kasama ko sa lalong madaling panahon, hahanap ako ng iba na makakasama ko" ay isang makasariling kahingian. "Gusto kong gumugol ng mas maraming oras kasama ka" ay isang tapat na pahayag ng damdamin.

"Ako ang hindi gaanong mahalagang tao sa iyong buhay. Mas gugustuhin mong makasama ang sinuman maliban sa akin" ay isang walang-galang na paghatol dahil sinasabi mo sa iyong asawa kung ano ang nararamdaman niya. Ang totoo ay hindi mo alam kung ano ang nararamdaman ng iyong asawa maliban kung sasabihin niya sa iyo. "Nababagabag ako kapag naiiwan akong mag-isa sa gabi" ay isang tapat na pahayag ng iyong damdamin, dahil sinasabi mo sa iyong asawa kung ano ang nararamdaman mo.

Kung magiging tapat ka sa iyong asawa, dapat handa kang ihayag ang iyong damdamin, ngunit sa paraang makakatulong sa iyong pag-aasawa at hindi makakasakit sa iyong pag-aasawa. Ang mga kahingian, kawalang-galang, at galit ay palaging makakasakit sa iyong pag-aasawa. Ang pagsasabi ng katotohanan nang walang mga *Love Buster* na iyon ay palaging makakatulong.

HIKAYATIN ANG ISA'T ISA NA MAGSABI NG KATOTOHANAN

Maaari mong sabihin na nais mong magsabi ng katotohanan ang iyong asawa, ngunit ang iyong mga halaga at reaksyon ay maaaring hindi naghihikayat ng pagsasabi ng katotohanan. Paano mo sasagutin ang mga sumusunod na tanong?

1. Kung ang katotohanan ay magiging labis na nakakabagabag sa iyo, nais mo bang magsabi ng katotohanan sa iyo ang iyong partner lamang sa mga pagkakataon kung kailan handa ka sa emosyonal?

2. Itinatago mo ba ang ilang aspeto ng iyong buhay? Hinihikayat mo ba ang iyong partner na igalang ang iyong pagkapribado o mga hangganan sa mga lugar na iyon?

3. Gusto mo bang lumikha ng isang tiyak na misteryo sa pagitan mo at ng iyong partner?

4. May mga kondisyon ba kung saan hindi mo gugustuhin ang pagsasabi ng katotohanan sa lahat ng gastos sa pagitan mo at ng iyong partner?

Kung sumagot ka ng "oo" sa alinman sa mga tanong na ito, nabibigo kang magpadala ng malinaw na mensahe na nais mo ng isang relasyong bukas at nagsasabi ng katotohanan. Sa ilang mga sitwasyon, nararamdaman mong mas mabuti ang iyong pag-aasawa nang may hindi pagiging tapat, o hindi bababa sa mayroong mas kaunti kaysa sa katotohanan. Ang maliit na bitak na iyon ay sapat na para makapasok ang hindi pagiging tapat sa iyong pag-aasawa at kalaunan ay magwala. Kita mo, palaging may mga "dahilan" para maging hindi nagsasabi ng katotohanan. Sa sandaling payagan mo ang isa, nagsisimula silang lumabo sa lahat ng iba pa, at bago mo mamalayan, mayroon ka nang relasyong may hindi pagiging tapat.

Hinihikayat mo ang pagsasabi ng katotohanan kapag pinahahalagahan mo ang pagsasabi ng katotohanan. Kung ang iyong sariling mga halaga ay hindi palaging sumusuporta sa pagsasabi ng katotohanan, magpapadala ka sa isa't isa ng magkahalong mensahe na magpapahina sa pangatlong regalong ito.

Ang pagkakaroon ng pare-parehong mga halaga ay isang paraan para hikayatin ang pagsasabi ng katotohanan. Ang isa pang mahalagang paraan ay sa kung paano ka nagre-*react* sa pagsasabi ng katotohanan. Ang iyong mga reaksyon ba ay nagpapakita ng pagpapahalaga sa katotohanan, kahit na ito ay masakit? Ang mga tanong na ito ay makakatulong sa iyong matukoy kung aktwal mong hindi hinihikayat ang pagsasabi ng katotohanan sa paraan ng iyong reaksyon dito kung minsan.

1. Gumagawa ka ba kailanman ng makasariling kahingian kapag nagsasabi ng katotohanan ang iyong *partner*?
2. Gumagawa ka ba kailanman ng walang-galang na paghatol kapag nagsasabi ng katotohanan ang iyong *partner* sa iyo?
3. Nagkakaroon ka ba kailanman ng pagsiklab ng galit kapag nagsasabi ng katotohanan ang iyong *partner* sa iyo?

Kung sumagot ka ng "oo" sa alinman sa mga tanong na ito, gumagamit ka ng *Love Busters* para parusahan ang pagsasabi ng katotohanan at hindi sinasadyang hinihikayat ang hindi pagiging tapat. Ang paraan para hikayatin ang isa't isa na maging totoo ay ang bawasan ang mga negatibong kahihinatnan ng mga paghahayag na totoo. Sa halip na subukang parusahan ang iyong partner kapag may nakakagulat na katotohanan na inihayag, subukang gantimpalaan ang pagsasabi ng katotohanan ng iyong *partner*.

Tandaan, ang pagsasabi ng katotohanan mismo ay hindi kailanman iyong kaaway: Ito ay isang kaibigan na nagdadala ng liwanag sa isang problema na madalas nangangailangan ng isang malikhaing solusyon. Kung ang pagsasabi ng katotohanan ay sinusundan ng ligtas at kaaya-ayang negosasyon, ito ay nagiging kinakailangang unang hakbang tungo sa pagpapabuti ng iyong pagkakasundo at pag-ibig sa isa't isa.

Kapag ikaw ang tumatanggap ng isang tapat na pagbubunyag, nahaharap ka sa kung gaano kahirap gantimpalaan ang pagsasabi ng katotohanan. Kapag nahaharap sa katotohanan, ang ilang mga asawa ay nagre-react nang may galit. Ang ilan ay umiiyak, ang ilan ay sumisigaw, ang ilan ay nananakit, ang ilan ay nagbabanta—at lahat ng mga reaksyong ito ay may tendensiyang hikayatin ang hindi pagiging tapat sa hinaharap. Huwag mong pahirapan ang iyong *partner* kapag sinasabi niya sa iyo ang katotohanan. Sa halip, sabihin sa iyong *partner*, "Salamat sa pagsasabi mo ng totoo sa akin." Pagkatapos ay pag-usapan ang mga paraan kung paano kayo maaaring magtulungan para makamit ang mas malaking pag-ibig at pagkakasundo.

Pagsusuri:

- Ang hindi pagiging tapat ay lumilikha ng kawalan ng tiwala at kawalan ng kapanatagan. Ang hindi pagiging tapat ay may hindi bababa sa tatlong mahalagang negatibong kahihinatnan:

    1. Nasasaktan ang damdamin kapag natuklasan ang hindi pagiging tapat.

    2. Ang maling impormasyon ay nagdudulot ng pagsasaayos sa maling *target*.

    3. Isang mahalagang *Emotional Need* ay hindi natutugunan (pagsasabi ng katotohanan at pagiging bukas).

Ang hindi pagiging tapat ay maikli rin ang pananaw—pagkuha ng gusto mo ngayon at pagharap sa mga kahihinatnan mamaya ay tumutulong sa paglikha ng mga ugali na uulitin mo hanggang sa mahuli ka.

Mga Katanungan para sa Pag-iisip

1. Kung natuklasan mong nagsisinungaling ka, o nagbibigay ng maling impormasyon tungkol sa katotohanan, ito ba ay kadalasang para protektahan ang iba o para iwasan ang gulo?

2. Hinihikayat ba ng iyong mga halaga ang ugali ng pagsasabi ng katotohanan? Tanungin ang iyong sarili ng mga tanong na ito:
    - Kung ang katotohanan ay magiging labis na nakakabagabag sa iyo, gugustuhin mo pa rin bang sabihin sa iyo ang katotohanan?
    - Nararamdaman mo ba na walang lugar para sa pagkapribado sa pag-aasawa?
    - Dapat mo bang subukang alisin ang misteryo sa iyong relasyon? Nais mo ba ng pagsasabi ng katotohanan sa ilalim ng lahat ng pangyayari?

3. Hinihikayat ba ng iyong mga reaksyon sa pagsasabi ng katotohanan ang ugali ng pagsasabi ng katotohanan? Tanungin ang iyong sarili ng mga tanong na ito:

- Iniiwasan mo ba ang makasariling kahingian kapag nagsasabi ng katotohanan ang iyong *partner*?
- Iniiwasan mo ba ang walang-galang na paghatol kapag nagsasabi ng katotohanan ang iyong *partner*?
- Iniiwasan mo ba ang pagsiklab ng galit kapag nagsasabi ng katotohanan ang iyong *partner*?

P.S. Ang paraan para hikayatin ang isa't isa na maging totoo ay ang bawasan ang mga negatibong kahihinatnan ng mga paghahayag na totoo. Sa halip na subukang parusahan ang iyong *partner* kapag may nakakagulat na katotohanan na inihayag, subukang gantimpalaan ang pagsasabi ng katotohanan. Para matulungan ang mga mag-asawa na gawin ito, natutunan kong ipasabi sa kanila, **"Salamat sa pagsasabi mo ng totoo sa akin."** Kung nararamdaman nilang kailangan nila ng ilang oras para maproseso ang bagong impormasyon, para maprotektahan ang kanilang asawa mula sa anumang *Love Buster*, ipinadaragdag ko sa kanila, "Maaari ba akong magkaroon ng ___ minuto para pag-isipan ito at pagkatapos ay magbabalik tayo para pag-usapan ito?" Kung ang pagsasabi ng katotohanan ay sinusundan ng ligtas at kaaya-ayang negosasyon, ito ay nagiging kinakailangang unang hakbang tungo sa pagpapabuti ng iyong pagkakasundo at pag-ibig sa isa't isa.

BAHAGI APAT

Ang Regalo ng Oras

IPINAPANGAKO KONG SUSUNDIN ANG POLISIYA NG BUONG ATENSYON.

23

ANG REGALO NG ORAS SA DIYOS

Naaalala mo ba ang iyong unang trabaho? Ang sa akin ay nagtatrabaho sa isang specialty food store sa isang mall, nagbebenta ng keso at nagwawalis ng sahig. Malinaw kong naaalala ang aking pananabik tuwing Biyernes ng hapon kapag ipinapaskil ang iskedyul para sa susunod na linggo. Sineseryoso ko ang aking trabaho sa gabi at lahat ng iba pang mga pangyayari ay iniiskedyul sa paligid ng trabahong iyon.

Ngunit ano ang mangyayari kung hindi ko sineryoso ang iskedyul? Paano kung pumasok lamang ako sa trabaho kapag gusto ko o kapag wala akong mas mahusay na gagawin? Ang sagot ay halata—matatanggal ako sa trabaho at mabibigo akong makamit ang aking layunin na kumita ng pera para sa kolehiyo.

Karamihan sa atin ay may detalyadong iskedyul para sa trabaho, ehersisyo, edukasyon, espesyal na mga appointment, o mga aktibidad sa palakasan. Ang ilan ay mayroon pang mga espesyal na electronic device o kalendaryo para ilista ang mahahalagang mga pangyayari ito sa kanilang buhay. Lubos tayong motivated na gumawa ng mga iskedyul para sa mga pangyayari ito dahil kung hindi itatakda ang oras na ito, hindi matutupad ang ating mga commitment at hindi makakamit ang ating mga layunin.

Katulad nito, ano ang mangyayari kung sasabihin natin sa Diyos at sa ating asawa, "Gugugulin ko ang oras sa iyo kung wala akong mas mahusay na gagawin—pagkatapos kong gawin ang lahat ng iba pang naka-iskedyul"? Ang sagot ay halata muli—hindi matutupad ang iyong pangako na mahalin at pahalagahan at magdurusa sa kapabayaan ang mahahalagang relasyong iyon.

Pagdating sa pag-iiskedyul ng oras kasama ang Diyos at ang asawa, marami ang nakakakita na kakaiba ang konseptong ito. Pamilyar sila sa pag-iiskedyul ng lahat ng iba pa sa kanilang buhay, ngunit hindi ito. Kahit na naka-iskedyul ang kanilang relasyon sa pakikipag-date, nararamdaman nila na pagkatapos nilang ikasal, hindi na kailangan ang pag-iiskedyul. Tutal, magkasama naman sila kapag natutulog! Hindi ba sapat na oras iyon? At kasama nila ang Diyos sa lahat ng oras. Bakit sila mag-iiskedyul ng oras para makasama ang isang taong laging nariyan? Bilang resulta, marami ang natatagpuan ang kanilang sarili na ibinibigay sa pinakamahalagang mga relasyong ito ang kanilang "natitirang" oras.

Ang kabanatang ito ay idinisenyo para matulungan kang tuparin ang iyong mga pangako sa Diyos at sa iyong asawa sa pamamagitan ng pagtiyak na sila ang nakakatanggap ng iyong pinakamahusay na oras—hindi ang iyong natitirang oras. Kung hindi, pababayaan mo silang dalawa.

Sa mga sumusunod na kabanata, magkakaroon ka ng pagkakataon na lumikha ng ugali ng pag-iiskedyul ng dekalidad na oras kasama ang iyong partner—na nagpapahintulot sa iyong maibigay ang iyong mga regalo ng pag-aaruga, proteksyon, at pagsasabi ng katotohanan. At tutulungan ka ring gawin itong tuparin ang iyong pangakong mahalin at pahalagahan ang Diyos sa pamamagitan ng paglikha ng isang plano na maglaan ng dekalidad na oras kasama Siya.

Kaya, magsimula na tayo. Narito ang isang halimbawang plano na maaari mong subukan o maaari kang bumuo ng iyong sariling plano.

Halimbawang Plano: Tukuyin ang mga regular na oras sa araw para huminto, makipag-usap, at makinig sa Diyos.

1. Mag-iskedyul ng tatlong, tig-limang minutong panahon bawat araw, na may pagitan ang bawat isa (hal., pagkatapos ng bawat pagkain o sa iba pang tinukoy na oras sa araw). Sa bawat isa sa mga segmentong ito ng oras, sambahin Siya at ibigay sa Kanya ang iyong regalo ng pagsasabi ng katotohanan:

a. Magnilay kung sino ang Diyos

b. Magbigay ng papuri sa Diyos bilang pagkilala kung sino Siya

c. Ipahayag ang makasalanang kilos na nagawa mo mula noong huli mong 5-minutong panahon kasama Siya

d. Magpasalamat

e. Sabihin sa Kanya ang iyong mga alalahanin at hilingin ang iyong ninanais

2. Pagkatapos ng isang linggo, idagdag ang sumusunod sa plano: Sa bawat tinukoy na oras, magnilay rin kung gaano kalapit ang iyong pakikisama sa nakalipas na tatlo o apat na oras. Gaano karaming oras Siya nasa labas, kumakatok sa iyong pinto? Lumalago ba ang iyong kamalayan sa hindi kapani-paniwalang pagmamalasakit at pag-ibig ng Diyos para sa iyo? Sensitibo ka ba sa Kanyang paggabay—nagtatanong, "Ano ang gagawin ni Jesus?" kapag gumagawa ng mga desisyon? Pagkatapos ay mangako na panatilihin ang malapit na pakikisama sa Kanya sa susunod na tatlo o apat na oras.

3. Sa paglipas ng panahon, magsikap na dagdagan ang dalas ng iyong personal na pakikipag-ugnayan sa Diyos sa pagitan ng tatlong tinukoy na oras sa araw. Ang mga pagitan na walang kontak ay magiging mas maikli at magiging mas sensitibo ka sa mga ito. Sa kalaunan, ang iyong patuloy na pakikisama sa Diyos ay magiging isang ugali, isang napakapangunahin, ngunit mahalagang bahagi ng iyong pamumuhay.

4. Ang iyong layunin ay gawin ang nababasa mo sa 1 Tesalonica 5:17-18: "[17] Manalangin kayong walang patid. [18] Sa lahat ng bagay ay magpasalamat kayo, sapagkat ito ang kalooban ng Diyos kay Cristo Jesus para sa inyo." Nangangahulugan ito na panatilihin ang regular at bukas na komunikasyon sa Diyos—ibinibigay sa Kanya ang iyong regalo ng oras.

Ang mga taong gumamit ng planong ito para mapabuti ang kanilang oras kasama ang Diyos ay nag-ulat, sa simula, na nauubusan sila ng sasabihin sa loob ng isa o dalawang minuto. Ang kanilang buhay-panalangin ay napakahina na para itong pakikipag-usap sa isang estranghero. Ngunit pagkatapos ng mga isang linggo, natatagpuan nila ang kanilang sarili na gumugugol ng mas marami pang oras sa malalim at makabuluhang pakikisama sa Diyos.

Pagkatapos isagawa ang planong ito sa loob ng isang buwan, malamang na matuklasan mo na ang pagbibigay ng regalong ito ay naging isang ugali. Hindi mo na mahihirapang gumugol ng oras kasama ang Diyos sa buong araw mo. Ngunit ang resulta ng planong ito ay hindi lamang nagbibigay sa Diyos ng iyong regalo ng oras. Ang resulta ay nagbibigay rin sa iyo ng isang regalo.

Sa mga panahong ito kasama ang Diyos, ang Kanyang Espiritu ay may iyong atensyon at nagagawang gabayan ka sa Kanyang kalooban. Ang pagiging nasa regular na kontak sa Diyos ay magbubukas ng iyong mga mata sa Kanyang presensya sa iyong buhay. Sa regular na oras, makikita mo ang Kanyang kamay na gumagawa sa paligid mo at kasama mo, at mararamdaman mo ang Kanyang presensya at kaaliwan nang higit kailanman!

Ang Diyos ang pinakakahanga-hangang Persona na makikilala mo kailanman. Mabait Siya sa iyo. Nais Niya ang pinakamabuti para sa iyo. Mahal na mahal ka Niya. Ang Kanyang personalidad ay hindi nagkakamali at Siya ang pinaka-konsistent na Kaibigan na magkakaroon ka kailanman! Kapag wala na ang lahat ng iyong ibang kaibigan, Siya ay mananatiling kasama mo. Kung mas nakikilala mo Siya, mas mamahalin mo Siya!

Hakbang sa Pagkilos: Para sa susunod na tatlong araw, magtala araw-araw ng oras na ginugol mo kasama ang Diyos. Ilista ang iyong plano para sa paggugol ng oras kasama ang Diyos.

Mga Katanungan para sa Pag-iisip

1. Isinasalaysay sa atin ng Lucas 10:38-42 ang tungkol sa isang panahon kung kailan bumisita si Jesus sa tahanan ng dalawang babae, sina Maria at Marta. Naupo si Maria sa paanan ng kanyang Panginoon at nakinig sa Kanyang turo, habang si Marta ay nagpatuloy sa kanyang hospitalidad at mga tungkulin bilang

hostess. Malinaw na ipinahayag ni Jesus kung aling kilos ng babae ang nakalugod sa Kanya na nagsasabing, "Marta, Marta, nag-aalala ka at nababagabag tungkol sa maraming bagay; subalit isang bagay ang kailangan. Pinili ni Maria ang mabuting bahagi na hindi kukunin sa kanya." (tal. 41-42). Ang iyong buhay ba ay tulad ng buhay ni Marta, abala sa napakaraming distraksyon, ang ilan ay nagpaparangal pa sa Diyos (tulad ng pag-aaruga ni Marta sa kanyang mga bisita), na hindi ka nakakahanap ng oras para makipag-usap kay Jesus?

2. O ang iyong buhay ba ay tulad ng buhay ni Maria, pinaprioritize ang paglalaan ng oras mula sa tila walang katapusan (at kinakailangang) mga gawain sa buhay para magkaroon ka ng oras kasama ang Pinakamahalaga sa iyong buhay?

P.S. Ang pag-iiskedyul ng oras kasama ang Diyos ay dapat mas madali kaysa sa pag-iiskedyul ng oras kasama ang iyong *partner* dahil ang pagbibigay ng regalo ng oras sa Diyos ay hindi nakasalalay sa koordinasyon ng dalawang iskedyul—nakasalalay lamang ito sa iyo. Sinabi ni Jesus, "At narito, ako'y kasama ninyo palagi, hanggang sa katapusan ng panahon." (Mateo 28:20b) Nangako si Jesus na laging magiging available sa iyo sa pamamagitan ng Banal na Espiritu—24 oras, 7 araw sa isang linggo. Hindi ba kahanga-hanga ang katotohanang iyon? Siya ay laging available. Nandiyan ang Diyos para sa iyo sa pinakaabalang traffic jam, sa hindi kapani-paniwalang haba ng pila sa tindahan, sa panahon ng pinakadakilang kagalakan sa buhay at pinakamatinding kalungkutan.

Ngunit hindi ka pinipilit ng Diyos na gumugol ng oras kasama Siya. At hindi Niya iniiskedyul ang iyong oras. Mababasa natin sa Pahayag 3:20, "[20] Makinig ka! Ako'y nakatayo sa may pintuan at tumutuktok; kung diringgin ng sinuman ang aking tinig at buksan ang pinto, ako'y papasok sa kanya, at kakaing kasalo niya, at siya'y kasalo ko." Ang iyong Panginoon ay nakatayo sa pintuan ng bawat sandali ng iyong buhay, naghihintay na papasukin.

Tandaan, ang paggugol ng oras kasama ang Diyos ay hindi kailanman isang pag-aaksaya. Ito ay isang oras kung kailan maaari ka Niyang alagaan. Kung papapasukin mo Siya sa iyong kaligayahan, magagalak Siya kasama mo. Kung papapasukin mo Siya sa iyong sakit, aaliwin ka Niya at bibigyan ng kapayapaan. Siya ay available sa iyo palagi. Kailangan mo lamang maglaan (*carve out*) ng oras para sa Kanya—ibigay sa Kanya ang regalo ng oras tulad ng perpektong pagbibigay Niya sa iyo ng regalo ng oras.

24

ANG REGALO NG ORAS

Kahit sino ang tanungin mo, sasabihin niya sa iyo na sina Sherry at Joe ay may "pusong ginto." Kahit na may dalawang full-time na trabaho at isang 2-taong-gulang na anak na babae, si Mary, palagi silang nakakahanap ng oras para alagaan ang kanilang mga pagkakaibigan at mag-alok ng tulong kapag kinakailangan.

Isang kaibigan, na tinulungan ni Joe, ang nagpasyang bigyan sila ng weekend vacation sa isang beach resort. Bagama't medyo nag-aalangan si Sherry na iwan si Mary sa loob ng dalawang gabi, pumayag siya.

Dumating ang weekend. Sina Sherry at Joe ay may magandang tanawin ng karagatan sa labas mismo ng kanilang napakapribadong beach bungalow. Ngunit may problema: "Ano ang gagawin natin sa lahat ng oras na ito na magkasama?" pribado nilang naisip. Ang kanilang mga buhay ay napuno ng trabaho at pag-aaruga sa iba na nakalimutan na nila kung paano mag-enjoy na mag-isa, silang dalawa lamang. Ito ay talagang isang hindi komportableng pakiramdam.

Sa weekend na iyon, napagtanto nina Joe at Sherry na mayroong mali. Hindi sila "magkasya" tulad noong sila ay bagong kasal. At ang totoo, hindi na talaga nila nae-enjoy ang presensya ng isa't isa. Naging *incompatible* sila sa isa't isa.

Sa kabutihang palad, naging bukas sila at nagsabi ng katotohanan sa isa't isa. Nakita nila na may isang mahalagang bagay na nagbago sa kanilang buhay: hindi na maayos ang pag-prioritize nila ng oras. Ang pinakamahalaga nilang relasyong pantao ay napunta sa huling puwesto. Ang bagong pagkaunawang ito ang nagbunsod ng malaking pagbabago sa kanilang iskedyul.

Ang mga regalo ng pag-aaruga, proteksyon, at pagsasabi ng katotohanan ay madaling maunawaan bilang mahalaga para sa kalusugan at kaligayahan ng mag-asawa. Gayunpaman, hindi sila palaging naibibigay nang regular sa pag-aasawa—ngunit alam ng karamihan sa atin, sa kaibuturan, na dapat silang ibigay.

Ngunit mayroon pang isang regalo na dapat ipresenta mo at ng iyong *partner* sa isa't isa. Hindi lamang ito mas mahirap maunawaan bilang mahalaga para sa kaligayahan sa pag-aasawa, mas mahirap din itong ibigay kaysa sa tatlo pa. Ito ang regalo ng oras.

> **Ang Regalo ng Oras:** Ang Regalo ng Oras ay isang pagkukusa at pagsisikap na magbigay ng buong atensyon, at gamitin ang oras na iyon para sa pinakamakabuluhang mga gawa ng pag-aaruga sa iyong kapwa.

Karamihan sa mga *engaged couples* (mga magkasintahang nakatakda nang magpakasal) ay sinusubukang makipag-usap sa isa't isa araw-araw. Kung hindi sila pisikal na magkasama, nag-uusap sila sa telepono—kung minsan ay tumatagal nang ilang oras. At kapag magkasama sila, malamang na napaka-affectionate nila sa isa't isa. Sagana ang mga yakap at halik. Malamang din na ginugugol nila ang karamihan ng kanilang oras sa libangan nang magkasama. At ang oras na ginugugol nila sa pakikipag-usap sa isa't isa, pagiging affectionate, at pag-enjoy sa mga *recreational activities* nang magkasama ay ang pinakamagandang bahagi ng kanilang linggo. Inaabangan nila ito nang higit sa anupamang ginagawa nila.

Para sa mga mag-asawang ito, ang oras na magkasama ay hindi natutukoy ng pagkakataon. Dahil ito ang kanilang pinakamataas na prayoridad, maingat nilang isinisingit ang isa't isa sa kanilang mga iskedyul at maaaring kanselahin pa ang ibang mga plano para mas madalas silang magkasama. Iyon ay dahil nais nilang makasama ang isa't isa nang madalas hangga't maaari.

Ngunit ipagpalagay natin sandali na hindi nila pinlano ang kanilang oras na magkasama. Sa halip, makikipag-usap sila sa isa't isa, ipapahayag ang kanilang pagsuyo, at mag-e-enjoy sa mga *recreational activities* nang magkasama lamang kapag pareho silang walang ibang gagawin. Kung ganoon ang kaso, malamang na hindi sila madalas magkasama. At malamang na hindi rin sila magpapakasal.

Ang aking pananaliksik sa mga karaniwang kasanayan sa pakikipag-date ay nakatulong sa akin na makarating sa konklusyong iyon. Karamihan sa mga mag-asawang may pag-iisip na magpakasal ay may tendensiyang bigyan ang isa't isa ng kanilang buong atensyon nang hindi bababa sa labinlimang oras bawat linggo. Ang mga resultang ito ay hindi dapat ikagulat dahil nangangailangan ng sapat na oras para matugunan ang pinakamahalagang mga pangangailangang emosyonal. At dapat matugunan ang mga pangangailangang iyon para ma-trigger at mapanatili ang pakiramdam ng romantikong pag-ibig. Sa katunayan, isang dahilan kung bakit nagpapakasal ang mga tao ay para gumugol ng mas marami pang oras na magkasama.

Ngunit maliban kung ipinangako nila sa isa't isa ang kanilang oras, matutuklasan nila na pagkatapos nilang ikasal, hindi sila magbibigay sa isa't isa ng mas maraming buong atensyon; mas kaunti ang ibibigay nila sa isa't isa! Iyon ay dahil iniisip ng karamihan sa mga mag-asawa na ang pagiging magkasama nang pisikal ay pareho sa pagiging magkasama nang emosyonal. Maaaring mas maraming oras silang magkasama pagkatapos ng kasal, ngunit hindi nila kinakailangang gamitin ang oras na iyon para matugunan ang pinakamahalagang mga pangangailangang emosyonal ng isa't isa.

Bago ang kasal, ang pagiging magkasama nang pisikal ay karaniwang nangangahulugan na magkasama rin kayo nang emosyonal. Ngunit pagkatapos ng kasal, maaari mong matuklasan na maaari kang nasa iisang silid nang magkasama ngunit binabalewala ang isa't isa nang emosyonal. Mas masahol pa, maaari mong matuklasan na hindi man lang ka nasa iisang silid nang magkasama nang kasing dalas ng inaasahan mong mangyari, lalo na pagkatapos dumating ang iyong mga anak.

Isa sa pinakamahirap na aspeto ng counseling sa pag-aasawa (*marriage counseling*) ay ang paghahanap ng oras sa iskedyul ng mag-asawa para dito. Madalas kailangang magtrabaho ng tagapayo sa gabi at katapusan ng linggo dahil karamihan sa mga mag-asawa ay hindi isusuko ang kanilang oras sa trabaho para sa kanilang mga appointment. At kailangan din ng tagapayo na mag-iskedyul sa paligid ng maraming aktibidad sa gabi at katapusan ng linggo na nagdadala sa mag-asawa sa magkabilang direksyon.

Ngunit ang problema sa paghahanap ng oras para sa isang appointment ay halos wala kumpara sa problema ng paghahanap ng oras para magawa ang inyong mga plano. At iyon ay lalong totoo kapag—tulad ng itinuturo ko sa aking mga mambabasa—ang inyong unang layunin sa linggong ito ay ang bigyan ang isa't isa ng labinlimang oras ng inyong buong atensyon.

Iniisip ng maraming mag-asawa na malulutas ang kanilang mga problema sa isang lingguhang pag-uusap sa opisina ng tagapayo. Hindi sumasagi sa kanilang isipan na ang ginagawa nila pagkatapos nilang umalis sa opisina ang nagliligtas sa kanilang pag-aasawa.

Hindi kapani-paniwala kung gaano karaming mag-asawa ang sinubukang kumbinsihin akong huwag nang gumugol ng mas maraming oras na magkasama. Nagsisimula sila sa pamamagitan ng pagsubok na kumbinsihin ako na imposible ito. Pagkatapos ay nagpapatuloy sila sa argumento na hindi ito praktikal. Ngunit sa huli, karaniwan silang sumasang-ayon na kung walang oras hindi nila posibleng muling likhain ang pag-ibig na dati nilang taglay para sa isa't isa.

Para maiwasan mong gawin ang karaniwang pagkakamali ng pagpapabaya sa isa't isa pagkatapos ng kasal o para matulungan kang makabawi mula sa pagkaligaw ng landas, iminumungkahi ko na sundin mo Ang Polisiya ng Buong Atensyon.

Ang Polisiya ng Buong Atensyon: Bigyan mo ang iyong asawa ng iyong buong atensyon nang hindi bababa sa labinlimang oras bawat linggo, gamit ang oras para matugunan ang kanyang mga pangangailangang emosyonal ng pagsuyo, sexual fulfillment, madamdaming pag-uusap, at pagsama sa libangan.

Ang polisiyang ito ay may tatlong mahalagang dugtong na tuntunin na tumutulong sa pagpapaliwanag kung paano ito susundin.

DUGTONG 1: PAGKAPRIBADO. Ang oras na plano ninyong magkasama ay hindi dapat kasama ang mga bata, kamag-anak, o kaibigan.

Magtatag ng Pagkapribado para mabigyan mo ang isa't isa ng iyong buong atensyon. Mahalagang gumugol kayong mag-asawa ng oras na kayo lang. Kapag may oras kang mag-isa, mayroon kang mas malaking pagkakataon na bigyan ang isa't isa ng buong atensyon, at kailangan ng buong atensyon para matugunan ang pinaka-intimong mga pangangailangang emosyonal.

Una, inirerekomenda kong matutong gumugol ng oras na kayong dalawa lang, nang walang mga batang naroroon. Ito ay isang madaling gawain kung wala ka pang sariling mga anak. Ngunit magiging mas mahirap ito pagkatapos dumating ang mga bata. Hindi iniisip ng maraming mag-asawa na nakakasagabal ang mga bata sa kanilang Pagkapribado. Para sa kanila, ang isang gabi kasama ang kanilang mga anak ay Pagkapribado. Siyempre, alam nilang hindi sila maaaring magmahalan nang may mga batang nasa paligid. Ngunit naniniwala ako na ang presensya ng mga bata ay humahadlang hindi lamang sa pagtatalik kundi pati sa pagsuyo at madamdaming pag-uusap. Kapag naroroon ang mga bata, nakakasagabal sila sa pagsuyo at madamdaming pag-uusap na mahalagang sangkap para sa isang masayang pag-aasawa.

Pangalawa, inirerekomenda kong huwag ding isama ang mga kaibigan at kamag-anak sa oras ninyong magkasama. Maaaring mangahulugan ito na pagkatapos mai-iskedyul ang lahat, wala nang natitirang oras para sa mga kaibigan at kamag-anak. Kung ganoon ang kaso, masyado ka nang abala, ngunit hindi bababa sa hindi mo isinasakripisyo ang iyong pag-ibig sa isa't isa.

Pangatlo, inirerekomenda kong tandaan ninyong mag-asawa kung bakit kayo magkasama: para sa buong atensyon. Ito ang ginawa mo habang nagde-date. Nagplano kayong magpakasal dahil tumitingin kayo sa isa’t isa kapag nag-uusap, interesado kayo sa usapan, at kaunti lamang ang nakadidistract sa inyo. Ito ang buong atensyon na dapat ninyong patuloy na ibigay sa isa’t isa bilang mag-asawa.

Kapag nanonood ka ng pelikula nang magkasama, hindi ito dapat bilangin sa iyong oras para sa buong atensyon maliban kung nagiging affectionate ka sa buong pelikula. Ganoon din ang naaangkop sa panonood ng telebisyon o mga sporting event. Huwag itigil ang paggawa ng mga bagay na ito nang magkasama, ngunit bilangin lamang ito bilang oras para sa buong atensyon kapag binibigyan mo ng malapit na atensyon ang isa't isa.

Ngayong kayo ay magkasama na lang dalawa, ano ang dapat ninyong gawin sa oras na ito? Ang pangalawang dugtong ng Polisiya ng Buong Atensyon ay tumatalakay sa mga layunin.

DUGTONG 2: MGA LAYUNIN. Sa panahon na kayo ay magkasama, ituon ang pansin sa pagtugon sa mga pangangailangang emosyonal ng pagsuyo, sekswal na kaligayahan, madamdaming pag-uusap, at pagsama sa libangan (*recreational companionship*).

Para sa karamihan ng mga asawang lalaki, ang romansa ay sex at libangan; para sa karamihan ng mga asawang babae, ito ay pagsuyo at madamdaming pag-uusap. Kapag nagsama-sama ang apat, parehong tinatawag ito ng mga asawang lalaki at babae na romansa, at nagdedeposito sila ng pinakamaraming *love units* na posible. Ginagawa nitong medyo hindi mapaghihiwalay ang apat na kategoryang ito sa tuwing gumugugol kayo ng oras na magkasama.

Sa kasamaang palad, karamihan sa mga mag-asawa ay natutuksong gumawa ng mga shortcut. Madalas sinusubukan ng isang asawang babae na hikayatin ang kanyang asawa na tugunan ang mga pangangailangang emosyonal para sa madamdaming pag-uusap at pagsuyo, nang hindi kinakailangang tugunan ang kanyang mga pangangailangan para sa sex at pagsama sa libangan. Ang isang asawang lalaki, sa kabilang banda, ay karaniwang nais na tugunan ng kanyang asawa ang kanyang mga pangangailangan para sa sekswal na kaligayahan at pagsama sa libangan, nang hindi tinutugunan ang kanyang mga pangangailangan para sa pagsuyo at madamdaming pag-uusap. Tulad ng maaari mong isipin, alinman sa shortcut ay hindi gumagana nang maayos. Madalas na nagdaramdam ang mga babae sa pagkakaroon ng sex nang walang pagsuyo at madamdaming pag-uusap, habang ang mga lalaki ay nagdaramdam sa pagiging atento at affectionate nang walang pag-asa para sa sekswal na kaligayahan o pagsama sa libangan. Gayunpaman, sa pamamagitan ng pagsasama-sama ng apat sa isang nangyari, natutugunan ang mga pangangailangan ng parehong asawa at nag-e-enjoy sila sa kanilang oras na magkasama.

Hindi dapat ipagpalagay ng isang lalaki na dahil lamang kasama niya sa kama ang kanyang asawa, naroon na ang sex para kunin niya. Sa maraming bagong kasal, ang pagkakamaling iyon ay lumilikha ng sama ng loob at pagkalito. Ngunit kung gugugulin ng isang asawang lalaki ang gabi sa pagbibigay sa kanyang asawa ng kanyang buong atensyon, na may madamdaming pag-uusap at pagsuyo, ang sex ay nagiging isang napaka-natural at kapwa kasiya-siyang paraan para tapusin ang gabi.

Totoo rin ito para sa mga babae, at kailangan nilang makita ang kaugnayang iyon. Kung nais ng isang babae na ibigay ng kanyang asawa ang buong atensyon nito sa panahong walang posibilidad para sa sex, madalas niyang madidismaya ang kanyang asawa. Dahil alam nilang ang pagsuyo at madamdaming pag-uusap ay madalas nag-uudyok sa lalaki na magnasa ng sex, sinusubukan ng ilang babae na maging malambing kapag nasa harap sila ng maraming tao. Ang taktikang iyon ay maaaring magdulot ng parehong pagkadismaya sa isang lalaki tulad ng nararamdaman ng babae kung minamadali siya sa pakikipagtalik sa gabi (na binabalewala ang pangangailangan ng babae sa pagsuyo at madamdaming pag-uusap). Maniwala kayo sa akin: Ang pagtugon sa apat na pangangailangang ito—pagsuyo, madamdaming pag-uusap, pagsama sa libangan, at sekswal na kaligayahan—ay pinakamabisa kapag pinagsasabay-sabay.

DUGTONG 3: BILANG. Ang bilang ng oras na magkasama ay dapat magpakita ng kalidad ng iyong pag-aasawa. Kung ang iyong pag-aasawa ay kasiya-siya sa iyo at sa iyong asawa, mag-iskedyul ng labinlimang oras bawat linggo para sa iyong buong atensyon. Ngunit kung nakakaranas kang hindi kasiyahan sa pag-aasawa, magplano ng mas maraming oras hanggang sa makamit ang kasiyahan sa pag-aasawa.

Gaano karaming oras ang kailangan mo para mapanatili ang pakiramdam ng romantikong pag-ibig? Maniwala ka man o hindi, mayroon talagang sagot sa tanong na ito, at nakasalalay ito sa kalusugan ng isang pag-aasawa. Kung ang mag-asawa ay lubos na nagmamahalan sa isa't isa at natutuklasan na natutugunan ang kanilang mga pangangailangan sa pag-aasawa, nalaman ko na ang labinlimang oras bawat linggo ng buong atensyon ay karaniwang sapat para mapanatili ang romantikong pag-ibig. Marahil ito ang pinakamaliit na oras na kinakailangan. Kapag ganito kalusog ang isang pag-aasawa, maaaring pag-aasawa ito ng mga bagong kasal o gumugugol na ang mag-asawa ng labinlimang oras sa isang linggo nang dalawa lamang sila sa buong panahon ng kanilang pag-aasawa.

Tulad ng nabanggit ko sa dugtong 2, karaniwan kong inirerekomenda ang pag-iiskedyul ng sapat na oras para matugunan ang lahat ng apat na mga pangangailangang emosyonal. Iyon ay karaniwang tatlo hanggang apat na oras kapag nagsasabay-sabay ka na ng mga commitment sa karera, sa bawat date. Hindi lamang kailangan ng mga asawa ng ganoong karaming oras para matugunan ang mga pangangailangang iyon, kundi kailangan din nila ito para maging konektado sa emosyonal kapag magkasama sila.

Kung nagtataka ka kung paano mo mahahanap ang lahat ng oras na ito para sa buong atensyon kapag sabay-sabay na ang mga *commitment* mo sa karera, pagpapanatili ng bahay, at iba pang mga responsibilidad, pag-isipan ito: Paano nakakahanap ng oras ang isang *workaholic* na negosyante para magkaroon ng relasyon sa labas ng pag-aasawa? Ang lalaki o babae na hindi makauwi para sa hapunan dahil sa abalang iskedyul ay biglang nakakapagsingit ng mga tagpuan sa tanghali tatlong beses sa isang linggo. Ngunit paano nagagawa ang trabaho kapag ginagawa nila ito? Ang sagot, siyempre, ay mayroong oras sa simula pa lang. Ito ay simpleng usapin lamang ng mga prayoridad. Ang workaholic ay madali sanang naglaan ng oras kasama ang kanyang asawa. Pagkatapos sila sana ay nagmamahalan sa isa't isa. Sa halip, lumilikha siya ng pakiramdam ng romantikong pag-ibig para sa ibang tao, lahat dahil sa isang maikling-pananaw na iskedyul.

Ang dahilan kung bakit nahihirapan akong hikayatin ang mga mag-asawa na gumugol ng oras na mag-isa ay dahil karamihan sa mga mag-asawang aking pinapayuhan ay hindi nagmamahalan. Walang nagagawa ang kanilang relasyon para sa kanila, at ang oras na ginugugol kasama ang isa't isa ay tila isang ganap na pag-aaksaya sa simula. Ngunit kung walang oras na iyon, wala silang pag-asa na maibalik ang pag-ibig na dati nilang taglay para sa isa't isa. At pagkatapos matugunan ang pinakamahalagang mga pangangailangang emosyonal ng isa't isa nang ilang panahon, nais nilang gumugol ng higit sa labinlimang oras na magkasama bawat linggo. Sila ay nagmamahalan muli.

Gayunpaman, kahit ang mga mag-asawang nagmamahalan ay maaaring makahanap ng mga dahilan para iwasan ang paglalaan ng oras para sa buong atensyon sa isa't isa. Pagkaraan ng ilang panahon sa pag-aasawa, natatagpuan ng karamihan sa mga mag-asawa na nauubusan sila ng oras habang tumataas ang presyon na gamitin ito para sa dagdag na mga responsibilidad sa bahay, pag-aalaga ng mga anak, at paghahanapbuhay. Nararamdaman nila na wala silang oras para matugunan ang mga pangangailangang emosyonal ng isa't isa kapag dumarating ang mga bagong pressure na ito.

Matutukso ka ring itigil ang paglalaan ng oras para matugunan ang mga intimong pangangailangang emosyonal ng isa't isa. Ngunit huwag mong gawin iyon. Ang oras ninyong magkasama ay napakahalaga sa seguridad ng inyong relasyon at ng inyong mga anak. Tandaan, ang oras na kailangan para manatiling nagmamahalan sa isa't isa ay katumbas lamang ng isang part-time na trabaho. Hindi ito oras na wala ka; ito ay oras na magagamit mo sa isang bagay na hindi gaanong mahalaga kung hindi mo ito gagamitin para sa isa't isa.

Hakbang sa Pagkilos: Para sa susunod na tatlong araw, magtala araw-araw ng oras na ginugol mong magkasama bilang mag-asawa.

Pag-usapan Natin Ito

Paalala: Mangyaring panatilihin mong **MAIKLI** ang usapan at **MANATILI KA SA PAKSA** ng mga tanong. At ang pinakamahalaga, gamitin mo ang oras na ito para sanayin ang iyong mga regalo ng pag-aaruga at proteksyon, na may espesyal na pag-iingat na iwasan ang mga komentong walang paggalang. Tandaan, ang iyong mga layunin ay maging *source* ng kaligayahan at iwasang maging *source* ng kalungkutan sa iyong relasyon.

1. Kapag gumugugol kayo ng oras na magkasama bilang mag-asawa, bakit dapat kayong magtuon sa apat na partikular na pangangailangan? Ano-ano ang mga ito?

2. Kung maaari kang magkaroon ng hindi kapani-paniwalang yaman o tagumpay sa iyong karera, ngunit kailangan mong magtrabaho ng mahabang oras na pumipigil sa iyo na gumugol ng pang-araw-araw na oras kasama ang iyong asawa, gagawin mo ba ito? Ano ang magiging kapalit?

3. Ano ang mararamdaman mo kung pinrioritize ng iyong *partner* ang oras kasama ka bilang hindi gaanong mahalaga kaysa sa karera, aktibidad sa libangan, mga anak, o mga kaibigan?

4. Aling bahagi ng regalo ng oras ang magiging pinakamahirap para sa iyo na protektahan (Pagkapribado, Mga Layunin, Bilang)? Mayroon ka bang anumang ideya kung paano protektahan ang mahahalagang bahaging iyon?

5. Maraming tukso para sa iyong oras sa iyong buhay na magkasama. Ano ang makakatukso sa iyo na mag-iskedyul ng mas mababa sa labinlimang oras bawat linggo para sa buong atensyon? Mga panggigipit sa pananalapi? Mga kinakailangan sa karera? Mga pangangailangan ng mga bata? Personal na mga layunin? Anuman ang pumipigil sa inyo na bigyan ang isa't isa ng inyong buong atensyon sa buong buhay ninyong magkasama ay isang banta sa pag-ibig ninyo sa isa't isa at sa inyong pag-aasawa. Ano ang maaari mong gawin para labanan ang mga tuksong iyon?

6. Maaari mo bang gawin ang sumusunod na commitment sa isa't isa? Bago gumawa ng bawat pangunahing desisyon sa buhay, pag-isipan mo kung paano ito makaaapekto sa pagbibigay ninyo sa isa't isa ng regalo ng oras.

25

PAG-IISKEDYUL NG ORAS PARA SA BUONG ATENSYON

Pagkatapos ng kanilang "weekend-beach revelation," nagsimulang maglaan sina Joe at Sherry ng mas maraming oras para sa isa't isa. Iminungkahi ni Joe na lumabas sila para maghapunan sa susunod na weekend para simulan ang kanilang bagong plano. Dumating ang gabi at tuwang-tuwa si Sherry na makasama si Joe nang mag-isa para sa romantikong dinner date na ito.

Biglang tumunog ang cellphone ni Joe, at nakipag-usap siya nang limang minuto. Hindi nagtagal, nagsimulang makaramdam ng frustrasyon si Sherry. Pagkatapos niyang humingi ng paumanhin at ipagpatuloy ang naantalang pag-uusap, nakatanggap si Sherry ng *text message* na "kailangan" ng agarang tugon. Ang kakulangan nila sa buong atensyon ay nakalulungkot na sumira sa kanilang date.

Ang eksenang ito ay naglalarawan kung ano ang maaaring mangyari sa maraming mag-asawa sa mga panahong ito. Inakala nina Joe at Sherry na nakakakuha sila ng *credit* para sa paggugol ng oras sa isa't isa. Ngunit dahil nabigo silang bigyan ang isa't isa ng buong atensyon, nabigo silang matugunan ang mga pangangailangang emosyonal ng isa't isa; ang nagawa lamang nito ay ipahiwatig na hindi sila kasinghalaga ng susunod na tawag sa telepono o text. Habang nagsimulang magdagdag ng mas maraming oras sina Joe at Sherry sa kanilang iskedyul para sa isa't isa, napagtanto nila na mayroon pa rin silang mga ugali na sumasalungat sa kanilang bagong pilosopiya sa pag-aasawa.

Sa sandaling ikasal ka, at lalo na pagkatapos mong magkaroon ng mga anak, lilitaw ang mga hadlang na tila ginagawang imposible na bigyan ang isa't isa ng buong atensyon na pareho ninyong kailangan. Matutuklasan mo na habang nagiging mas kumplikado ang iyong buhay, susubukan mong pagsabay-sabayin ang ilang layunin; at kapag magkasama na kayong mag-asawa, iisipin mo pa rin ang iba pang mahahalagang problemang nangangailangan ng iyong atensyon.

Kung mas matagal kang kasal, mas magiging abala ka. Hindi mo magagawang gawin ang lahat ng gusto mong gawin. At kung hindi ka mag-iingat, ang mga bagay na pinakamahalaga sa iyo ay maitatabi ng mga bagay na hindi gaanong mahalaga ngunit tila mas apurahan.

Iyon ang dahilan kung bakit napakahalaga ng isang iskedyul. Tinutulungan ka nitong matukoy kung paano mo gugugulin ang iyong linggo bago magsimulang dumami ang mga apurahang kahingian. Sa halip na padalus-dalos na tumugon sa bawat kahingian, maaari mong pagpasyahan kung ano ang pinakamahalaga sa iyo nang maaga, at pagkatapos ay tanggihan na gawin ang hindi gaanong mahalaga.

Isipin na mayroon kang isang lawn-mowing service na napakapopular na patuloy na tumatawag ang mga tao para alagaan mo ang kanilang mga bakuran. Ngunit dahil napakaraming tao ang tumatawag, hindi ka kailanman nagkakaroon ng pagkakataon na lumabas ng bahay para magtabas ng anumang damuhan. Anuman ang bilang ng mga tawag na natatanggap mo, hindi ka kikita para mabuhay dahil hindi ka umaalis sa telepono. Palagi itong tumutunog, at nararamdaman mong kailangan mong naroon para sagutin ito.

Maaari rin kayong malihis ng landas sa pag-aasawa. Tulad ng isang negosyong nagtatabas ng damo na malulugi kung masyado ka nang abala para magtabas ng anumang damuhan, mawawala ang pag-ibig sa pag-aasawa ninyo kung wala kayong oras para matugunan ang intimong mga pangangailangang emosyonal ng isa't isa. Kung hindi ninyo poprotektahan ang oras ninyong magkasama, matutuklasan mo na pupunan ito ng mga responsibilidad na may mas mababang halaga.

PAG-IISKEDYUL NG IYONG ORAS PARA SA HINDI NAHAHATING ATENSYON

Ang pag-ibig ninyo sa isa't isa ay hindi maaaring malikha o mapanatili nang walang oras para sa buong atensyon. At maliban kung mag-iiskedyul ka ng oras para matugunan *ninyo* ang intimong mga pangangailangang emosyonal ng isa't isa, hindi ito magagawa. Tulad ng nabanggit ko kanina, ang paglalaan ng oras para bigyan ninyo ang isa't isa ng buong atensyon ay magiging pinakamahirap na pangakong tuparin—hindi dahil tututol ka sa pagiging magkasama, kundi dahil tutuksuhin ka ng mga panggigipit ng buhay na isantabi ang oras na kailangan para mapanatili ang romantikong pag-ibig.

Matuto ngayon na mag-iskedyul ng hindi bababa sa labinlimang oras bawat linggo para sa buong atensyon. Gawing ugali ninyong umupo nang magkasama minsan sa isang linggo (halimbawa, Linggo ng hapon, 3:30) para pagpasiyahan kung kailan kayo magkakasama at kung paano ninyo gugugulin ang oras na iyon. Dahil tayo ay mga nilalang ng gawi, inirerekomenda kong itakda ninyo sa iisang lingguhang iskedyul ang oras na ginugugol ninyo nang magkasama. Kung pananatilihin ninyo ang parehong iskedyul bawat linggo, magiging mas madaling sundin ang Polisiya ng Buong Atensyon.

Hakbang sa Pagkilos: Tukuyin ang isang regular na oras ng pagpupulong para planuhin ang oras ninyong magkasama bawat linggo. Mag-iskedyul ng labinlimang oras ngayong linggo para sundin ang Polisiya ng Buong Atensyon.

Ang kabuuang dami ng oras na ginugugol ninyong magkasama ay hindi kinakailangang makaapekto sa paraan ng inyong pakiramdam sa isa't isa sa linggong iyon. Mas malaki ang epekto nito sa paraan ng mararamdaman ninyo sa isa't isa sa mga susunod na linggo. Kung makaligtaan ninyo ang ilang linggo ng buong atensyon, malamang na magmamahalan pa rin kayo, ngunit magsisimula nang bumaba ang mga balanse ninyo sa *Love Bank*. At kung magpapatuloy kayong pabayaan ang oras na magkasama, maaaring hindi mo man lang mapansin kapag bumaba ang mga balanseng iyon sa ibaba ng threshold ng romantikong pag-ibig—hanggang sa gumugol kayo ng oras na magkasama na sinusubukang tugunan ang intimong mga pangangailangang emosyonal ng isa't isa. Matutuklasan mo na ang paggawa nito ay mas mahirap kapag hindi ka nagmamahalan.

Iyon ang dahilan kung bakit maraming mag-asawa ang hindi na naibabalik ang kanilang pag-ibig sa isa't isa matapos nilang pabayaan ang mga pangangailangang emosyonal ng isa't isa nang ilang panahon—tila masyadong alanganin at hindi taos-puso. Ngunit sinumang mag-asawa ay maaaring muling buuin ang kanilang mga account sa *Love Bank* kung tutugunan nila ang intimong mga pangangailangang emosyonal ng isa't isa, kahit na pakiramdam ay alanganin itong gawin. Sa kalaunan, tataas ang kanilang mga balanse sa *Love Bank* sa itaas ng threshold ng romantikong pag-ibig, at ang kanilang oras na magkasama ay magiging natural muli.

Kung ang kapabayaan ay maging sanhi ng pagkawala ng pag-ibig ninyo sa isa't isa, makatitiyak—maaari ninyo itong ibalik. Ngunit bakit dadaan pa sa mahirap na proseso ng muling pagbuo? Bakit hindi na lamang manatiling nagmamahalan sa natitirang bahagi ng inyong buhay sa pamamagitan ng pagpapanatili ng iyong regalo ng oras?

Mula sa aking pananaw bilang isang tagapayo sa pag-aasawa, ang oras na ginugugol mong mag-isa kasama ang isa't isa ay ang pinakamahalagang oras ng iyong linggo—at dapat na pinakakasiya-siyang oras. Ito ay kapag nagdedeposito ka ng pinakamaraming *love units* at tinitiyak ang romantikong pag-ibig para sa iyong pag-aasawa.

KASAMA SA LIBANGAN (*RECREATIONAL COMPANIONS*)

Kapag nagde-date, halos walang kahirap-hirap na gawing kasiya-siya ang oras na magkasama. Ngunit pagkatapos ng kasal, kung hindi ka mag-iingat, maaari itong maging isang pasanin. Iyon ay dahil maaari kang mabigo na gumawa ng mahuhusay na pagsasaayos sa mga bagong panggigipit sa buhay at sa mga pagbabago sa paraan kung paano mo nais matugunan ang iyong mga pangangailangan.

Sa bawat pag-aasawa, nagbabago ang mga tao. Ang kasiya-siya sa edad na dalawampu ay madalas na hindi na masaya sa edad na apatnapu. Kaya lubos na posible na ang isang bagay na pareho mong kinagigiliwan ngayon ay kalaunan ay magiging boring o kahit hindi kaaya-aya sa isa sa iyo.

Madalas na ginagawa ng mga mag-asawa ang nakamamatay na pagkakamali ng paghihiwalay ng landas kapag ang isang aktibidad ay naging boring sa isa sa kanila. Kung tutuusin, nangangatwiran sila, bakit ipapasakripisyo sa isang asawa ang isang kasiya-siyang aktibidad para lamang mapaunlakan ang isa pa? Kung ang isang asawa ay naging bihasa sa paglalaro ng golf, halimbawa, bakit ito isusuko dahil lamang nawalan na ng interes ang ibang asawa sa sport, lalo na kung oras at pera ang naipuhunan?

Ang mga sagot sa mga tanong na iyon ay nakasalalay sa kahalagahan ng romantikong pag-ibig sa iyong pag-aasawa. Kung ang pag-ibig mo sa isa't isa ay mas mahalaga kaysa sa iyong mga leisure activities, dapat mong gugulin ang iyong pinakakasiya-siyang oras kasama ang isa't isa, at ang oras na iyon ay dapat na kapwa kasiya-siya.

Ngunit kung ang iyong mga leisure activities ay mas mahalaga kaysa sa iyong pag-ibig, itutuloy mo ang iyong mga paboritong aktibidad nang independiyente sa isa't isa. Kung iyon ang iyong pipiliin, at kung hindi mo gugugulin ang iyong pinakakasiya-siyang oras na magkasama, malalagay ka sa mataas na panganib na mawala ang iyong emosyonal na buklod at ang iyong romantikong pag-ibig sa isa't isa. Seryosohin ang babala ko dahil nasaksihan ko na ang trahedyang pagkakamaling ito nang libu-libong beses sa buhay ng mga mag-asawang aking pinayuhan.

Kung pipiliin mong gugulin ang iyong pinakakasiya-siyang oras sa paglilibang nang magkahiwalay, gayunpaman, hindi ka lamang nawawalan ng pagkakataong bumuo ng romantikong pag-ibig, kundi maaari ring may ibang taong makagawa ng sapat na mga deposito sa *Love Bank*—kaya't nasa panganib kang magkaroon ng *affair.*

Ang iyong pag-ibig sa isa't isa ay dapat mas mahalaga kaysa sa anumang *leisure activity.* Nangangahulugan iyon na ang pagiging magkasama nang recreationally ay mas mahalaga kaysa sa partikular na aktibidad na pipiliin mong gawin nang magkasama. Bakit? Dahil ang pinakamahalagang layunin ng aktibidad ay ang tumulong sa pagbuo ng iyong relasyon. Maaaring nais mong pagbutihin ang iyong kasanayan sa recreational activity na iyon, ngunit hindi iyon ang pangunahing dahilan kung bakit mo ito ginagawa nang magkasama. Hindi ka nagpapakasal sa isa't isa dahil nag-e-enjoy kang maglaro ng tennis, halimbawa. Naglalaro ka ng tennis dahil ito ay isang paraan para magkasama at buuin ang iyong pag-ibig sa isa't isa.

Kung magpasya ang iyong asawa na hindi na niya nae-enjoy ang tennis, huwag ipagsapalaran na masira ang iyong relasyon sa pamamagitan ng paghahanap ng bagong *partner* sa tennis. Humanap ng alternatibo sa tennis na magiging kasing kasiya-siya para sa inyong dalawa.

Napakahalaga na maging matalik na magkaibigan habambuhay. Ginagawa mo ito sa pamamagitan ng pagsasama sa isa't isa sa bawat kasiya-siyang aktibidad na iyong sinasalihan. Kung masayang gawin, dapat gawin ito ng iyong asawa kasama mo. Kung hindi ito nae-enjoy ng iyong asawa, subukan ang ibang bagay. Anumang aktibidad ang pipiliin mo—pagtakbo, pagbibisikleta, paglalaro ng golf, paglalaro ng softball, o mga board game—tiyaking nae-enjoy rin ito ng iyong asawa. Huwag magpaunlad ng mga kasanayan sa isang aktibidad na hindi mo maibabahagi sa iyong asawa.

Isa sa pinakamabilis na paraan para mainip sa isa't isa ay ang pagkakaroon ng mas interesanteng mga bagay na gagawin kapag ikaw ay magkahiwalay. Tulad ng nabanggit kanina, tinatawag ito ng mga psychologist na *contrast effect*—kung ikukumpara mo ang dalawang karanasan, ang mas kasiya-siya ay magpapamukhang boring sa isa pa. Alisin ang mapanirang posibilidad na iyon sa pamamagitan ng sadyang pagpaplano ng iyong pinakakasiya-siyang oras na magkasama. Gumugol ng mas maraming oras sa paglilibang nang magkasama hangga't maaari. Hindi lamang ito isa sa pinakamahuhusay na paraan para buuin ang iyong relasyon, kundi tutulong din ito sa iyong maranasan ang pinakainteresante at kasiya-siyang mga bahagi ng iyong buhay nang magkasama.

MAGPALIPAS NG GABI NANG MAGKASAMA

Isang huling paalala para sa mga mag-asawa: Iwasan ang mga sitwasyon na naghihiwalay sa iyo—kahit isang gabi lamang. Ang magkahiwalay na *recreational activities* ay humahantong sa malubhang problema sa pag-aasawa dahil hindi natutugunan ang mahalagang *Emotional Need* ng pagsama sa libangan. Ngunit kapag ka at ang iyong *partner* ay ganap na nagkahiwalay sa isa't isa, halos lahat ng mga pangangailangang emosyonal ay hindi natutugunan.

Nakapagpayo na ako sa napakaraming mag-asawa na nagsimula ng kanilang pag-aasawa na magkahiwalay dahil ang isa ay tinatapos ang isang educational degree sa isang lungsod habang ang isa naman ay nagsisimula ng bagong karera sa ibang lungsod. Sa bawat kaso, ito ay isang mapaminsalang desisyon, isa na hindi nila uulitin. Kahit na napakaikli lamang ng kanilang plano, ang kanilang pagkabigo na matugunan ang mga pangangailangang emosyonal ng isa't isa ay karaniwang humantong sa pagkawala ng pag-ibig at, sa ilang mga kaso, pagtataksil.

Paano naman ang mga mag-asawang pinipiling magkahiwalay nang pangmatagalan dahil sa mga landas sa karera? Sa halip na pumili ng isang karera na tumutulong sa kanilang matugunan ang mga pangangailangang emosyonal ng isa't isa, pumipili sila ng isang karera na pumipigil dito. At tulad ng inaasahan, ang mga mag-asawang iyon ay nakakaranas ng napakataas na rate ng diborsyo.

Ang kasabihang "Kung wala ka sa piling ng mahal mo, mahalin mo ang kasama mo" ay isang tuntunin na ginagamit ng milyun-milyong asawang hindi nagsasabi ng katotohanan para matugunan ang kanilang mga pangangailangang emosyonal habang malayo sa kanilang asawa. Sa simula ng aking karera sa counseling, halos ganap kong sinuportahan ang aking pamilya sa pamamagitan ng pagpapayo sa mga piloto ng eroplano at flight attendant, dahil napakataas ng kanilang rate ng pagtataksil at diborsyo. Ngunit hindi lamang ang mga nasa industriya ng eroplano ang nagdurusa ng mataas na antas ng hindi kasiyahan sa pag-aasawa; ito ay sinuman na may karera na naghihiwalay sa mag-asawa. Ang mga long-haul trucker, traveling sales representative, mga nasa militar, at marami pang ibang tao na may mga trabahong nangangailangan ng malawak na paglalakbay ay may tendensiyang magkaroon ng isang bagay na karaniwan: isang napakataas na rate ng hindi kasiya-siyang pag-aasawa, pagtataksil, at diborsyo. Maaari mong lubos na mapababa ang panganib ng lahat ng mga sakunang ito sa pamamagitan lamang ng pagpili ng isang karera na naghihikayat sa iyong matugunan ang pinakamahalagang mga pangangailangang emosyonal ng isa't isa halos araw-araw.

Ang kalidad ng pag-aaruga na kinakailangan ng isang permanenteng romantikong relasyon ay pambihira. Ngunit tiyak na sulit ang pagsisikap. At sulit ang pagsisikap at ang oras dahil mawawala ang iyong pag-ibig sa isa't isa kung wala ang kalidad ng pag-aarugang iyon.

Kung, sa anumang dahilan, ang iyong oras na magkasama ay naging hindi gaanong kasiya-siya, magkasundo sa isa't isa ngayon na pag-uusapan mo kung ano ang maaaring mali at kung ano ang maaari mong gawin para baguhin ito. Kung mahuhuli mo ang problema nang maaga, habang nagmamahalan ka pa sa isa't isa, magiging mas madali itong ayusin.

PAANO MAAARING UMABOT SA 15 ORAS

Sina Joe at Sherry ay may *full-time* na mga trabaho at isang 2-taong-gulang na anak na babae, si Mary. Ang mga responsibilidad sa pamilya, trabaho, simbahan, at mga kaibigan ay nag-iiwan sa kanila ng 2-3 oras lamang na mag-isa bawat linggo at pareho silang nakakaramdam ng pagkakahiwalay at kapabayaan. Nagpasya sina Sherry at Joe na mag-iskedyul ng mas maraming oras na magkasama bawat linggo—ibinibigay sa isa't isa ang kanilang regalo ng oras para matugunan nila ang pinakamahalagang mga pangangailangang emosyonal ng isa't isa. Ito ang kanilang bagong iskedyul:

Paghahanda:

1. Natutulog si Mary sa kanilang kama, kaya naghanda sila ng hiwalay na tulugan para sa kanilang 2-taong-gulang at tinulungan siyang mag-adjust sa bagong sitwasyon.
2. Pumayag ang ina ni Joe na pumunta at alagaan si Mary minsan sa isang linggo tuwing Miyerkules ng gabi mula 7-8:30 n.g.
3. Nakahanap si Sherry ng *babysitter* na kayang magtrabaho tuwing Linggo ng hapon (2-4 n.h.), habang natutulog si Mary, at Sabado ng umaga (9-11 n.u.).
4. Pareho silang pagod sa pagtatapos ng araw, kaya pinili nilang huwag mag-iskedyul ng buong atensyon sa gabi. Sa halip, nagplano silang matulog ng 1 oras na mas maaga at gumising ng 45 minuto na mas maaga.

Plano:

1. Gumising nang 45 minuto nang mas maaga tuwing umaga sa mga araw ng trabaho at gamitin ang oras na iyon para sa buong atensyon. (3.75 oras)
2. Mag-usap sa telepono ng 5 minuto tuwing umaga, tanghali, at hapon sa loob ng linggo ng trabaho. (1.25 oras)
3. Umupo sa sofa kapag pareho kayong dumating mula sa trabaho para sa hindi nahahating atensyon (mga 15 minuto bawat araw). (1.25 oras)

4. Tuwing gabi pagkatapos matulog ni Mary, gumugol ng 20-30 minuto na magkasama. (2.25 oras)

5. Tuwing Sabado ng umaga mula 9-11, lumabas para magkape bago mamili ng grocery nang magkasama. (2 oras)

6. Kapag natutulog si Mary sa Sabado, maglaan ng 1 oras para sa buong atensyon. (1 oras)

7. Magplano ng *recreational activity* sa Linggo ng hapon (2-4 n.h.). (2 oras)

8. Lumabas para maghapunan tuwing Miyerkules ng gabi habang nagbabantay si lola (7-8:30). (1.5 oras)

TOTAL: 15 oras

Inirerekomenda kong ikaw at ang iyong *partner* ay pumili ng oras bawat linggo para matiyak na nakakapag-iskedyul kayo ng hindi bababa sa 15 oras bawat linggo na magkasama. Sa iskedyul na ito, dapat may nakalaang hindi bababa sa isang oras bawat araw. Magtakda kayo ng lingguhang oras kasama ang iyong *partner* (hal., 3:30 ng Linggo ng hapon) kung kailan dadalhin ninyo ang inyong mga kalendaryo at iiskedyul ninyo ang inyong mga date para sa linggo, pati ang oras ng pag-uusap araw-araw. Para masubaybayan ang oras ninyong magkasama, maaari mo ring gamitin ang Gift of Time mobile app mula sa FourGiftsofLove.org, Google Play, o Apple App Store.

Mga Katanungan para sa Pag-iisip

1. Ang 15 oras ba ay tila isang imposibleng layunin? Para sa ilan, ito ay mahirap dahil hindi sila sanay na mag-*budget* ng kanilang oras. Habang nagba-budget ang mga mag-asawa ng kanilang pera para matiyak na may sapat sila para matugunan ang kanilang mga pangangailangan, hindi nila ginagawa ang pareho sa kanilang

oras. Ngunit ang pagba-budget ng oras ay mas mahalaga pa. Maraming mag-asawa ang nanganganib na sayangin ang kanilang oras kung hindi ito naka-budget—hindi nag-iiwan ng sapat para sa kanilang kapwa kaligayahan.

2. Mayroon ka bang oras? Gawin natin ang *math*: Mayroon kang 168 oras/linggo (24 oras x 7 araw). Kung ibabawas mo ang 56 oras para sa pagtulog (8 oras x 7 araw), isa pang 60 oras para sa trabaho at ang oras na kinakailangan para mag-*commute*, at 7 oras para sa pagbangon sa umaga at paghahanda sa pagtulog sa gabi, iiwan ka nito ng 45 oras/linggo para sa lahat ng iba pang mahalaga. Kung gumugol ka ng 15 oras para sa buong atensyon kasama ang iyong asawa at isa pang 15 oras sa pag-aalaga sa iyong mga anak, mayroon ka pa ring 15 oras bawat linggo para sa anumang iba pang mahalaga!

26

PARA SA PAG-IBIG NG IYONG BUHAY

Ang pagpapalitan ng singsing sa inyong kasal ay sumisimbolo sa isang pangako. Habang isinusuot mo ang mga singsing sa daliri ng isa't isa, gumagawa ka ng pangako na mag-aaruga sa isa't isa. Kung ang pangakong iyon na mag-aruga ay nangangahulugan ng pagbibigay sa isa't isa ng *Four Gifts of Love*®, ang iyong pag-ibig para sa isa't isa ay magagarantiyahan habambuhay. Repasuhin natin ang apat na regalong ito.

ANG REGALO NG PAG-AARUGA: IPINAPANGAKO KONG MAGIGING ISANG PANGUNAHING *SOURCE* NG IYONG KALIGAYAHAN SA PAMAMAGITAN NG PAGTUGON SA IYONG PINAKAMAHALAGANG MGA PANGANGAILANGANG EMOSYONAL.

Ang pag-aaruga na ipinapangako mo sa isa't isa ay napakaespesyal na pag-aaruga—ang pag-aaruga na ibinibigay ng mga nagmamahalan sa isa't isa sa isang romantikong relasyon. Dapat itong ibigay nang eksklusibo hangga't maaari sa pag-aasawa. Walang ibang taong *opposite sex* ang dapat tumugon sa iyong mga pangangailangan para sa pagsuyo (*affection*), madamdaming pag-uusap (*intimate conversation*), pagsama sa libangan (*recreational companionship*), at sekswal na kaligayahan (*sexual fulfillment*). Malamang na mahulog ang iyong loob sa taong tumutugon sa mga ito, kaya dapat maging eksklusibo ang iyong pag-ibig para sa isa't isa.

Ikaw at ang iyong asawa ay malamang na hindi magkapareho sa pagbibigay-prayoridad sa mga intimong pangangailangang emosyonal.

Ang sekswal na kaligayahan at pagsama sa libangan ay malamang na mas mahalaga sa isang asawang lalaki, at ang pagsuyo at madamdaming pag-uusap ay malamang na mas mahalaga sa isang asawang babae. Para matupad ang iyong pangako na mag-aruga sa isa't isa, malamang na tutugunan mo ang mga pangangailangan na hindi tila kasinghalaga sa iyo gaya ng sa iyong asawa. Aasa siya sa iyo para tugunan ang mga pangangailangang iyon.

Bilang karagdagan sa apat na pangangailangang emosyonal na nabanggit, may iba pa na inaasahan mong tutugunan ng isa't isa. Tiyaking natukoy mo ang mga ito para sa isa't isa at ilagay ang mga ito ayon sa kanilang kahalagahan sa iyo. Ang iyong pangako na tugunan ang mga pangangailangang iyon ang magtatakda kung paano kayo mag-aaruga sa isa't isa sa buong buhay ninyong magkasama.

ANG REGALO NG PROTEKSYON: IPINAPANGAKO KONG IIWASANG MAGING *SOURCE* NG IYONG KALUNGKUTAN—PARA IWASAN ANG MGA *LOVE BUSTER*.

Kapag ibinibigay mo ang regalo ng pag-aaruga, nagiging ikaw ang pinakadakilang *source* ng kaligayahan ng isa't isa. Ngunit maaari rin kang maging pinakadakilang *source* ng kalungkutan ng isa't isa, maliban kung may gagawin ka para maiwasan ito. Iyon ang dahilan kung bakit parehong mahalaga ang regalo ng proteksyon.

Ikaw at ang iyong *partner* ay parehong ipinanganak na may kakayahang maging mapilit (demanding), walang galang (disrespectful), magagalitin (*angry*), hindi nagsasabi ng katotohanan (*dishonest*), nakakainis (*annoying*), at independiyente (*independent*). Tinatawag kong *Love Busters* ang mga katangiang ito ng tao dahil sinisira nila ang pakiramdam ng pag-ibig na mayroon ang mga mag-asawa para sa isa't isa. Ngunit kung mangangako kang iwasan ang pagiging sanhi ng kalungkutan ng iyong *partner*, gagawin mo ang lahat para malampasan ang mga mapanirang tendensiyang ito para sa kanyang proteksyon. Sa pamamagitan ng pag-aalis ng mga *Love Buster*, hindi lamang mo pinoprotektahan ang iyong *partner*, pinapanatili rin mo ang pag-ibig ng iyong *partner* para sa iyo.

Halos lahat ng iyong ginagawa ay makakaapekto sa isa't isa, kaya napakahalagang malaman kung ano ang magiging epekto bago ka gumawa ng anuman. At lalong mahalagang malaman ang epekto kapag gumagawa kang mga desisyon tungkol sa iyong pamumuhay. Tutal, ang buhay na iyong bubuuin nang magkasama ay dapat magpasaya sa inyong dalawa.

Ang Polisiya ng Pinagkaisang Kasunduan (*Policy of Joint Agreement*) ay tutulong sa iyo na tandaan na iwasan ang pagiging sanhi ng kalungkutan ng isa't isa. Ipapaalala nito sa iyong isaalang-alang ang damdamin at interes ng isa't isa sa buong buhay mo. Sa pamamagitan ng paggawa ng mga desisyong kapwa katanggap-tanggap, lilikha ka ng isang pamumuhay na pareho ninyong ikasisiya, sa halip na lumikha ng isa na nakikinabang sa isa sa iyo sa kapinsalaan ng isa pa.

ANG REGALO NG PAGSASABI NG KATOTOHANAN: IPINAPANGAKO KONG MAGING BUKAS AT LUBOS NA MAGSASABI NG KATOTOHANAN SA IYO.

Ang iyong pangako na magsabi ng katotohanan ay nangangailangan na maging transparent o bukas ka sa iyong asawa. Dapat kang magsabi ng katotohanan tungkol sa iyong mga damdamin, personal na kasaysayan, kasalukuyang mga gawain at karanasan, at mga plano sa hinaharap. Ito ay pagsasabi ng katotohanan nang kumpleto.

Hindi magiging madali para sa iyo na tuparin ang iyong pangako na magsabi ng katotohanan. Tulad ng nabanggit ko na, tayo ay ipinanganak na hindi nagsasabi ng katotohanan. Ang pagsasabi ng katotohanan ay nangangailangan ng pagsisikap. At ito ay isang hindi popular na pagpapahalaga sa mga panahong ito. Karamihan sa mga mag-asawa ay itinuturing na mas mahalaga ang personal na privacy kaysa sa pagsasabi ng katotohanan. Sa katunayan, ang ilang mga tagapayo sa pag-aasawa at klerigo ay nangangatwiran na ang pagsasabi ng katotohanan ay hindi ang pinakamahusay na polisiya: Naniniwala sila na malupit at makasarili ang magbunyag ng mga nakaraang pagkakamali. Naniniwala ang ilan na ang pangunahing dahilan kung bakit nagsasabi ng katotohanan ang mga asawa tungkol sa mga pagkakamali ng nakaraan ay para gumaan ang kanilang pakiramdam, para maalis ang maliliit na demonyong ito sa kanilang dibdib. Dahil ang mga naturang pagbubunyag ay nagdudulot ng sama ng loob sa *partner*, nangangatwiran sila, ang tunay na mapagmalasakit na bagay ay ang magsinungaling tungkol sa iyong mga pagkakamali o hindi bababa sa panatilihin itong nakatago.

Kung maawain ang magsinungaling tungkol sa mga pagkakamali ng nakaraan, bakit hindi rin maawain ang magsinungaling tungkol sa mga pagkakamali ng kasalukuyan o hinaharap? Sa aking palagay, para itong pagpapasok ng ilong ng kamelyo sa tolda. Sa kalaunan, makakasalo mo na sa hapag-kainan ang kamelyo. Alinman sa palaging tama ang pagsasabi ng katotohanan, o palagi kang magkakaroon ng dahilan para sa hindi pagiging tapat.

Ang pagsasabi ng katotohanan na ipinataw sa sarili kasama ang iyong *partner* ay mahalaga sa kaligtasan at tagumpay ng iyong pag-aasawa. Hindi lamang ka ilalapit ng pagsasabi ng katotohanan sa isa't isa sa emosyonal, kundi pipigilan din nito ang paglikha ng mga mapanirang ugali na itinatago sa iyong *partner*. Ang Polisiya ng Radikal na Pagsasabi ng Katotohanan (*Policy of Radical Honesty*) kasama ang Polisiya ng Pinagkaisang Kasunduan ay tutulong sa iyong lumikha ng isang bukas at integrado na pamumuhay, isa na tutulong magarantiyahan ang iyong pag-ibig para sa isa't isa.

ANG REGALO NG ORAS: IPINAPANGAKO KONG SUSUNDIN ANG POLISIYA NG BUONG ATENSYON.

Ang regalo ng oras ang nagbubukas ng pinto sa tatlo pang regalo. Kung wala ito, hindi mo matutugunan ang mga pangangailangang emosyonal ng isa't isa, ni hindi mo maiiwasan ang pagiging sanhi ng kalungkutan ng isa't isa. Ang oras ay isa ring pangunahing kinakailangan para sa pagsasabi ng katotohanan. Ang oras para sa buong atensyon ay ang kinakailangang sangkap para sa lahat ng mahalaga sa iyong pag-aasawa.

Ngunit sa sandaling ikasal ang mag-asawa, at lalo na kapag dumating ang mga anak, natutukso silang palitan ang kanilang oras na magkasama ng mga gawaing hindi gaanong mahalaga. Sinusubukan nilang tugunan ang mga pangangailangan ng isa't isa gamit ang "natitirang" oras, ngunit nakalulungkot, walang matitira. Ang kanilang kakulangan ng pribadong oras na magkasama ay magiging malaking sanhi ng pagkadismaya, ngunit nararamdaman nilang wala silang magawa para maiwasan ito. Natatagpuan din nila ang kanilang sarili na kinikimkim ang kanilang tapat na pagpapahayag ng damdamin dahil wala talagang angkop na oras para mag-usap.

Ang solusyon sa problemang ito ay ang mag-iskedyul ng hindi bababa sa labinlimang oras bawat linggo para mag-isa kasama ang isa't isa. At ang oras na iyon ay dapat gamitin para matugunan ang pinakamahahalagang pangangailangang emosyonal ng isa't isa—pagsuyo, madamdaming pag-uusap, pagsama sa libangan, at sekswal na kaligayahan. Gawin itong iyong pinakamataas na prayoridad at pagkatapos ay hindi ito kailanman mapapalitan ng anumang bagay na may mas mababang halaga. Ang iyong karera, oras na kasama ang iyong mga anak, pagpapanatili ng iyong tahanan, at marami pang ibang kahingian ay lahat ay makikipagkumpitensya para sa oras ninyong magkasama. Ngunit kung ipapangako mo sa isa't isa ang regalo ng oras, hindi mo hahayaang may magnakaw mula sa iyo ng mahahalagang oras na iyon na magkasama.

PAGSASAMA-SAMA NG LAHAT

Bakit mo nanaising ipagpatuloy ang paglikha ng isang pamumuhay na nagbibigay ng mga regalong ito ng pag-ibig sa iyong asawa at sa Diyos? Sagot: Ang pamumuhay na ito ay nagpapanatili ng alab para sa Diyos at ng pakiramdam ng romantikong pag-ibig sa pag-aasawa.

Bakit mo nanaising panatilihin ang iyong alab para sa Diyos at ang pakiramdam ng romantikong pag-ibig sa pag-aasawa? Sagot: Maaari tayong magkaroon ng pag-aasawa na walang romantikong pag-ibig at isang relasyon sa Diyos na kulang sa alab, ngunit hindi kailangang maging ganoon. Sa pamamagitan ng paglikha ng isang pamumuhay na nagbibigay at tumatanggap ng *Four Gifts of Love®*, ang mga relasyong iyon ay maaaring mapuno ng hindi kapani-paniwalang mga damdamin.

Ang mga damdaming iyon ay resulta ng isang pamumuhay ng pag-aaruga, proteksyon, pagsasabi ng katotohanan, at oras. Ang mga damdaming iyon ay nagdudulot ng dagdag na kagalakan sa buhay. At pinapadali ng mga damdaming iyon ang mag-aruga, magprotekta, magsabi ng katotohanan at magbigay ng oras nang may mga damdaming iyon.

Kung mawala mo ang mga damdaming iyon, nangangailangan ito ng enerhiya at lakas ng loob (*willpower*) para muling likhain ang pamumuhay na magpapanumbalik sa mga ito. At tulad ng iyong nirepaso sa simula ng aklat na ito, ito ang dalawang relasyon na pinakamatindi ang epekto sa iyong buhay!

Bakit pa ito gagawin? Simpleng sagot: SULIT ito! At ito ang nilayon ng Diyos mula pa sa simula ng ating paglikha (Genesis 1-2).

APAT NA REGALO: ANG RESIPE PARA SA HABAMBUHAY NA PAG-IBIG

Inilaan ko ang aking buhay sa pagtulong sa mga mag-asawa na lumikha ng matagumpay na mga pagsasama. Nakamit nila ang layuning iyon sa pamamagitan ng pagbibigay sa isa't isa ng apat na regalo na tinalakay natin sa aklat na ito. Ang mga pangakong ito ay nagbigay-daan sa milyun-milyong mag-asawa na maiwasan ang trahedya sa pag-aasawa at lumikha ng isang panghabambuhay na pag-ibig.

Maaaring maging katangi-tangi ang pag-aasawa para sa bawat mag-asawang sumusunod sa mga simpleng tuntuning ito. Ngunit karamihan ay nagsisimula ng kanilang pag-aasawa nang hindi alam kung paano gumawa ng mga deposito sa Love Bank at kung paano maiwasan ang mga withdrawal. Iniisip nila na ang pag-ibig na nararamdaman nila para sa isa't isa sa araw ng kanilang kasal ay magdadala sa kanila sa buhay, anuman ang paraan ng kanilang pagtrato sa isa't isa. Hindi namamalayan ng karamihan sa kanila na kung walang pag-aaruga, proteksyon, pagsasabi ng katotohanan, at oras, mawawala ang pag-ibig na iyon, at kasama nito, ang isang kasiya-siyang pag-aasawa.

Nasa iyo ang resipe para tulungan kang likhain ang bihirang makamit ng napakakaunting mag-asawa—pag-ibig na tumatagal habambuhay. At ang iyong pag-ibig para sa isa't isa ay hindi lamang ang iyong makakamit. Matutuklasan mo na sa pamamagitan nitong apat na regalo, ang iyong mga anak ay magiging mas masaya at mas matagumpay, ang iyong mga karera ay uunlad, ikaw ay magiging mas malusog, at ang iyong pananaw sa buhay ay magiging optimistiko at puno ng tiwala. Napakaraming kalamangan ang apat na regalong ito kaya dapat sila ang iyong pinakamataas na prayoridad.

Nais namin sa iyo ang isang masaya at kasiya-siyang pag-aasawa. Gagawin itong posible ng apat na regalong ito.

Pag-usapan Natin Ito

Paalala: Mangyaring panatilihin mong **MAIKLI** ang usapan at **MANATILI KA SA PAKSA** ng mga tanong. At ang pinakamahalaga, gamitin mo ang oras na ito para sanayin ang iyong mga regalo ng pag-aaruga at proteksyon, na may espesyal na pag-iingat na iwasan ang mga komentong walang paggalang. Tandaan, ang iyong mga layunin ay maging *source* ng kaligayahan at iwasang maging *source* ng kalungkutan sa iyong relasyon.

1. Ilang oras sa loob ng tatlong araw na yugto ang ginugol mo sa pagbibigay sa Diyos ng regalo ng oras? ______ Hatiin ang numerong iyon sa 3 para makuha ang pang-araw-araw na average: ______ oras/araw. Karaniwan ba sa iyo ang ganitong average na pang-araw-araw na oras kasama ang Diyos? Natutugunan ba ng halagang ito ang iyong layunin?

2. Ano ang ilang ideya para sa pagdaragdag ng oras na iyon kasama ang Diyos? Sa partikular, sa anong oras ng araw ka maaaring magdagdag ng mas maraming oras?

3. Ilang oras sa loob ng tatlong araw na yugto ang ginugol mo sa pagbibigay sa iyong *partner* ng regalo ng oras? ____ Hatiin ang numerong iyon sa 3 para makuha ang pang-araw-araw na average: ______ oras/araw. Karaniwan ba sa iyo ang ganitong dami ng oras kasama ang iyong *partner*? Natutugunan ba ng halagang ito ang iyong layunin?

4. Ano ang ilang ideya para sa pagdaragdag ng oras na iyon kasama ang iyong *partner*? Sa partikular, sa anong oras ng araw ka maaaring magdagdag ng mas maraming oras? (Paalala: Para

matulungan kang subaybayan ang iyong oras na magkasama, maaari mong gamitin ang Gift of Time mobile app mula sa FourGiftsofLove.org, Google Play, at Apple App Store.)

5. Kung mawala mo ang iyong pakiramdam ng pag-ibig dahil sa isang inosenteng dahilan (pagkahiwalay sandali dahil sa mga pangyayaring hindi mo kontrolado), mawawala rin ba ang iyong pagkukusa na mag-aruga sa isa't isa? Maaari itong mangyari sa pag-aasawa at lumilikha ito ng tinatawag ng mga psychologist na negative feedback loop: Habang kumakaunti ang iyong pag-ibig sa isa't isa, kumakaunti rin ang iyong pakiramdam na mag-aruga, na nagiging sanhi naman para mas lalong kumaunti ang iyong pag-ibig sa isa't isa. Ano ang gagawin mo kung maramdaman mong bahagyang humina ang pagmamahal ninyo para sa isa't isa? Ano ang dapat mong gawin para muling buuin ang iyong mga balanse sa Love Bank?

27

ANG PANGAKO

Ang layunin ng aklat na ito ay magkaroon ka ng isang napakagandang relasyon sa iyong partner at sa Diyos. Ngunit may higit pa. Karamihan sa mga mag-asawang humihingi ng aming propesyonal na tulong ay hindi lumalapit na nais bumuo ng mas matibay na pag-aasawa mula sa isang relasyong dati nang kasiya-siya. Sa halip, karamihan ay dumarating na halos wasak na ang kanilang pag-aasawa—mga biktima ng pagtataksil (*infidelity*), mental at pisikal na pang-aabuso (*mental and physical abuse*), at emosyonal na pag-abandona (emotional abandonment). Kung nakatanggap ako ng barya sa bawat pagkakataon na sinabi sa akin ng isang kliyente, "Sana sinunod namin ang *Four Gifts of Love*® maraming taon na ang nakalipas," tiyak na magkakaroon ako ng isang malaking alkansya na puno ng mga barya.

Kapag ang mga mag-asawa ay lumilikha ng isang pamumuhay na nabibigong magbigay ng *Four Gifts of Love*® sa isang asawa at sa Diyos, ang resulta ay mapaminsala. At pinatutunayan iyon ng aming mga taon ng karanasan. Araw-araw, naririnig namin ang mga malagim na kuwento ng mga sumunod sa malungkot na landas na iyon.

Ang mga karanasang ito, at ang aming pag-ibig kay Cristo, ang nagbigay-inspirasyon sa amin na isulat ang kurikulum na ito bilang isang regalo sa iyo. Ang aming nais sa puso ay para maabangan mo ang isang kahanga-hangang buhay na magkasama at maiwasan ang pagdurusa na nararanasan ng napakaraming mag-asawa. At ang aming hangarin para sa iyo ay naging isang napatunayang katotohanan para sa libu-libo na nagbigay at tumanggap nitong *Four Gifts of Love*® sa kanilang asawa at sa Diyos.

> Gawin mong template ng iyong buhay ang *Four Gifts of Love*®.

Kaya habang papalapit ka sa araw ng inyong kasal o nagpapatuloy sa iyong buhay bilang mag-asawa, hayaan mong magbahagi kami ng ilang huling payo:

- Magkakaroon ka ng mga mahahalagang desisyon (*choice points*) sa iyong buhay—kailan magkakaroon ng anak, anong trabaho ang kukunin, saan lilipat, anong budget ang susundin, ano ang gagawin ngayong weekend, kung sasali ba sa isang sports team, atbp. Sa bawat desisyon, gawin mong layunin na panatilihin ang romantikong pag-ibig sa iyong pag-aasawa at panatilihin ang isang pamumuhay na nagpaparangal sa Diyos. Gawin mong template ng iyong buhay ang *Four Gifts of Love*®. Halimbawa, kung iniisip mo ang isang partikular na trabaho, tanungin ang inyong sarili: *Mapapanatili ba natin ang ating pang-araw-araw na oras na magkasama? Magagawa ba nating alagaan ang isa't isa? Mapapanatili ba natin ang isang tapat na relasyon? Mapapanatili ba natin ang isang mapag-arugang relasyon sa Diyos?* Sa pamamagitan ng pagsunod sa template na ito, maraming malagim na resulta ang maiiwasan.

- Hindi tumutunog ang mga kampana at sirena kapag tumahak ka sa isang landas na humahantong sa trahedya. Kaya inirerekomenda namin ang pagpapanatili ng isang regular na naka-iskedyul na pagsusuri sa buong pag-aasawa mo. Namarkahan mo na ba ang iyong kalendaryo—ang ika-1 ng bawat buwan para sa susunod na taon (o nag-set ka na ba ng mga alarma sa iyong cell phone)? Gamitin ang pagsusuring ito para makatanggap ng feedback at ipaalala sa iyong sarili ang mga regalong ito na ibinigay sa iyong asawa at sa Diyos. Madaling mawala sa mga maalalahaning gawi at mapunta sa mga gawi na hindi pinag-iisipan. Kakailanganin mo ng patuloy na mga paalala para manatili sa tamang landas. At ang ugali ng pagsusuri sa *Four Gifts of Love*® ay magbibigay sa iyo ng pagkakataong gumawa ng mahahalagang pagsasaayos sa iyong pamumuhay bago lumitaw ang mga problema.

- Protektahan ang Iyong Love Bank. Ang mahulog sa pag-ibig sa iba maliban sa iyong asawa ay mas madali kaysa sa inaakala mo. Sa katunayan, para kang naka-*wire* na magkaroon ng *affair*, at karamihan sa mga pag-aasawa ay nagdurusa sa malagim na mga kahihinatnan nito. Nagsisimula ito nang inosente sa pamamagitan ng regular na pagpapahintulot sa isang tao na tugunan ang iyong pinakamahalagang mga pangangailangang emosyonal—halimbawa, magkasamang nag-uusap, nagpapakita ng mga gawa ng kabaitan, at nagbabahagi ng isang recreational activity. Kung bibigyan mo ang isang taong *opposite sex* ng oras para tugunan ang iyong pinakamahalagang mga pangangailangang emosyonal, gagawa siya ng mga deposito sa *Love Bank*. At habang lumalaki ang *account* sa *Love Bank*, mas mahirap labanan ang isang *affair*. Narito ang ilang mga tuntunin para makatulong na bantayan ang iyong *Love Bank*:

1. Iwasang tugunan ang pinakamahalagang mga pangangailangang emosyonal ng isang tao ng *opposite sex*, at huwag ding hayaang ang isang taong *opposite sex* ang tumugon sa iyong mga pangangailangan, maliban sa iyong asawa, na may espesyal na pagbibigay-diin sa pagsuyo (affection), sekswal na kaligayahan (sexual fulfillment), madamdaming pag-uusap (intimate conversation), pagsama sa libangan (recreational companionship), at paghanga (admiration).
2. Iwasan ang kontak sa mga dating minahal. Ang mga usapin sa pagpapalaki ng anak na may kinalaman sa dating asawa ay dapat pangasiwaan ng iyong kasalukuyang asawa.
3. Kung kailanman ay matagpuan mo ang iyong sarili na nahuhumaling sa iba maliban sa iyong asawa, sa anumang dahilan, huwag lumakad palayo—tumakbo! At sabihin sa iyong asawa.
4. Kung may magsabi sa iyo na nakikita ka niyang kaakit-akit, maging handa na sabihin kung gaano mo kamahal ang iyong asawa. Pagkatapos ay sabihin sa iyong asawa.
5. Kung ang trabaho ng iyong asawa o ang iyong trabaho ay nangangailangan ng paglalakbay, gumamit ng karagdagang mga pag-iingat para maiwasan ang mas mataas na kahinaan sa tukso (*vulnerability*) at mas malaking oportunidad—halimbawa, limitahan ang anumang bagay na magpapababa ng iyong inhibisyon, tulad ng alak.

Ang mga ito ay simpleng maalalahaning mga tuntunin na nagbibigay sa iyong asawa ng mga regalo ng proteksyon at pagsasabi ng katotohanan—tinutulungan kang iwasan ang isang karaniwang trahedya.

- Ang pag-aaruga sa iyong asawa ay isang paraan para sambahin ang Diyos. Inatasan ka ng Diyos ng isang mahalagang trabaho—ang pagtugon sa ilang mga pangangailangang emosyonal ng iyong asawa. Ang paraan ng pagtugon mo sa mga pangangailangang iyon at pagpapakita ng pag-aaruga sa iyong asawa ay isang paraan ng pagpapakita ng karangalan sa Diyos. Ang pag-aaruga na ipinapakita mo sa iyong asawa sa pag-aasawa ay napakahalaga sa Diyos. Sa katunayan, ang pag-aasawa ay binanggit sa Kasulatan bilang isang pagtutulad (*analogy*) ng pag-ibig na mayroon ang Diyos para sa atin (Efeso 5:25). Ito ay isang sagradong relasyon na itinatag ng Diyos (Genesis 2:24; Mateo 19:4-6). Tandaan ang katotohanang ito habang nabubuhay ka araw-araw na ibinibigay sa iyong asawa ang regalo ng pag-aaruga, proteksyon, pagsasabi ng katotohanan, at oras.

- Hindi tayo perpekto. Hindi na ito nakakagulat—alam nating lahat na may mga araw na hindi natin ginagawa ang ipinangako nating gawin. At ikaw at ang iyong *partner* ay hindi rin eksaktong ibibigay sa isa't isa ang *Four Gifts of Love*® tulad ng ipinangako. Paminsan-minsan ay gagawa ka ng isang desisyong hindi pinag-isipan, hahayaan mong may makasagabal sa iyong oras na magkasama, o makakapagsabi ka ng isang walang-galang na paghatol. At magkakaroon din ng mga araw na mabibigo kang tuparin ang iyong mga pangako sa Diyos. Mabibigo kang gawing bahagi ng bawat desisyon mo ang Kanyang kalooban, o gagawa ka ng isang bagay na nakakapinsala sa isang taong mahal Niya. Ang mga regular na naka-iskedyul na pagsusuri na nabanggit sa itaas ay tutulong sa iyo na hindi masyadong lumihis sa landas ng *Four Gifts of Love*®. Ngunit kapag nangyari ito, kakailanganin mong matutunan kung paano "mag-*re-up*." Ito ay isang terminong militar na nangangahulugang "muling magpalista para sa serbisyo." Kung magsisimula kang lumihis sa landas, maging handa na "mag-*re-up*" o muling magpalista para tuparin ang iyong mga pangako sa Diyos at sa iyong *partner*. Ang isang commitment na "mag-*re-up*" ay makakatulong sa iyong patuloy na magbigay at tumanggap nitong mga regalo ng pag-ibig.

Hakbang sa Pagkilos: Ang iyong huling hakbang sa pagkilos ay kumpletuhin ang Pangako sa Mag-asawa. Maaari mo itong lagdaan ngayon, pagkatapos ng iyong seremonya ng kasal, sa panahon ng inyong seremonya, o sa isang espesyal na petsa. Ito ay isang regalo sa isa't isa na poprotekta sa inyong pag-ibig habambuhay. Habang nilalagdaan mo ang iyong Pangako sa Mag-asawa, gumawa rin ng isa pang pangako sa pamamagitan ng paglagda sa Pangako sa Diyos—na patuloy na ibigay sa Kanya ang iyong mga regalo ng pag-ibig at tanggapin ang Kanyang mga regalo araw-araw. Ito ay isang regalo na poprotekta sa iyong mga damdamin ng pananabik para sa Diyos at pananatilihin ang iyong mga mata sa pagbibigay-lugod sa Kanya.

Ang isang fillable pdf para sa bawat pangako ay available sa https://www.FourGiftsofLove.Org (resources/questionnaires).

At, kung nais mo ng repaso sa mga babasahin at konsepto sa aklat na ito, at makatanggap ng mas malalim na gabay at pagpapalakas ng loob para sa mga hakbang sa pagkilos, mangyaring isaalang-alang ang pagkuha ng klase ng *Four Gifts of Love®* (https://www.FourGiftsofLove.Org/four-gifts-of-love-class o i-scan ang QR code).

Ang interaktibo at multimedia na pamamaraang ito sa edukasyon sa kasal/bago ang kasal ay humihikayat sa mga mag-asawa na lumikha ng isang pamumuhay na makakatulong na mapanatili ang pakiramdam ng romantikong pag-ibig habambuhay at mapanatili ang pagnanasa para sa Diyos. Batay sa mga subok sa panahong konsepto sa kasal ni Dr. Willard F. Harley, Jr., isang kilalang may-akda sa buong mundo ng higit sa 20 aklat sa kasal, kabilang ang His Needs, Her Needs (Harley, 1986, 2022) na may higit sa 23 na pagsasalin, ang empirically-based na klaseng ito ay gumagamit ng mga propesyonal na animated at inarteng video, nakaka-engganyong mga tanong, mga talatanungan, materyales sa pagbabasa, at marami pang iba!

<u>PANGAKO SA MAG-ASAWA (*MARITAL PROMISE*)</u>

Ang Kasunduang ito ay ginawa sa ika-______ araw ng _________ , 20___, sa pagitan ni ____________________________________, na mula rito ay tatawaging "asawang lalaki," at ni ____________________________________, na mula rito ay tatawaging "asawang babae," kung saan pinagkasunduan ng dalawang panig:

I. Ang asawang lalaki at asawang babae ay sumasang-ayon na ibigay ang Regalo ng Proteksyon para iwasang maging *source* ng kalungkutan ng iyong asawa.

A. Para maiwasan ang paggawa ng mga desisyong walang pag-iingat, ang asawang lalaki at asawang babae ay sumasang-ayon na sundin ang Polisiya ng Pinagkaisang Kasunduan (Policy of Joint Agreement)—Huwag kailanman gumawa ng anuman nang walang buong-pusong pagsang-ayon sa pagitan mo at ng iyong asawa. Ginagarantiya ng polisiyang ito na walang sinumang panig ang makikinabang sa kapinsalaan ng isa pa.

B. Para maiwasan ang walang pag-iingat na kilos, ang asawang lalaki at asawang babae ay sumasang-ayon na protektahan ang isa't isa mula sa mga sumusunod na *Love Busters*:

1. Pagsiklab ng Galit (*Angry Outbursts*): Mga sadyang pagtatangka na saktan ang asawa dahil sa galit, karaniwan sa anyo ng berbal o pisikal na pag-atake. Kung mangyari ang mga pagsiklab ng galit, ang asawang lalaki at asawang babae ay susunod sa isang paraan ng pagkilos na tumutukoy sa mga pagsiklab ng galit, nagsisiyasat sa kanilang motibo at sanhi, nagtatala ng kanilang paglitaw, at inaalis ang mga ito.
2. Walang-Galang na Paghatol (*Disrespectful Judgments*): Mga pagtatangka na baguhin ang mga saloobin, paniniwala, at kilos ng asawa sa pamamagitan ng pagsubok na ipataw ang kanyang paraan ng pag-iisip sa pamamagitan ng sermon, panlilibak,

pagbabanta, o iba pang mapilit na paraan. Kung mangyari ang walang-galang na paghatol, ang asawang lalaki at asawang babae ay susunod sa isang paraan ng pagkilos na tumutukoy sa walang-galang na paghatol, nagsisiyasat sa kanilang mga sanhi, nagtatala ng kanilang paglitaw, at inaalis ang kilos.

3. Mga Nakakainis na Gawi (*Annoying Habits*): Mga gawi na nakakainis sa asawa at nagdudulot sa kanya ng kalungkutan. Kung mangyari ang nakakainis na kilos, ang asawang lalaki at asawang babae ay susunod sa paraan ng pagkilos na tumutukoy sa nakakainis na kilos, nagsisiyasat sa motibo at sanhi ng kilos, nagtatala ng kanilang paglitaw, at inaalis ang kilos.
4. Makasariling Kahingian (*Selfish Demands*): Mga pagtatangka na pilitin ang iyong asawa na gumawa ng isang bagay, na may nakapahiwatig na banta ng parusa kung siya ay tatanggi. Kapag may nagaganap na Makasariling Kahingian, dapat sundan ng mag-asawa ang isang plano ng pagkilos: tukuyin ang mga makasariling kahingian, suriin ang kanilang mga sanhi, itala kung kailan lumilitaw ang mga ito, at palitan ang mga ito ng maalalahaning kahilingan (*thoughtful requests* na kusang-loob at may paggalang sa damdamin ng asawa).
5. Independiyenteng Kilos (*Independent Behavior*): Kilos na binalak at isinagawa ng asawa nang walang pagsasaalang-alang sa iyong damdamin. Ang mga kilos na ito ay karaniwang naka-iskedyul at nangangailangan ng pag-iisip para makumpleto, tulad ng pagdalo sa mga pangyayaring pampalakasan o pagsali sa isang personal na programa sa ehersisyo.
6. Hindi Pagiging Tapat (*Dishonesty*): Pagkabigong ihayag ang tamang impormasyon sa asawa tungkol sa mga emosyonal na reaksyon, nakaraan, pang-araw-araw na gawain, at mga plano para sa hinaharap. Kung mangyari ang hindi pagiging tapat, ang asawang lalaki at asawang babae ay susunod sa isang plano ng pagkilos na tumutukoy sa hindi pagiging tapat, nagsisiyasat sa mga sanhi nito, nagtatala ng paglitaw nito, at pinapalitan ito ng pagsasabi ng katotohanang nararamdaman (*emotional honesty*), pagsasabi ng katotohanang tungkol sa nakaraan (*historical honesty*), pagsasabi ng katotohanang pangkasalukuyan (*current honesty*), pagsasabi ng katotohanang

panghinaharap (*future honesty*), at pagsasabi ng katotohanang kumpleto (*complete honesty*).

II. Ang asawang lalaki at asawang babae ay sumasang-ayon na sundin ang Regalo ng Pag-aaruga—para maging pangunahing (pantao) *source* ng kaligayahan sa pamamagitan ng pagtugon sa pinakamahalagang mga pangangailangang emosyonal (*Emotional Needs*) ng asawa. Gagawin nila ito sa pamamagitan ng:

A. Ang asawang lalaki at asawang babae ay magbibigay ng Regalo ng Pag-aaruga sa pamamagitan ng pagtukoy sa mga pangangailangang emosyonal ng bawat isa at pagpili ng hindi bababa sa lima na pinakamahalaga sa asawang lalaki at hindi bababa sa lima na pinakamahalaga sa asawang babae. Ang mga pangangailangang iyon ay maaaring sumaklaw sa mga sumusunod:

1. Pagsuyo (*Affection*): Pagtanggap ng mga di-sekswal na pagpapahayag ng pag-aaruga na sumisimbolo sa seguridad, proteksyon, at kaginhawaan, na maaaring kabilangan ng mga salita, *greeting card*, regalo, yakap, halik, at pagiging magalang mula sa asawa.
2. Sekswal na Kaligayahan (*Sexual Fulfillment*): Pagsali sa isang kasiya-siyang karanasang sekswal kasama ang asawa.
3. Madamdaming Pag-uusap (*Intimate Conversation*): Pagbabahagi ng mga damdamin, personal na karanasan, mga paksa ng personal na interes, mga opinyon, at mga plano sa asawa.
4. Pagsama sa Libangan (*Recreational Companionship*): Pagsali sa mga gawaing panlibangan kasama ang asawa.
5. Pagsasabi ng Katotohanan at Pagiging Bukas (*Honesty and Openness*): Pagtanggap ng totoo at bukas na impormasyon mula sa asawa tungkol sa positibo at negatibong damdamin, mga pangyayari sa nakaraan, pang-araw-araw na mga pangyayari at iskedyul, at mga plano para sa hinaharap; nang hindi nag-iiwan ng maling impresyon.
6. Kaakit-akit na Pisikal na Katangian (*Physical Attractiveness*): Pagmasdan ang pisikal na anyo ng asawa na itinuturing na kaaya-aya sa aspetong estetiko at/o sekswal.
7. Suportang Pinansyal (*Financial Support*): Pagtanggap ng tulong mula sa asawa sa mga mapagkukunang pinansyal para sa pangangailangan sa bahay, pagkain, at damit ng pamilya.

8. Suportang Pantahanan (*Domestic Support*): Pagtanggap ng tulong mula sa asawa sa mga gawaing bahay at pag-aalaga sa mga anak (kung mayroon sa bahay).
9. Komitment sa Pamilya (*Family Commitment*): Pagtanggap ng tulong mula sa asawa sa moral at edukasyonal na pag-unlad ng mga anak sa loob ng pamilya ninyo.
10. Paghanga (*Admiration*): Pagtanggap ng respeto, pagpapahalaga, at pagkilala mula sa asawa.

Limang pinakamahalagang pangangailangang emosyonal para sa asawang lalaki ayon sa ranggo:

1. ______________________________
2. ______________________________
3. ______________________________
4. ______________________________
5. ______________________________

Limang pinakamahalagang pangangailangang emosyonal para sa asawang babae ayon sa ranggo:

1. ______________________________
2. ______________________________
3. ______________________________
4. ______________________________
5. ______________________________

B. Ang asawang lalaki at asawang babae ay magbibigay ng Regalo ng Pag-aaruga sa pamamagitan ng paggawa ng mga plano para makatulong sa pagbuo ng mga bagong gawi na tutugon sa limang pangangailangan ng kanilang asawa.

C. Ang asawang lalaki at asawang babae ay magbibigay ng Regalo ng Pag-aaruga sa pamamagitan ng pagsusuri sa tagumpay ng kanilang mga plano, paggawa ng mga bagong plano kung ang mga nauna ay hindi matagumpay; pag-aaral na tugunan ang mga bagong pangangailangan sa pag-aasawa kung papalitan ng kanilang asawa ang alinman sa orihinal na lima ng mga bagong pangangailangan. Sila ay magpupulong tuwing ________________ (linggo, buwan, sangkapat, taon) para suriin ang kasunduang ito at baguhin ito kung kinakailangan.

III. Ang asawang lalaki at asawang babae ay sumasang-ayon sa Regalo ng Oras —Maglaan ng oras para magbigay ng buong atensyon sa asawa, gamit ang oras na iyon para ibigay ang pinakamakabuluhang mga gawa ng pag-aaruga para sa isa't isa. Gagawin nila ito sa pamamagitan ng:

A. Pagtitiyak ng pagkapribado, pagpaplano ng oras na magkasama na hindi kasama ang mga anak, kamag-anak, o kaibigan para mapakinabangan ang buong atensyon.
B. Paggamit ng oras para matugunan ang mga pangangailangan sa pagsuyo, sekswal na kaligayahan, pag-uusap, at pagsama sa libangan.
C. Pagpili ng bilang ng oras na sumasalamin sa kalidad ng pag-aasawa: Labinlimang oras bawat linggo kung ang pagsasama ay kapwa kasiya-siya, at mas maraming oras kung mayroong iniulat na hindi kasiyahan sa pagsasama ng alinmang asawa.
D. Pag-iiskedyul ng oras na magkasama bago ang bawat linggo at pagpapanatili ng permanenteng talaan ng oras na aktwal na ginugol.

IV. Ang asawang lalaki at asawang babae ay sumasang-ayon sa Regalo ng Pagsasabi ng Katotohanan —Maging ganap na bukas at laging magsasabi ng katotohanan. Gagawin nila ito sa pamamagitan ng pagiging:

A. Pagsasabi ng Katotohanang Nararamdaman (*Emotional Honesty*): Paghahayag sa isa't isa ng kanilang mga emosyonal na reaksyon—parehong positibo at negatibo—sa mga pangyayari ng kanilang buhay, lalo na sa kilos ng isa't isa.
B. Pagsasabi ng Katotohanang Tungkol sa Nakaraan (*Historical Honesty*): Paghahayag ng impormasyon tungkol sa kanilang personal na kasaysayan, lalo na ang mga pangyayari na nagpapakita ng personal na kahinaan o kabiguan.
C. Pagsasabi ng Katotohanang Pangkasalukuyan (*Current Honesty*): Paghahayag ng impormasyon tungkol sa mga pangyayari ng kanilang araw, pagbibigay sa asawa ng kalendaryo ng kanilang mga aktibidad, na may espesyal na diin sa mga maaaring makaapekto sa isa't isa.
D. Pagsasabi ng Katotohanang Panghinaharap (*Future Honesty*): Paghahayag ng kanilang mga iniisip at plano tungkol sa mga aktibidad at layunin sa hinaharap.
E. Pagsasabi ng Katotohanang Kumpleto (*Complete Honesty*): Hindi pag-iiwan sa asawa ng maling impresyon tungkol sa kanilang mga iniisip, damdamin, gawi, gusto, ayaw, personal na kasaysayan,

pang-araw-araw na gawain, o mga plano para sa hinaharap. Hindi sila sadyang maglilihim ng anumang personal na impormasyon mula sa isa't isa.

BILANG KATUNAYAN NITO, ang mga panig dito ay lumagda sa kasunduang ito sa araw at taon na unang nabanggit sa itaas:

_____________________	_____________________
Asawang Lalaki	Asawang Babae

____

Saksi (opsyonal)

BUOD NG PANGAKO SA MAG-ASAWA

Ang aking mga pangako sa pag-aasawa ay tungkol sa DI-PANGKARANIWANG PAG-AARUGA para sa iyo.

Nangangako akong ibibigay sa iyo ang Regalo ng Pag-aaruga: para maging isang pangunahing *source* ng kaligayahan.

- Paglinang ng mga kasanayan at gawi para matugunan ang iyong *intimate emotional needs*
- Pagiging tapat sa iyo tungkol sa parehong kasiyahan (*mutuality*)
- Pagsusuri ng aking plano ng pag-aaruga kasama ka nang hindi bababa sa isang beses bawat taon

Nangangako akong ibibigay sa iyo ang Regalo ng Proteksyon: para iwasang maging *source* ng kalungkutan.

- Paglinang ng mga kasanayan para maiwasan ang aking Love Busters at lumikha ng mga alternatibong gawi
- Pagpapahalaga sa iyong katapatan
- Paggawa ng mga desisyon nang may buong-pusong pagsang-ayon ng isa't isa (*mutual enthusiastic agreement*)
- Pagsusuri ng aking plano ng proteksyon kasama ka nang hindi bababa sa isang beses bawat taon

Nangangako akong ibibigay sa iyo ang Regalo ng Pagsasabi ng Katotohanan: para maging ganap na bukas at tapat.

- Paggamit ng mga tiyak at positibong alternatibong mungkahi tungkol sa aking mga kagustuhan
- Pagbibigay ng aking kompletong at hayagang katotohanan
- Pag-iwas sa aking *Love Busters* kapag nagiging tapat

Nangangako akong ibibigay sa iyo ang Regalo ng Oras: para magbigay ng buong atensyon, gamit ang oras para matugunan ang iyong *intimate emotional needs*

- Pag-iiskedyul ng 15 oras bawat linggo para sa pribado at buong atensyon
- Paggamit ng oras para matugunan ang ating *intimate emotional needs*

________________________ ________________________

Lagda ng Asawang Lalaki Lagda ng Asawang Babae

____

Saksi para sa mga Pangako

PANGAKO SA DIYOS (PROMISE TO GOD)

ANG PANGAKONG ITO ay ginawa ngayong ika-_______ araw ng __________ , 20___.

Ako ay NANGANGAKO na patuloy na bubuuin at isasakatuparan ang aking mga plano na:

1. Igalang at Parangalan Ka
2. Mahalin Ka sa pamamagitan ng patuloy na pakikipag-isa
3. Mahalin ang iba nang may Iyong saloobin ng pag-ibig at makabuluhang mga gawa ng pag-aaruga
4. Sabihin sa mga hindi Kristiyano ang tungkol sa aking pananampalataya kay Jesu-Kristo
5. Patuloy na lumago sa aking pag-unawa sa Iyo

Ako ay NANGANGAKO na gagamitin ang apat na hakbang ng paglutas ng problema para matiyak na ako ay:

1. Lalapit sa Iyo sa panalangin tungkol sa aking mga problema
2. May pananampalataya, na sa Iyong tulong, ang problema ay malulutas
3. Mag-iisip ng mga paraan kung paano malulutas ang problema
4. Magsasakatuparan ng isang plano para malutas ang problema

Ako ay NANGANGAKO na mag-iiskedyul ng pang-araw-araw na oras kasama Ka kung saan pupurihin Kita, ipapahayag ang makasalanang kilos na aking nagawa at mangangako sa isang plano ng pagbabago, magpapasalamat sa Iyo, at sasabihin sa Iyo ang aking mga alalahanin at nais ng aking puso.

Ako ay NANGANGAKO na rerepasuhin ang aking plano ng *Four Gifts of Love*® sa unang araw ng bawat buwan para mapanatili ko ang isang pamumuhay na nagbibigay sa Iyo ng aking mga regalo ng pag-ibig.

Ako ay NANGANGAKO na isasama Ka sa bawat desisyon na aking gagawin.

BILANG KATUNAYAN NG PAGSANG-AYON, nilagdaan ko ang kasunduang ito, hindi lamang sa papel kundi, higit sa lahat, sa loob ng aking puso.

____

Aking Lagda

____

Saksi sa Aking Pangako

TUNGKOL SA MGA MAY-AKDA

Si Jennifer Harley Chalmers, Ph.D., at si Willard F. Harley, Jr., Ph.D., ang kanyang ama, ay mga lisensyadong sikolohista at tagapayo sa pag-aasawa. Sa loob ng mahigit 25 taon, nagtulungan sila para lumikha at mapabuti ang mga pamamaraan na nagpapanumbalik ng pag-ibig sa mga pag-aasawa. Ang kanilang pangunahing pagsisikap ay nakatuon sa pagbawi ng pag-aasawa pagkatapos ng isang relasyon sa labas (*Surviving an Affair,* Harley/Chalmers, Revell, 1998, 2013).

Ang mga makabagong pamamaraan ni Dr. Harley sa pagpapayo sa pag-aasawa ay inilahad sa kanyang maraming aklat at artikulo na isinulat. Ang kanyang *His Needs, Her Needs* ay naging isang bestseller mula nang ito ay mailathala noong 1986 at naisalin na sa mahigit 23 banyagang wika. Siya at si Joyce, ang kanyang asawa sa loob ng mahigit 60 taon, ay nag-aalok din ng pang-araw-araw na programa sa radyo na tinatawag na Marriage Builders® Radio (makukuha sa pamamagitan ng Mobile App). Ang kanilang anak na si Steve Harley, ay isa ring tagapayo sa pag-aasawa, at administrador at kasamang tagapagpaunlad ng kilalang MarriageBuilders.com website sa buong mundo.

Si Dr. Chalmers ay isa ring internasyonal na tagapagsalita, may-akda, at administrador at tagapagpaunlad ng FourGiftsofLove.org website. Siya at si Phil, ang kanyang asawa sa loob ng mahigit 40 taon, ay magkasamang nagtuturo ng *Four Gifts of Love® Classes*. Sila ay may dalawang adultong anak na babae at mga apo at naninirahan sa Pilipinas at Minnesota, USA.

Mangyaring bisitahin ang aming website para sa maraming libreng *source* para sa pag-aasawa (mga video, artikulo, online na klase, mobile app, at marami pa). Para sa iyong kaginhawahan, narito ang isang QR code para sa FourGiftsofLove.org site. At tingnan ang aming bagong website: https://www. Foundation4Marriage.com.

MGA *RESOURCE* NG MGA MAY-AKDA

Inirerekomenda namin ang Amazon.com para sa madaling ma-download na format ng eBook. Ang format ng aklat ay available rin para sa mga sumusunod na resources.

- *Let's Get Growing, Christians!* (Harley/Chalmers, 2003) ay nagbibigay ng praktikal na gabay para sa mga Kristiyano na nais lumikha ng isang pamumuhay ng paggawa ng kalooban ng Diyos. Ang aklat na ito ay nagbibigay rin ng format para sa grupo.
- *Draw Close* (Harley/Harley, Revell, 2011) ay isang debosyonal na tumutulong sa iyong kumonekta sa iyong asawa, bumuo ng mas matatag na pagsasama, at panatilihin ang Diyos sa sentro ng iyong pangako sa isa't isa.
- *Surviving an Affair* (Harley/Chalmers, Revell, 1998, 2013) ay nagbibigay ng mga sagot para sa mga taong napasok sa karaniwang trahedya ng pagtataksil. Mula sa sandaling unang pinaghihinalaan ang pagtataksil hanggang sa buong paggaling ng pagsasama, ang aklat na ito ay nagbibigay ng masusing pagsusuri at mga subok na hakbang-hakbang na solusyon. Ito ay isinulat lalo na para sa asawang pinagtaksilan, ngunit mayroon itong napakahalagang gabay para sa lahat ng kasangkot.
- *His Needs, Her Needs* (Harley, Revell, 1986, 1994, 2001, 2011, 2022) ay tumutulong sa mga mag-asawa na matutunang tukuyin at tugunan ang pinakamahahalagang pangangailangang emosyonal ng isa't isa. Ang klasikong gabay na ito sa pag-aasawa ay naisalin na sa mahigit 22 iba't ibang wika, na may mahigit 5 milyong kopya na nailimbag.
- *His Needs, Her Needs for Parents* (Harley, Revell, 2003, 2017) ay isang gabay kung bakit at paano pananatilihing malusog ang iyong pagsasama. Nag-aalok ito ng mga tiyak at praktikal na hakbang sa pagtugon sa mga pangangailangan ng isa't isa at pagbibigay sa iyong mga anak ng kanilang kailangan sa pamamagitan ng pag-uuna sa iyong asawa. Maaari mong mapanatili ang iyong pagmamahal sa isa't isa at

magpalaki ng masaya at matagumpay na mga anak nang sabay-sabay ___ itinuturo ng aklat na ito ang paraan.

- Ang *Love Busters: Overcoming Habits that Destroy Romantic Love* (Harley, Revell, 1992, 1997, 2002, 2008, 2016) ay tumutulong sa mga mag-asawa na matutunang iwasan ang pagiging sanhi ng kalungkutan ng isa't isa.

- *Five Steps to Romantic Love* (Harley, Revell, 1993, 2012) ay isang workbook na tumutulong sa mga mag-asawa na ilapat ang mga prinsipyong matatagpuan sa *His Needs, Her Needs* at *Love Busters*. Ang mga kontrata, questionnaire, imbentaryo, at worksheet na ginamit ni Dr. Harley sa kanyang pagpapayo ay nakaayos sa lohikal na pagkakasunud-sunod para matulungan ang mga mag-asawa na sundin ang Limang Hakbang ni Dr. Harley: (1) gumawa ng pangako na lampasan ang mga problema sa pag-aasawa, (2) tukuyin ang mga ugali na nagdudulot ng kalungkutan, (3) matutunang lampasan ang mga ugaling iyon, (4) tukuyin ang pinakamahahalagang pangangailangang emosyonal, at (5) matutunang tugunan ang mga pangangailangang iyon.

- *He Wins, She Wins: Learning the Art of Marital Negotiation* (Harley, Revell, 2013) ay tumatalakay sa puso ng mga hidwaan sa pag-aasawa at nag-aalok ng subok na paraan para malutas ang mga ito. Pagkatapos ay ginagabayan ka niya sa limang pinakakaraniwang *source* ng hidwaan sa pag-aasawa at kung paano lampasan ang mga hadlang sa paglutas ng mga hidwaan.

- *He Wins, She Wins Workbook* (Harley, Revell, 2015) ay isang praktikal na workbook na gumagabay sa mga mag-asawa sa mga senaryo para sa limang pinakakaraniwang larangan ng hidwaan sa pag-aasawa—mga kaibigan at pamilya, karera at pamamahala ng oras, pananalapi, pagpapalaki ng anak, at seks—na naglalapat ng Polisiya ng Pinagkaisang Kasunduan sa bawat sitwasyon. Sinasanay ng mga mag-asawa ang paglutas sa bawat isa sa mga hidwaang ito sa tamang paraan, bago pagtuunan ng pansin ang kanilang sariling mga tunay na hidwaan sa buhay.

- *Fall in Love, Stay in Love* (Harley, Revell, 2001) ay pinagsasama-sama ang mga kaalaman at teknik na natipon ni Dr. Harley sa loob ng maraming taon para maging isang komprehensibong plano para sa pagbuo at pagpapanatili ng damdamin ng pag-ibig. Sa labimpitong sesyon, binibigyan ka nito ng mga kagamitang kailangan mo para sa isang masaya at matagumpay na pagsasama.

- *The One: Buyers, Renters, and Freeloaders* (Harley, Revell, 2002) ay tumutulong sa mga walang asawa na gawing pangmatagalang pag-ibig ang paulit-ulit na romansa. Nagbibigay ito ng subok at napatunayang plano para sa pagbuo ng pangmatagalang relasyon.

Mga Resources ng Mobile App/Website: Para sariwain ang iyong pag-unawa sa mga konsepto ng FGL, bisitahin ang https://www.FourGiftsofLove.org para sa mga online na kurso at Mobile App: *E2: Engage and Explore, Gift of Care, Gift of Protection, Gift of Honesty, Gift of Time, Let's Negotiate, Four Gifts of Love® Class Assignment Planner*, at *WHY?*

Gusto mo bang matuto pa?

Ngayong nabasa mo na ang *4 NA PUNDASYON NG PAG-AASAWA*, inirerekomenda namin na isaalang-alang mo ang pagkuha ng klase ng *Four Gifts of Love*®. Ang klaseng may walong aralin na ito ay nag-aalok ng repaso sa mga babasahin sa loob ng aklat na ito, ngunit nagbibigay rin ng mga propesyonal na animated na video para sa repaso, mas malalim na ginabayang mga takdang-aralin, mga talatanungan, at marami pang iba. Ang klaseng ito ay nagsisilbing tulay mula sa kaalaman patungo sa pamumuhay na may *Four Gifts of Love*®. Mangyaring bisitahin ang https://www.FourGiftsofLove.Org para sa karagdagang impormasyon tungkol sa pagsisimula ng iyong unang aralin nang libre (online format) o i-scan ang QR code.

Made in the USA
Coppell, TX
21 June 2026

81373384R10144